சலவான்

பாண்டியக் கண்ணன்

தமிழம்

தடாகம்

சலவான்

- **ஆசிரியர்:** பாண்டியக் கண்ணன்
- **முதற்பதிப்பு:** ஜனவரி *2023*
- **பக்க வடிவமைப்பு:** கி. ஆஷா
- **அட்டை ஓவியம்:** காமேஷ்வரன்
- **அட்டை வடிவமைப்பு:** வெ. பாலாஜி

Book Name & Author Name: ***Salavaan*** - A Tamil Novel by ***Pandiya Kannan.***

Revised and Edited by ***Kannan M, Muthu V Prakash***

© ***Pandiya Kannan***

First Edition: January 2023

Published by:

THADAGAM
No.112, First Floor, Thiruvalluvar Salai
Thiruvanmiyur, Chennai 600041
Mob: +91-98400-70870
www.thadagam.com | info@thadagam.com

No part of this publication may be reproduced, transmitted, or stored in a retrieval system, in any form or by any means, without permission in writing from Thadagam.

ISBN: 978-93-93361-06-6

Price: ₹ 280

அய்யாவுக்கும்...
அம்மாவுக்கும்...

ஆசிரியரைப் பற்றி

இயற்பெயர்: ஆர்.பி. கண்ணன்

சொந்த ஊர்: மதுரை மாவட்டம், இ கட்ராம்பட்டி. தற்போது விருதுநகரில் வசித்துவருகிறார். தமிழ்நாடு சுகாதாரப் போக்குவரத்துத் துறையில் பணியாற்றிவருகிறார்.

பிற நாவல்கள்

மழைப்பாறை - 2014.

நுகத்தடி - 2018.

மேடை - 2022.

நன்றி

திரு. அமுதரசன் பால்ராஜ், தடாகம் பதிப்பாசிரியர், சென்னை,

திரு. M. கண்ணன், பிரெஞ்சு ஆய்வு நிறுவனம், பாண்டிச்சேரி,

திரு. முத்து வெ பிரகாஷ், பிரெஞ்சு ஆய்வு நிறுவனம், பாண்டிச்சேரி,

கவிஞர் சமயவேல், மதுரை ஆகியோருக்கு

பதிப்புரை

2008ஆம் ஆண்டு வெளியானது சலவானின் முதல் பதிப்பு (பாரதி புத்தகாலயம், சென்னை) நகரத்தைச் சுத்தம் செய்யும் தொழிலாளர்களாகப் பிழைப்பு நடத்தும் பழங்குடிக் குறவரின் வாழ்க்கையை முதன்முறையாகத் தமிழில் முன்வைத்த வகையில் வாய்மொழியாகவும் செவிவழிச் செய்தியாகவும் பரவலாகப் பேசப் பட்ட படைப்பு இது. இருந்தாலும், படைப்பின் காலகட்டமும் அதன் சமூகப் பின்னணியும் தமிழ்ப் பேச்சுவழக்கும் எழுத்து வழக்கும் பழங்குடியினரின் மொழிவழக்கும் மயங்கி விளங்கிய மொழிநடையும் விமர்சனரீதியாக கவனிக்கப்படவுமில்லை, விவாதிக்கப்படவுமில்லை. தமிழ்ப்படைப்புலகத்தில், தலித் இலக்கியத்தில், அதற்குரிய இடத்தைப் பெறாமலே இன்றுவரை இருந்து வருகிறது இந்தப் படைப்பு. படைப்பின் உள்ளடக்கம், வடிவம், நடை சார்ந்த உள்ளார்ந்த சிக்கல்களும் குறைபாடுகளும் இதற்குக் காரணமாக இருந்திருக்கலாம்.

தன்னுடைய படைப்பின் குறைபாடுகளை உணர்ந்து அதைத் திருத்தி எழுத முற்படும் எழுத்தாளர்கள் தமிழில் மிக அரிது. பாண்டியக்கண்ணன் இந்தப் புதிய திருத்திச் செம்மைப்படுத்தப் பட்ட பதிப்பின் மூலம் அதைச் செய்திருக்கிறார்.

1

“டேய், எழுந்திரிடா”, அவனின் சாரம் நனைந்திருந்தது. கையில் தடவிப் பார்த்துவிட்டுப் போர்த்தியிருந்த அம்மாவின் சேலையை அகற்றிவிட்டு எழுந்தான். தளர்வாக இருந்தது. பக்கத்தில் படுத்திருக்கும் அய்யாவைப் பார்த்தான். அவர் சத்தம் போட்டுவிட்டு மலம் கழிக்கச் சென்றதாக ஞாபகம் வந்தது.

அம்மா புரண்டு படுத்தாள். படக்கென்று எழுந்த பாலன் வீட்டிற்குப் பின் சென்று மூத்திரம் கழித்தான். மிகவும் சிரமமாகவே இருந்தது. உட்காய்ச்சலாக இருக்குமோ என்று எண்ணினான். ஏனெனில் முனிசிபல் குழாயில் வருவதுபோல் நின்றுநின்று வந்தது. சாரத்தைக் கழற்றிக் கொல்லையில் போட்டுவிட்டு வீட்டுக்குள் சென்றான். மண்ணெண்ணெய் தீர்ந்து தனது கடைசி அத்தியாயத்தை முடிக்கும் நிலையில் இருக்கும் அரிக்கேன் விளக்கைத் தூண்டினான்.

பாலன் பரண்மேல் கிடந்த அழுக்கு மூட்டையைக் கீழிறக்கி அதன் முடிச்சை அவிழ்த்தான். அதனுள் அப்பாவின் நைந்துபோன வேஷ்டி, அம்மாவின் பாவாடை, சேலைகள் இருந்தன. ஒரு வேஷ்டியை எடுத்துப் பார்த்தான். கிழிந்திருக்கும் ஒரு முனையை மடக்கி மறுமுனையை வாயில் கவ்வி மறைத்துக் கட்டிக்கொண்டு வெளியேறினான். அப்பா மலம் கழித்துவிட்டுத் திரும்பி வந்தவர் அம்மாவை ஓங்கி ஒரு எத்துவிட்டார். “ஓத்தாளிக்க, ஒன் அப்பன் வீடாடி? மணி அஞ்சே முக்காலாச்சு. இன்னும் பொளந்துகிட்டு கெடக்கெ.”

“ராவும், பகலும் ஒன்ன மாரியா ஒறங்குறேன், நீசப்பய” எனத் திட்டினாள். பாலனுக்குச் சகிக்க முடியவில்லை. “காலையிலே உங்க பஞ்சாயத்துதானா, சே, நீ போ, அம்மாவ நான் ஏத்திக்கிட்டு வர மாட்டேன்?” என்றான்.

அப்பாவுக்கு மகனை எதிர்க்க மனம் வரவில்லை. காலை நேரத்தில் இவனோடு வாய் கொடுத்தால் அன்று பூராவும் சண்டையாகத்தான் இருக்கும், அதே நேரத்தில் சிரித்த முகத்தோடு பார்த்தால் அன்றைய பொழுது நன்றாக இருக்கும் என்ற ஒரு அசைக்க முடியாத நம்பிக்கை அப்பாவுக்கு. அதனால் எதுவும் சொல்லாமல் நகர்ந்துவிட்டார். சுவற்றில் சாய்ந்துகிடந்த சைக்கிளை எடுத்தான் பாலன்.

இரவு வேலை பார்த்துவிட்டுக் கண்களில் பஞ்சடைந்து வரும் பெண்களை சாலை விளக்குகளில் நன்றாகப் பார்க்கமுடிந்தது. காலை 6 மணி ஆகியும் விளக்குகள் அணைந்தபாடில்லை. ஒரு வழியாக வழக்கமாக சாயா குடிக்கும் தள்ளுவண்டிக் கடையில் வந்து நிறுத்தினான். இவர்களைப் பார்த்தவுடன் டீ என்ற பெயரில் போடும் சூடான சீனித் தண்ணியைப் போட ஆரம்பித்தார் டீக் கடைக்காரர்.

அப்பா ஒரு கல்லில் குந்திக்கொண்டார். அம்மா அவர் காலுக்கருகில் கால் நீட்டி அமர்ந்துகொண்டார். பாலன் மூன்று டீக் கடைகளிலும் ஒன்று மாற்றி ஒன்றாகக் குடித்துப் பார்த் திருந்தான். மூன்றிலும் சர்க்கரை அதிகம். “ஏயா? தெனசரி குடிக்கிறோம்ல. ஒரு டீலே சர்க்கரை போடாமக் கொடுக்கணும்னு தெரியாதா?” கடைக்காரர் மிகுந்த சலிப்போடு, “கொண்டா ஒனக்கெல்லாம் பதில் சொல்லவேண்டியிருக்கு பாரு” என முனங்கிக்கொண்டு டீ சாரைப் பிழிந்துவிட்டார். அந்த டீத்தூள் துணியை மாற்றிப் பத்து தினங்களுக்கு மேலாகியிருக்கும். ஒரு காலத்தில் மூங்கில் குழாய்களிலும் கொட்டாங்குச்சிகளிலும் தேநீர் அருந்தி வந்தவர் களுக்கு சரிசமமாகக் கண்ணாடி கிளாசில் கிடைத்ததே பெருமையாக இருந்தது. டிக்காஷன் போட்ட டீயை அய்யாவுக்குக் கொடுத்தான். அவர் குடித்துவிட்டு ஒரு சொக்கலால் பீடியைப் பற்றவைத்தார். அம்மா மடியிலிருந்த சருகைத் தேடினாள். இரவில் கடித்த பாதிக் கொட்டைப்பாக்கும் இரண்டு காய்ந்த வெத்தலையும் எடுத்து மடித்து வாயில்போட்டுக் குதப் பினாள். சுருக்குப் பையைத் தலைகீழாகக் கொட்டி, அதிலிருந்த சில்லறைக் காசுகளை எண்ணினாள். மூனேகால் ரூபாய் இருந்தது. அதில் இரண்டேகால் ரூபாயைக் கொடுத்தாள் அம்மா. பாலன் அதை வாங்கி, கிளாசையும் எடுத்துக்கொண்டு கடையில் நீட்டினான்.

அவர் காசை வாங்கி, வெண்ணி சட்டியை ஒரு சுற்றுச் சுற்றிக் கல்லாப்பெட்டியைக் காசால் ஒரு தட்டு தட்டி உள்ளே போட்டார். பாலன் அம்மாவையும் அப்பாவையும் ஏற்றிக்கொண்டு வண்டியைக் கிளப்பினான். அம்மா வேலை செய்யும் இடத்தில் நிறுத்தினான். அவள் மெதுவாக இறங்கினாள். சட்டியை இடுப்பில் இடுக்கிக்கொண்டு புறப்பட்டவளை பாலன் நோக்கினான். புரிந்தவளாகச் சுருக்குப் பையில் டீக் கடைக்குக் கொடுத்தது போக, மீதியிருந்த ஒரு ரூபாயை நீட்டினாள். அவன் வாங்கிக் கொண்டு அய்யாவை ஏற்றியவாறு புறப்பட்டான். அவர் வேலை செய்யும் இடமும் வந்தது. ஏழு கிளைகளுக்கும் அய்யா வேலை செய்யும் இடமே தலைமையிடம். இங்கே துப்புரவாளர்களாக வேலை செய்யும் ஆண்களுக்குக் காக்கிச் சட்டையும் டிராயரும், பெண்களுக்கு மேக கலர் சேலையும் ஜாக்கட்டும் சீருடை. ஆண்களும் பெண்களும் வருவதற்கும் அலுவலக மணி ஒலிப்பதற்கும் சரியாக இருந்தது.

ஆய்வாளர், ஒவ்வொருவர் பெயராகச் சொல்லியவாறு வருகைப் பதிவேட்டை டிக் செய்தபடி நோக்கினார்.

"மொக்கையா."

"கும்புடுறேன் சாமி."

பெயரெடுப்பு முடிந்து அனைவரையும் சுற்றிப்பார்த்தார். அப்போது ஒரு பெண் தொக்குதொக்கென்று ஓடி வந்தாள். "என்னத்தா ஒனக்குத் தெனமும் இதே பொழப்பாப் போச்சி, பேர் கொடுத்து ஒரு மணி நேரமாச்சி போ... அய்யாவப் பாரு."

அவள் எச்சிலை விழுங்கியபடி கைகளைக் கட்டியவாறு ஆய்வாளர் முன் நின்றாள். அவர் கவனியாதது போல் பாவனை செய்தார். "சாமி வணக்கம் சாமி, வந்திட்டேன் சாமி, சாமி, மாரி வந்திருக்கேனுங்க" அவள் ஒரு அடி பின் நின்று மேஸ்திரி பக்கம் திரும்பினாள்.

"ஏய் கறுப்பா, குறுக்குத் தெருவுல பாதி வேலைய போட்டுட்டு நாலு மணிக்கே ஓடிட்டே."

"அது வந்துய்யா, என் பொஞ்சாதிக்கு முடியலே அதான் போயிட்டேன்."

"அவளுக்கு என்ன? பேதியா புடுங்கிச்சு? சம்பளம் நாங்க குடுக்குறோம். ஓம் பொண்டாட்டியில்ல. அய்யா, ஒன்ன

நிப்பாட்டனும்னு சொன்னாரு, நாந்தேன் சொல்லி வச்சிருக்கேன்" என்று சொல்லிவிட்டு அவனைப் பார்த்தார் மேஸ்திரி. அவன் புரிந்தவனாக, "சரிங்கய்யா, அய்யாவ பொறகு பாக்கிறேனுங்கய்யா" 'சரி சரி' தலையசைத்தார் மேஸ்திரி.

"ஏத்தா மூக்காயி, உனக்கென்னாச்சி, குப்பைய கொண்டுபோயி தொட்டியில போடாம வண்டியோட வச்சிட்டு போயிட்டே. அவ்வளவு அரிப்பா" அவள் மேஸ்திரியின் வார்த்தையால் உடைந்தாள். எதிர்த்துப் பேசினால் வேலை கிடையாது. உடன் பட்டால், வேலை பார்க்க வேண்டியதே இல்லை. மாதச் சம்பளத்தில் பாதி அதிகாரிகளுக்கும் பாதி தொழிலாளிகளுக்கும். பல காரணங்களைச் சொல்லிப் பங்கிட்டுக்கொண்டு இறுதியில் ஒரு தொழிலாளிக்குக் கால்பங்கு சம்பளம் கிடைப்பது குதிரைக் கொம்பு. பத்து ரூபாய்த் தாளை முழுதாகப் பார்க்கிற ஒரே நாள் அன்றுதான். மாரி, வித்தைகள் செய்துகாட்டியும் ஆய்வாளர் கண்டுகொள்ளவில்லை.

மேஸ்திரி அவளைப் பார்த்தவாறு, "என்னத்தா இன்னும் விடியலையா ஒனக்கு."

"சாமி, நைட்டெல்லாம் ஒரே ஒடம்பு வலி அதான், காலம்பெற எழும்ப முடியலே, நாளப்பின்னே பொழுதிருக்க வந்துடுறேன் சாமி."

"அத அங்கே சொல்லு" என்று மீண்டும் ஆய்வாளரிடம் திருப்பிவிட்டார்.

ஆய்வாளரிடம் சென்று, "சாமி, சாமியோவ், நாளப்பின்னே பொழுதுக்கே வந்துடுறேன்." கவனிக்கவில்லை. "எசமான், நாளப் பின்ன வெள்ளனையே வந்திறேன், எசமான்"

"இதென்ன உன் வப்பாளன் வீடுன்னு நினைச்சியா? வாரா பாரு ஆட்டிக்கிட்டு, இந்தா, போ நிக்காத காலங்காத்தாலே, எழவுகெட்ட நாயி, பீயத் திங்கிற நாயிக்கு ஒரு தடவ சொன்னா தெரிய வேண்டாம்? உன்ன பத்து நாளைக்கு நிப்பாட்டிருக்கு."

"எசமான், வேணாம் எசமான். ஆம்புள இல்லாத வூடு, நாலு புள்ளைகளை வச்சிக்கிட்டு கஷ்டப்படுறேன் எசமான்."

"அதுக்கு, உன் குடும்பத்தக் காப்பாத்த சொல்றியா? யோவ் மேஸ்திரி."

"அய்யா, என்னங்கய்யா?"

"இவள பத்துய்யா."

"ஏய் இந்தாத்தா, போன்னு அப்பவே சொன்னேல்ல, போத்தா போ" எனச் சைகை செய்தான். அதை அவள் கவனித்துவிட்டுப் புரிந்தவளாக, "செரிங்கய்யா" என மனத் திருப்தியோடு புறப் பட்டாள். பேர் குடுத்த பின் பாலனும் அய்யாவும் மீண்டும் சைக்கிளில் ஏறிச்சென்று ஒரு சாயாக் கடையில் நின்று மீண்டும் டீயைப் போட்டுக்கொண்டு, வேலை பார்க்கும் தெருவுக்குள் நுழைந்து, வழக்கமான கோயில் சாலையோரத்தில் சைக்கிளை நிறுத்திவிட்டு, ஒரு கழிப்பறையில் வைத்திருந்த கால்வாய் கடத்தும் இரண்டு ஜோடி அகப்பையை எடுத்து ஒன்றை அவ னிடமும் மற்றொன்றை அவரும் வைத்துக்கொண்டு, வேலையில் இறங்கினார்கள். அவன் ஒரு மூலையிலிருந்து வர அவர் மறு முனையிலிருந்து எதிரே எடுத்துக்கொண்டுவருவது எனப் பேசிக் கொண்டு ஆரம்பித்தனர்.

கழிவுநீர் வாய்க்காலில் அடைத்துநிற்கும் குப்பைகளை அகற்றுவது அவனுக்கு விளையாட்டாக இருக்கும். காலை வெயில் சித்திரையை நினைவூட்டியது. பாலனுக்கு வியர்வை சுரந்து சட்டையை நனைத்தது. உடலில் ஒட்டிய சட்டையை இழுத்து விட்டுக்கொண்டு வேலையை மும்முரமாகச் செய்தான். மடையில் அடைத்துக்கொண்டிருந்த மலம் கலந்த கழிவுநீர், கால்வாயிலிருந்து வெளியேறி ஆங்காங்கே சிதறியோடி சந்தன வில்லைகளாகக் கிடந்தது. நடந்துசெல்லும் முதலாளிமார்கள், வெள்ளை வேட்டி யைத் தூக்கிப் பிடித்துக்கொண்டு தாண்டித்தாண்டி எத்தாங்கோடு விளையாட்டு விளையாடிச் சென்றனர்.

பாலன் இங்கும் அங்குமாக ஓடிச்சென்று மடைகளில் அடைப்பு களை அகற்றினான். ஒன்றை எடுத்தால், மற்றொன்று ஒரு நொடிக்குள் சல்லென்று வந்துவிடும். ஒரு பெரிய அடைப்பு, அகப்பையை உள்செலுத்திக் கஷ்டப்பட்டு இழுத்தான். வர வில்லை. உடனே மண்டியிட்டு மடையின் கடைசிமுனைவரை அகப்பையை உள்ளேவிட்டு இழுத்தான். ஒரு சீப்பு கல் அடைத்திருந்தது. மெல்லமெல்ல இழுத்து மடைக்குள்ளிருந்து வெளியே கொண்டுவந்தான். படக்கென்று குப்பை அகன்று தண்ணீர் அணையை உடைத்துக்கொண்டு வெளியேறுவதுபோல்

ஜெட் வேகத்தில் வெளியேறியது. அகப்பையை வெளியே எடுத்தான். அகப்பையின் செரட்டை தண்ணீரோடு சென்றுவிட்டது. அதன் வேகத்துக்கு இவனும் ஓடிச்சென்று மற்றொரு அகப்பையால் தடுத்துக்கொண்டு செரட்டையை எடுத்து அதன் கண் பகுதியில் கழியின் முனையை உள்செலுத்திப் பின்பகுதியின் முனையைச் சுவரில் வைத்து அழுத்தித் தட்டினான். முனை உள்ளே சென்று பொருந்திக்கொண்டது. 'அப்பாடா' என மூச்சிட்டவாறு ஒரு வாசல்படியில் அமர்ந்தான் பாலன். ஒரு பூ மார்க் பீடியைப் பற்ற வைத்தான். சுகமாக இருந்தது.

2

பாலன் அம்மா தனது வேலையை முடித்துவிட்டு வேணி வீட்டு வாசலில் நின்றுகொண்டு பழசு வாங்க தனது கெஞ்சலான வார்த்தையை உதிர்த்தாள். "ம்மா, ம்மாவ்" வீட்டினுள் ளிருந்து ஒரு தசை மலை அசைந்துஅசைந்து வந்தது. சீமைப் பன்றியையும் மிஞ்சிய கறியும் கொழுப்பும் ஒன்றிணைந்த அவர், "என்னத்தா" எனச் சலிப்போடு வினவினாள்.

"பழசு இருந்தா ஊத்துங்கம்மா."

"இதுக்கு மட்டும் கரேக்டா வந்திரு, ஒரு வாரமா கக்கூஸ் அடைச்சுக் கிடக்கு. அதப் பாக்க மாட்டுறே, பழசு வேணுமாம், பழசு."

"ஏம்மா நீங்க எப்ப சொல்லுவீங்கன்னு நினைச்சுக்கிட்டு இருக்கிறேன். எடுத்து வுடுறேன்."

இடுப்பிலுள்ள அலுமினியச் சட்டியை ஒரு ஓரத்தில் வைத்து விட்டுக் கழிவறைக் கதவைத் திறந்தாள். மலக்கோப்பை நிறைந்து கிடந்தது. உடனே வெளியே வந்து, வேணி வீட்டுக் கொல்லைப் புறம் சென்று அங்கு வைத்திருக்கும் அடைப்பு எடுக்கும் கழியை எடுத்துவந்து, மலக்கோப்பைக்குள் உள்ளேவிட்டு மேலும்கீழுமாக அழுத்திஅழுத்தி மேல் எடுத்தாள். ஏதோ துணி அடைத்திருப்பது தென்பட்டது. கழியைச் சுவரில் சார்த்திவிட்டு, மண்டியிட்டுக் கோப்பைக்குள் கையை விட்டாள். துணி நன்றாக அடைத்து இருந்தது. சிறிது நேரப் போராட்டத்துக்குப் பின் மெல்ல உருவி னாள். அதை உருவ, உருவ தண்ணீர் இறங்கிக்கொண்டிருந்தது. பொழக்கென்ற ஒலியோடு மலக்கோப்பைக்குள் சென்றவுடன் கால் தடத்தைச் சுற்றியும் மல உருளைகள் கிடந்தன. உடனே அந்தத் துணியைக் கையில் எடுத்துக் காட்டினாள்.

அந்தம்மா, "ஏ.. ஏ.. கொண்டுபோ, கொண்டுபோ, சே.. யென் பேத்தியாளுக்கு அறிவே கெடயாது." உடனே வெளியே போட்டுவிட்டுக் குழாயில் தண்ணீர் அடித்தாள். அதைப் பார்த்த

அந்தம்மா, எந்தளவுக்குக் கத்த முடியுமோ அந்த அளவுக்குக் கத்தினாள். அதைக் கேட்டுக்கொண்டே குழாயிலிருந்து கையை எடுத்தாள். அந்தம்மா உடனே ஒரு போணியில் தண்ணீர் கொண்டு வந்து இன்னொரு பாத்திரத்தில் ஊற்றினாள். அது நாய்க்கோ, பூனைக்கோ தண்ணீர் வைப்பதற்கானதாக இருக்க வேண்டும். அந்தத் தண்ணீரில் கை அலம்பிவிட்டு, மறுபடி குழாயில் தண்ணீர் அடித்து கழிவறைக்குள் ஊற்றினாள். மிஞ்சிய மலக்கழிவுகளைக் குச்சிமாறால் அகற்றிவிட்டுத் திரும்பவும் அந்தம்மா கையில் ஏதோ ஒரு பவுடரைக் கொண்டுவந்து தட்டினாள். அதுவும் அதிகம் விழுந்துவிடாமல் இருக்க, மிகவும் ஜாக்கிரதையாகத் தட்டினாள். அதை பாலனின் அம்மா கையில் பயபக்தியோடு வாங்கி மலக் கோப்பையைச் சுற்றிப் போட்டுவிட்டு பிரஷ்ஷால் நுரை கிளம்ப தேய்த்தாள். பின்பு தண்ணீரை ஊற்றித் தேய்த்துவிட்டுப் பார்த்தாள். கோப்பை பிச்சிப் பூவாக மலர்ந்திருந்தது.

“ம்மா, பாருங்கம்மா நல்லா அலசியாச்சி.” அந்த சதைமலை எட்டிப் பார்த்துவிட்டு எதுவும் சொல்லவில்லை. அதற்குக் காரணம் அம்மாவுக்குத் தெரியும். அந்தம்மா உள்ளே சென்றதைப் பார்த்து நின்றாள். ஒரு கிண்ணத்தில் பழைய சோறு கொண்டு வந்தாள். அம்மா தயாராக வைத்திருந்த சட்டியைப் பார்த்துச் சுள்ளென்று விழுந்தாள்.

“ஏய் அறிவிருக்கா? உன் வயிறு நெறஞ்சா போதுன்னு நினைச்சிட்டியா?” அர்த்தம் புரிந்தவளாக அம்மா சட்டியைப் பார்த்தாள். சட்டி வெறும் சட்டியாக இருந்தது. “அதுக்காக ஒரு உப்புக்கூடவா போட்டுக்குட்டு வரக் கூடாது. நாளப்பின்ன இந்த மாதிரி செஞ்சே பச்சத்தண்ணிகூட தர மாட்டேன்” என்று சொல்லிவிட்டு, அந்தச் சோற்றைப் போட்டாள். அப்போதுதான் அம்மாவுக்குப் போன உயிர் திரும்பிவந்தது. “ஏம்மா, ரசம் கிசம் இருந்தா...” என இழுத்தாள். “ஒன்னும் இல்லாத நேரத்தில் உசுர வாங்குவே.”

“சரிம்மா,” என்றபடி வெளியேறினாள். பாப்பம்மாள் வீட்டு வாசலில் நின்று அழைத்தாள். ஒரு பத்து வயது குட்டி வந்து பார்த்துவிட்டு, மீண்டும் வீட்டுக்குள் ஓடியபடி, “ஆச்சி, தோட்டி வந்திருக்கா” என்றாள். அதை எதிர்பார்த்த ஆச்சி ஒரு பெரிய பாத்திரத்தில் கஞ்சியும், இன்னொரு கிண்ணத்தில் தக்காளிக் கொச்சியும் கொண்டுவந்தாள். அம்மாவின் சட்டியில் கஞ்சியை

ஊற்றினாள். கொச்சியை வாங்க சிறிய பாத்திரம் ஏதும் இல்லை. பாலனின் அம்மா உடனே சுற்றும்முற்றும் பார்த்தாள்.

புறாக்கூடு ஓரத்தில் செரட்டை ஒன்று கிடந்தது. அதில் கொச்சியை வாங்கிக்கொண்டு, மற்ற இரு வீடுகளிலும் வாங்கி விட்டுக் கஞ்சிச் சட்டியைத் தலையில் வைத்துக்கொண்டு, ராசம்மா வீட்டில் கொடுத்த பழையதை சாம்பார் பாத்திரத்தில் வாங்கி இடுப்பிலும் கொச்சிச் செரட்டையைக் கையிலும் ஏந்தியவாறு அம்மா பெரிய வாய்க்காலைத் தாண்டி வரவும், அப்பாவும் பாலனும் சைக்கிளில் வந்திறங்கவும் சரியாக இருந்தது.

“ஏழா, முடிஞ்சுருச்சா” என அப்பா கேட்டார். “வடக்காம கொஞ்சம் வேல கெடக்கு, மதியத்துக்கு மேல போயிக்கலாம்.” பாலன் சூடு பொறுக்க மாட்டாமல் காலை மாற்றிமாற்றி வைத்தான்.

“செரி எங்கனே கஞ்சி குடிக்க?”

“உஷாம்மா மரத்தடிக்குப் போயிருவோம்” என்று சொல்லி விட்டு அம்மா நடந்தாள். அம்மா தார்ச்சாலையைக் கடந்தாள். “டேய், பொசுக்குதுல மிதிடா” என்றார். அவன் சைக்கிளை மிதித்தான். இடதுபுறம் செம்மண் சாலைக்குள் நுழைந்து வாதாம் மரத்தடியில் அம்மா உட்கார்ந்திருந்த இடத்தில் நிறுத்தினான். அப்பா வாத இலைகளைப் பொறுக்கி அம்மாவிடம் கொடுத்து விட்டுத் தலைப்பாகையை அவிழ்த்துத் தரையில் விரித்து அதில் ஒருக்களித்துப் படுத்துக்கொண்டார்.

பாலன் உதிர்ந்துகிடந்த வாத இலைகளிடையே பழங்களைத் தேடினான். பறவைகள் கொத்திய பழங்களையும் காம்புகள் தாங்காமல் கீழே விழுந்த பழங்களையும் கை நிரம்பப் பொறுக்கிக் கொண்டு உஷா வீட்டு காம்பவுண்டு சுவற்றில் சாய்ந்தபடி கடித்துத் தின்றான். உவர்ப்பும் இனிப்பும் புளிப்புமாக நன்றாகவே இருந்தது. அம்மா தலையைச் சொறிந்துவிட்டு, முகத்தைத் துடைத்துவிட்டு, “கஞ்சி ஊத்தவா” எனக் கேட்க, “ம்.. ஜோசியம் பாரு. வையும்மா கொழக்கா எரியுது” என்றான். உடனே அம்மா வாத இலைகளில் அய்ந்தாரை அடுக்கிவிட்டுக் கஞ்சிச் சட்டிக்குள் கைவிட்டு ஒரு கை பருக்கையுடன் புளித்த கஞ்சியை அள்ளி இலையில் வைத்தாள். பிளாஸ்டிக் கோப்பையில் இருந்த சாம்பாரை அம்மா நக்கிப் பார்த்துவிட்டு, “மார்சீயா இருக்கு” என்றபடி குழம்பை ஊத்தவும்

அப்பா நன்கு பிசைந்து ஒரு கவளம் உள்ளுக்குள் தள்ளினார். தொட்டுக்கொள்ள கொஞ்சம் கொச்சியும் அள்ளி வைத்தாள். நான்கு கவளம் உள்ளிறங்கியது. ‘வொக்... வொக்...’ விக்கியது.

“இந்தா குடி” எனச் சட்டியைத் தூக்கித் தந்தாள். அப்பா நீச்சத் தண்ணீரைக் குடித்தவுடன் ஒரு நிறைவு ஏற்பட்டதை உணர்ந்தார். “அந்தப் புள்ளே நெனைக்குதுழா” என்றார். “நெனச்சிட்டாளா, வந்தான்னா என் உசிரே வாங்கிப்புடுவா, செரி பெத்தபுள்ள தொலவுலேர்ந்து வாரான்னு நல்லதே பொல்லதே வாங்கிக் கொடுத்தா புருஷன் இல்லாம திங்க மாட்டா, நாளைக்கு நாயத்து கெழமையிலே வருவா” என்று தலையசைத்துக்கொண்டே சாப் பிடுவதில் கவனம் செலுத்தினார் அப்பா.

பாலன் வாதாம் பழத்தைத் தின்றுவிட்டு சிக்கனைக் கடித்து இழுப்பதுபோல் சக்கையைக் கடித்து இழுத்தான். புளிப்பாக இருக்க, கண்களை இடுக்கினான். பின்பு வாதாம் கொட்டையில் இருக்கும் குப்பையைத் தட்டி எடுக்க, ஒரு கல்லை எடுத்து தட்டினான். அந்தக் கொட்டை நைந்துபோகும் அளவுக்குத் தட்டினான். பாலன் கோளாறாகத் தட்டி, பிளந்து பார்க்கையில், பருப்பு பிறந்த குழந்தையின் கைவிரல் போல் இருந்தது. எடுத்துக் கடித்தான்.

“டேய் வாடா இம்புட்டு கஞ்சியைக் குடிடா.”

“ஆமா, எத்தனை தடவ சொல்றது. இந்த மாதிரி எடத்துலேலாம் குடிக்க மாட்டேன்னு, என்கூடப் படிக்கற பயல்களெல்லாம் இங்கிட்டுத்தான் போவாங்க.”

“இதுலே ஒன்னும் கொரச்சல் இல்லடா, மவனே கூட ரெண்டு எழுத்து படிடான்னா...” என இழுத்துக்கொண்டு முருங்கைத் துண்டை வாயில்போட்டுச் சப்பினார் அப்பா. “ரெண்டு எழுத்து இல்ல, ரெண்டு வருஷம்” என்று விளக்கினான் பாலன். ஆம், இரண்டு வருஷம் படித்திருந்தால் உயர்நிலைக் கல்வியை முடித் திருப்பான்.

மூத்தவன் கல்லூரி முதலாமாண்டைக் கோட்டைவிட்டான். அப்பாவின் தங்கச்சி மகள் சடங்குக்குக் குச்சில் கட்டித் தாய்மாமன் சீருசெனத்தி செய்தான். தங்கச்சி மகளைக் குச்சிலில் உட்கார வைத்துப் பெரியப்பாவும் அப்பாவும் பங்கிட்டு, முப்பது நாளுக்கும் முப்பாலும் சோறும் கறியும் போட்டார்கள். பெரிய

மனுஷியானவளின் முதுகெலும்பு, குறுக்கெலும்பு வளர்ச்சிக்காக, என்னென்ன பச்சடி பலகாரங்கள் கொடுக்க முடியுமோ அத்தனை பலகாரங்களையும் கொடுத்து, உடம்பைத் தேற்றிவிட்டு, ஊருக்குக் கிளம்பினார்கள்.

காரேற்ற வந்த சின்ன அத்தை, "என்னே, நீ பாட்டுக்கு மொற செஞ்சிட்டுப் போனா மட்டும் போதுமா?" என்றாள்.

"வேறேன்னம்மா கொற" எனக் கேட்கவும், "ஓம் மூத்த மவனுக்கு முடிச்சு போட்றுனேன்" எனக் கேட்டாள் சின்ன அத்தை.

உடனே அப்பா, "ஏம்மா, என் மவென் படிக்கிறான். ஓம்மவெ, ஒன்கூடவே சேலையே புடுச்சிக்கிட்டே திரியுது. ஒத்து வருமா, அவுனுக்கு ஏத்த பொண்ணு, நம்ம சொந்தத்துலே கெடையாது. அதுவும் போக, அவென் நாலு எழுத்து படிக்கணும், என்ன மாதிரி தக்குறியா காலந்தள்ளி, நறகல் அள்ளிச் சாகச் சொல்லுறியா, ஓம் மவளுக்கு நல்ல பயலா நானே பாக்குறேன். காலா காலத்துலே, நானே செஞ்சு வைக்கிறேன்" என்று சொல்லிவிட்டு பஸ் ஏறினார். சின்ன அத்தை மூக்கைச் சீந்தி முந்தானையில் துடைத்துவிட்டு, வேகுவேகென்று வீட்டிற்குப் போய்விட்டாள்.

அதன்பின் அந்த ஆசையை விட்டுவிட்டு அவள் அந்நிய மாப்பிள்ளையைத் தேட ஆரம்பித்துவிட்டாள். இதைக் கண்ட மகள், அண்ணன்மீது உள்ள காதல் வேகத்தில் அவனை, "வா, போயிருவோம்" என்று கேட்டாள். அவன், "வேணாம்ப்பா, எங்கப்பேன் கொன்னுடுவாரு" என்று சொல்ல, அவள் கக்கூஸில் தெளிக்க குடுத்த பிணாயிலைக் குடித்து ஆஸ்பத்திரியில் கிடந்தாள். இதனால் அப்பாவுக்கும் அத்தைமார்களுக்கும் பெரிய சண்டை வந்து உறவு பிரிந்தது. நாட்கள் செல்லச்செல்ல திருட்டுத்தனமாகச் சந்திக்க ஆரம்பித்து ஒருநாள் இரண்டாம் ஆட்டம் சினிமா முடிந்த நேரத்தில் ரெண்டு பேரும் மதுரைக்கு ஓடிப்போய்விட்டார்கள். சின்னத்தை அவர்களைத் தேடிப்பார்த்துவிட்டு மூத்த அத்தையிடம் சொல்ல, மூத்தவளின் மகன்கள் வரிந்துகட்டிக்கொண்டு சண்டைக்கு வந்தார்கள். அந்த நேரம் பார்த்து அப்பா ஊருக்குப் போயிருந்தார். அம்மா, சின்னக்கா, பாலன் மூன்று பேரையும் உட்கார வைத்து விடியவிடிய மாறிமாறிப் பேசினார்கள்.

அப்பா நடுச்சாமத்தில் வந்து விசயம் தெரிந்து அத்தை, மாமன், மாமன் மகன்களுடன் சண்டையிட்டு, எப்பிடிடா என்

பொண்டாட்டி, புள்ளைகளே ஒக்கார வைக்கப் போச்சி என்று வாசலில் கிடந்த விறகுக்கட்டையால் மாமனாரை அடித்து மண்டையைப் பிளந்துவிட, அது போலீஸ் கேஸானது. போலீஸ், அப்பாவிடம் அவருடைய மகனையும் அந்தப் பிள்ளையையும் ஒப்படைக்கச் சொல்லி அப்பாவை வெளியேவிட்டார்கள். அப்பா துப்புத்துலக்கி அண்ணனையும் அத்தை மகளையும் மதுரையிலே வைத்துப் பிடித்து இருவரையும் அழைத்துவந்து அத்தையிடம் மகளை ஒப்படைத்தார். அத்தைமார்களை அப்பாவுக்குப் பிடிக் காது. அதன் பின் கொஞ்ச காலம் ஒழுங்காக இருந்தான் அண்ணன். பின்பு, மதுரையில் ஏதோ படிக்கப் போகிறேன் என்று தினமும் ரயிலில் சென்றுவந்தான்.

அப்போது இடையில் இறங்கி, கள்ளத்தனமாகப் பெரியப்பா மகளின் உதவியோடு அத்தை மகளைச் சந்தித்து வந்தான். சின்னக்கா பெரிய மனுசியாகிக் குச்சில் இருந்தாள். முப்பது நாளுக்கு வீட்டுக்குள் வரக் கூடாது, யாரையும் பார்க்கக் கூடாது என்று வாசலில் மந்தை ஆடுகளுக்குப் போடும் கூடாரம்போல் தாய்மாமனைக்கொண்டு ஒரு குச்சில் கட்டி அதில் அக்காவை உட்காரவைத்திருந்தனர். அவளுக்குப் பாட்டுக் கேட்க அப்பா ஒரு புது ரேடியோவை வாங்கித் தந்திருந்தார். ஒரு நாள் அண்ணன் வந்து, “தங்கச்சி தங்கச்சி, ரேடியோ எறையுதுலே குடு நான் மதுரையிலே செம்மோன்னிக் கொண்டு வாரேன்” என்று சின்னக்கா விடம் ரேடியோவை வாங்கிக்கொண்டு, குழாயில் தண்ணீர் அடிக்க சருகபானையோடு நின்றிருந்த பாலனையும் அந்தப் பானையுடன் கூட்டிக்கொண்டு வீட்டுக்குப் பின்புறம் காட்டு வழியாக விழுந் தடித்து ஓடி பத்து மணி ரயிலில் ஏறி, மதுரையில் இறங்கி, இரண்டு, மூன்று, கடைகளில் விசாரித்து ரேடியோவையும் பானையையும் ஒன்றுக்கு முக்காலாக விற்று ரூபாயை வாங்கி, பத்து ரூபாய்த் தாளாகத் திருப்பித்திருப்பி எண்ணிக் காட்டினான்.

பாலனுக்கு ரயிலில் வந்ததும் மதுரையில் காருவண்டி, சினிமா போஸ்டர் பார்த்ததும் ஒரே குஷி. அண்ணன் எங்கெங்கோ கூட்டிக் கொண்டு போனான். அதன்பின் ஒரு ஏ.சி. தியேட்டரில் படம் காட்டினான். பாலனுக்கு வேறு உலகத்துக்குள் வந்துவிட்டதுபோல் தோன்றியது. பாலன் இதற்கு முன்பு, டூரிங் தியேட்டர் அல்லது சாதாரண தியேட்டரில்தான் படம் பார்த்துள்ளான். மணலில் அமர்ந்து படம் பார்ப்பதையும், பெஞ்சில் அமர்ந்து பார்ப்பதையும்

தான் இதுவரை அனுபவித்துள்ளான். ஆனால், இங்கோ குஷன் சீட், அதிரும் சவுண்டு எபெக்ட், பாடல் காட்சியில் திரையைச் சுற்றி வண்ண விளக்குகள், அணைந்து அணைந்து எரிகின்றன. அங்கு மூன்றுமுறை இடைவேளை விடுவார்கள். ஆனால், இங்கே ஒரு தடவைதான் இடைவேளை. கூரைக்கொட்டகையில் படம் பார்க்கும்போது கூதல் அடிக்கும். அந்தக் கூதலோடு, பல நாத்தமும் வரும். ஆனால், இங்கே ஏ.சி. குளிர் வேறு மாதிரியாக இருந்தது. நல்ல மணம் பரப்பும் திரை அரங்கமாக இருந்தது. இந்தப் படம், நூறு நாட்களைக் கடந்து ஓடுவதாக அண்ணன் சொன்னான். இதுக்கு முன்பு மூன்றுமுறை வந்தும் டிக்கெட் கிடைக்கவில்லை என சொன்னான்.

அண்ணன் செய்வது தவறாகத் தெரியவில்லை. ஹோட்டலில் வயிறுமுட்ட வாங்கிக்குடுத்தான். டீக் கடையில் அமர்ந்து சிகரெட்டை உறிஞ்சித் தள்ளினான். இரவு பதினோரு மணியானது. கடைசி பஸ் பிடித்து வேறு ஓர் இடத்துக்குக் கூட்டிப்போனான். விடியவிடிய ஒரு கடையில் அமர்ந்திருந்தார்கள். பாலனுக்கு எதற்கு வந்தோம் என்பது தெரியவில்லை. அதிகாலை நான்கு மணிக்கு ஒரு பஸ் வந்தது. அதில் ஏறி அத்தை ஊருக்கு வந்து, அத்தை வீட்டுக்குப் பின்புறம் நின்றுகொண்டு பாலனைச் சென்று பார்க்கச் சொல்லவும், அவன் சென்று பார்த்தான். அங்கு வாசலில் இரண்டு பேர் படுத்திருப்பதை அறிந்து வந்து அண்ணனிடம் சொல்ல அவன் துணிச்சலாக வீட்டின் முன்பு வந்து, போர்த்திப் படுத்திருக்கும் அத்தை மகள் மீது, ஒரு கல்லை எடுத்துப்போட்டான். அவள் எழவில்லை. இன்னொரு கல், எழவில்லை. பிறகொரு கல்லைக் கொண்டு சரியாகக் கொண்டையில் போட, அவள் படக்கென எழ, இவன் முன் சென்று நிற்க, அவள் பதற்றதோடு, “என்ன இன்னாரத்துலே?” என்றாள்.

“நா... சாகப் போறேன்.”

“ஏன்?”

“நீ கூட வா நாமே எங்கயாவது போயிருவோம்” என்றான். அவள் மறுத்தாள். “ஏற்கெனவே நம்ம வீட்டுகள்லே சண்டையும், சச்சரவுமா இருக்கு. அந்த வாட்டி போயி மாட்டிக்கிட்டது பத்தாதா? நா மாட்டேன் சாமி.” அவன் கெஞ்சினான். அவள் மனதுக்குள் சிரித்தாள். ‘ஒரு காலத்துல நாமே எப்படி கெஞ்சினோம். இப்ப நீ கெஞ்சு’ என்று நினைத்துக்கொண்டாள்.

“அது யாரு படுத்திருக்கிறது.”

“அதா, ஒங்க தங்கச்சிதான், சுப்பு படுத்திருக்கா.”

“செரி, வா” எனக் கையைப் பிடித்தான்.

“இந்தா சும்மா போங்க, வெளிய போர நேரம், யாராச்சும் பாத்துர போறாங்க. எங்கம்மா இப்ப வந்துரும்.”

“ஏய், ஒங்கம்மாவை ஊருலே, பாத்திட்டுத்தான் நீ தனியா இருப்பேனு ஓடியாந்தேன்.”

“எப்பா... கடுசான ஆளுதான், நா வர மாட்டேன். ஒங்களுக்கும் எனக்கும் ஏணி வைச்சாலும் எட்டுமா?”

“ஏன் எட்டாது” எனத் திருப்பிக் கேட்டான்.

“ம்... சொன்னவரப் போய் கேளுங்க. ஒங்கப்பா அதான் யென் தாய்மாமன்... இந்தாளோடே சேந்துகிட்டு நீயும் வந்திருக்கி யாக்கும், நீ என்ன பெரிய மனுஷனா?” என பாலனைக் கேட்டாள். அவன், “ம்... இதான் கூட்டியாந்துச்சி நானா வரலே” என்று பயந்தான்.

“வாறீயா இல்லயா, வரலேனா இந்த மருந்தே குடிச்சிருவேன்” என்று ஒரு பாட்டிலைக் காட்டினான். “ஆத்தி” என அவள் அதைப் புடுங்கக் கையைப் பிடித்தாள். அவள் விடுவதாக இல்லை. பலமாகப் பிடித்து அவன் கையை முறுக்கினாள். அவன் அவளை படக்கென்று இழுத்து அணைத்தான். அவள் “சீ” என விலகினாள். “சின்னப் பயலே வச்சிக்கிட்டு, என்ன வேல காட்டுறீங்க” எனச் சிணுங்கினாள். “அப்ப வா” என்றான். அவள் ஒன்றும் பேசவில்லை.

சிறிதுநேர மௌனத்துக்குப் பின் அவள் முக்காடு போட்டபடி முன்செல்ல, இருவரும் பின்தொடர, பஸ் ஏறி, வைகை அணை போய்ச் சேர்ந்தார்கள். அங்கு மாலைவரை இருந்துவிட்டு இரவு பெரியகுளத்திலிருக்கும் இன்னொரு மாமா வீட்டிற்குச் சென்ற வுடன் அவர் அப்பாவுக்குத் தகவல் கொடுத்தார். அவர் வந்து என்னையும் மதினியையும் ஓடஓட விரட்டி அடிக்க அதை மாமா தடுத்து ஏதோ சின்னஞ்சிருசுக, வந்திருச்சிகெ நாமதான் சேத்து வைக்கணும். விடு மச்சான்” என மாமா, அப்பாவிடம் உள்ள பிரம்பைப் பிடுங்கிப் போட்டுவிட்டு, இரவில் விடியவிடிய பேசி முடிவெடுத்துக் காலையில் ஊருக்கு அழைத்துப்போனார் அப்பா. ஊர் வந்தவுடன் அத்தை புருஷன், தக்கடாபுக்கடா என்று குதிக்க,

அப்பா வேறு வழியில்லாமல் பணிந்தார். முதலில் அவர் நினைத்து வந்தது, பிள்ளைக்காரர்களிடம் பிள்ளையை ஒப்படைத்துவிட்டு, மகனை மீட்டு வேறு எங்கேயாவது கொண்டுபோய்விடுவோம் என்றுதான். ஆனால், மாமனின் மைத்துனர்கள், "எங்க புள்ளைய மூனு நாளா கூட்டிட்டுப் போயி வச்சிருக்கான். அதுவும் போக ரெண்டு தடவே கூட்டிட்டுப் போயிட்டான். நாளே பின்னே எந்தப் பயலும் எங்க தங்கச்சிய கட்ட மாட்டான். அதனால இவென்தான் கட்டணும்" என்று அவர்கள் பிடிவாதம் பிடிக்க சிறிது நேரம் பேச, சிறிது நேரம் மல்லுக்கட்ட, இடையில் யாராவது விலக்கிவிட, அடுத்த ஆட்கள் வந்து பஞ்சாயத்தைப் பார்த்து கொறவன் பஞ்சாயத்து கோர்ட்டுக்குப் போனாலும் தீராதுப்பா என விலகிக் கொள்ள, அடிதடி, பின்பு அதைச் சரிக்கட்ட, பின்பு பேச்சுவார்த்தை, அதில் வீக்கம் தூக்கமாகப் பேசிச் சண்டை, இப்படியே மூன்று இரவும் மூன்று பகலும் முடிந்து ஒரு முடிவுக்கு வந்து அண்ணன் தலையில் அத்தை மகளைக் கட்டிவைத்தனர். அப்பாவுக்குத் தங்கச்சி மகளாக இருந்தாலும் கொஞ்சம்கூடப் பிடிக்காது. அடிக்கடி "யென் தங்கச்சி மக கொள்ள நாளா காத்திருந்து இந்தப் பயலக் கெடுத்து குட்டிச்சொவரா ஆக்கிப்புட்டா, படிக்கிறே பயலே மசக்கிட்டா" என எரிந்துவிழுவார் அப்புச்சி. இதற்கு உடந்தை பெரியப்பா மகளான அக்கா, பாலன்மீது கொள்ள காலமாகக் கடுப்பிலிருந்தார். அப்பா அண்ணனைப் பெரிய படிப்பு படிக்க வைத்து அதிகாரியாக ஆக்கவேண்டுமென்று நினைத்திருந்தார். "அதில் மண்ணேப் போட்டானே இவன்"னு பித்துப் பிடித்துத் திரிந்தார். அதனால் அண்ணனுக்கும் அப்பாவுக்கும் ஏழாம் பொருத்தம். எனவே அண்ணன் அப்புச்சியுடன் தங்கிக்கொண்டான். மகள்கள் இரண்டும் அம்மாவின் முந்தானைக்குள்ளேயே வயதைக் கடத்தி மூத்தவள் நான்கு பிள்ளைகளும் இளையவள் நான்கு பிள்ளைகளும் பெற்றுக்கொண்டு வெளியூரில் வசிக்கிறார்கள். பாலன் மட்டும் அம்மா, அப்பாவிடம் இருக்கிறான்.

அப்பா இலையைத் தூக்கி எறிந்தார். அது பார்த்தீனிய செடியில் விழுந்தது. எங்கிருந்து வந்ததோ வெள்ளை, தெரியவில்லை செடியில் படிந்திருந்த இலையிலிருந்து வடிந்த எச்சிலை வெள்ளை நக்கியது. அதன் பின்புறத்தை செவலை நக்கியது. பாலன் ஒரு சீப் கல்லெடுத்து விட்டான். கீ கீ கீ.. என விழுந்தோடியது.

"டேய் வாயில்லா சீவனை அடிக்கிறான் பாரு", என்றாள் அம்மா. அப்பா அவனை ஒரு பார்வை பார்த்தபடி "வண்டிய எடுடா" என்றார். "ஆமா நல்லா தின்னுட்டு, காலையிலேர்ந்து சாயந்திரவரைக்கும் ஓட்டிக்கிட்டே இருக்கணும். நா யென்ன டெயிவரா."

"அதவுட ஒனக்கென்ன வேலே, ஏழா அவனுக்கு ஒரு அஞ்சு ரூபா குடுழா. போய் நாடார் கடையில இட்டிலிய தின்னுட்டு, வெறசா வாடா" என்றார் அவர்.

"எந்தக் காசு இருக்கு?" என்று முக்கலும் முனகலுமாக ஒரு பச்சைத்தாளை நீட்டினாள்.

3

நாற்பத்தைந்து வருடங்களுக்கு முன் கட்டிய பிரம்மாண்டமான கட்டடம். அதன் மேனி மஞ்சளுமின்றி வெள்ளையுமின்றி ஒருவிதப் பழுப்பு நிறமாகக் காட்சியளித்தது. இந்த நிறம் அரசுக் கட்டடத்துக்கென்றே ஒதுக்கியதுபோல சுண்ணாம்புத் தசைகளில் மழைநீர் வழிந்து கறுப்புத் தேமல்களாக இருந்தன. பக்கவாட்டுப் பகுதிகளில் ரயில் பூச்சியை மல்லாத்திப் போட்டதுபோல வெடிப்புகள், மாடியில் உலர்ந்துபோன சருகுகள், ஜன்னல்களிலும் திண்டுகளிலும் பச்சைக்குழந்தைகள் பால் வாந்தி எடுத்ததுபோல பறவைகளின் எச்சங்கள், கட்டடத்தின் கீழ்த்தளத்தில் ஐம்பது அறைகள், மேல்தளத்தில் நீண்ட அகன்ற பலகைகளினாலான மீட்டிங்ஹால், கட்டடப் பக்கவாட்டுப் பகுதிகளில் காலனி வீடுகள் போன்ற அலுவல் அறைகள், சுவரோரங்களில் வேப்ப மரங்கள், கிழக்கு மூலையில் தண்ணீர் இல்லாத கிணறு, அதனுள் மோட்டார் ஒன்று, அதிலிருந்து நீண்ட டவர், அதன் மீது, “ஊர் எழுப்பி” இவை எதுவும் இயங்குவது கிடையாது. இடதுபுறத்தில் கழிவறைகள், அதில் தொட்டி உண்டு, தண்ணீர் கிடையாது, பேப்பர் குப்பைகள் கசங்கிக் கிடக்கும்.

மதிய நேர வேலை முழுவதையும் முடித்துவிட்டு மஞ்சள் நிற டிராக்டர்களில் வந்து இறங்கினார்கள் தொழிலாளர்கள். ஒவ்வொருவர் முகமும் இன்று களைகட்டி இருந்தது. தனது குறிப்பேட்டில் உள்ளவர்கள் வந்திருக்கிறார்களா அல்லது ஒளிந்துகொண்டார்களா என்று வட்டிக்காரர்கள் கண்களை அகலப்படுத்திக்கொண்டார்கள். தொழிலாளிகளின் பிள்ளைகளும் வந்துவிடுவார்கள். இன்றுதான் அந்தப் பிள்ளைகளின் ஏக்கம் தீரும். அன்றைய தினத்தில் அவர்கள் எப்போது உறங்குவார்கள் என்பது அந்த இரவுக்கே தெரியாது. கிளப்புக் கடைகளில் இன்று வழக்கத்துக்கு அதிகமாக உணவு வகைகளைத் தயாரிப்பதில் ஈடுபடுவார்கள். வேறொன்றும் இல்லை. சால்ணாவில் வெந்நீர் கூடும். ரேசன் மைதா பிசையப்படும் வாசனையை நிரந்தரமாக அறிந்தவர்கள் இன்று இங்குச் சாப்பிடக் கூடாது என்று பேசிக்கொள்வதைக் கேட்கலாம்.

ஒவ்வொருவராகப் பெயர் வாசிக்கப்படும். கையொப்பத்தை அல்லது கைநாட்டை மேஸ்திரி புன்னகையோடு பெற்றுக்கொள் வார். அவர்களுக்கு இரண்டாவது சம்பளம் மூன்றாவது சம்பளம் வட்டிக்காரர்களிடமிருந்து கிடைக்க இருக்கிறது. ஆக இவர் களுக்கெல்லாம் பணம் ஒரு பொருட்டே கிடையாது. துணை ஆய்வாளர் பணக்கட்டுகளைப் பிரித்து ஒவ்வொருவருக்கும் எவ்வளவு எனக் கணக்கிட்டு மூத்தவரிடம் கொடுப்பார். அதைச் சரிபார்த்துவிட்டு புதுத்தாள்கள் வந்துவிட்டால், அதை டிராயரில் போட்டுவிட்டுத் தயாராக வைத்திருக்கும் பழுப்பேறிய தாள்களை வைத்துக் கொடுப்பார். வரிசையில் ஒரு பெண்ணின் முறை வந்தது. கைகளைக் கட்டிக்கொண்டு பாடம் படிப்பவள்போல் நின்றாள். அதிகாரி பணத்தை நீட்டினார். அவள் மடியேந்தினாள். அவள் கை எதுவும் உரசிவிடாமல் மிக கவனமாகக் கைகளைத் தூக்கி விபூதி வழங்குவது போல் பணத்தைப் போட்டார். அதை வாங்கி வயிற்றோடு கட்டிக்கொண்டு வெளியேற முனைகையில் மேஸ்திரி பார்த்தார். அவள் மடியிலிருந்து அள்ளி எடுத்தாள். இரண்டு மூன்று நோட்டுகள் இருக்கும். உடனே ஒன்றை உள்ளே போட நினைத்தவள் என்ன நினைத்தாளோ அவருக்குக் கொடுத்து விட்டுக் கொஞ்ச தூரம் நடந்தாள்.

“என்னத்தா வாங்கியாச்சா?”

“ம்...” என எச்சில் விழுங்கினாள்.

மடியைப் பிடித்தான். “சாமி பத்து நாளுக்குப் பிடிச்சுக்கிட்டாங்க. கொஞ்சம் பொறுங்க. லோன்ல குடுக்கிறேன்.” அவன் மடியில் கைவைத்தான். அவள் தடுத்தாள். “எடுழா கைய” ஓங்கி ஒரு எத்து, பின் தள்ளி மல்லாக்க விழுந்தாள். மடியிலிருந்த பணம் சிதறியது. அவன் பொறுக்கிக்கொண்டு இரண்டு தாள்களை முகத்தில் வீசினான். அதை அவள், பொறுக்குகையில் அவள் மகள் வந்து உதவி செய்தாள். “செரி வா”, அந்தப் பெண் தனது மகளைக் கூட்டிக்கொண்டு நடந்தாள்.

செல்லையா, கையில் வழிந்த ரத்தத்தை வேட்டியில் துடைத்துக் கொண்டு கையில் மடக்கிவைத்திருந்த ஒரு இருபது ரூபாய்த் தாளுடன் அண்டிராயரில் வைத்திருந்த பத்து ரூபாய்த் தாள்களையும் எடுத்து எண்ணிக்கொண்டு, தலைமண்ணைத் தட்டிவிட்டுக் கொண்டே கை, கால் சிராய்ப்புகளைப் பார்த்துவிட்டு, “செரி போயி ரெண்டு கிளாசை போட்டா சரியாப்போகும்” என்று நடந்தான்.

உதை வாங்காமல் தப்பித்தவர்களும் உண்டு. செல்லையா மெல்ல தொழிற்பேட்டைக்குள் நுழைந்து வலதுபுறம் அடுப்புக்கரிக் கடைக்குப் பின்னால் உள்ள குப்பைத் தொட்டிக்கு எதிராக உள்ள சந்துக்குள் சென்றான். சந்திலிருந்து திரும்பியவர்கள் இவனைக் கொஞ்சம் அக்கறையோடு பார்த்தனர். முகத்தில் வேர்வை இறங்கிக்கொண்டிருந்தது. கைமுட்டி, கால்முட்டிகளில் மரத்தைச் சீவியதுபோல் தோல் உரிந்து இரத்தம் வழிந்துகொண்டிருந்தது. செல்லையா, ஒரு ஓரமாக மதிலுக்குக் கீழ் அமர்ந்தான். அவனுக்கு முன்பாகப் பத்து வயது பையன் கறுப்பு கேனும் பீங்கான் கிளாசும் கொண்டுவந்து செல்லையா அருகில் குத்தவைத்து அமர்ந்தான்.

"என்ன ஊத்தவா?"

"ம்... ஊத்து."

பையன் பக்குவமாகக் கீழ்மேல் சிந்தாமல் ஊற்றினான். அவன் கொடுத்ததும் தொண்டைக்குள் ஊற்றிய வேகத்தில் கனைத்தான் செல்லையா.

"என்ன ஊத்தவா?"

"ஊத்து."

"நல்லா இருக்கு" தலையசைத்துவிட்டு "இம்புட்டு, கடிச்சிக்க இருந்தா குடேன்" என்றான்.

"ம்... இரு சுண்டுகறி தாரேன்."

"செரி செரி வெறசா நகர பாரு. இப்பத்தான் ஏட்டையா வந்திட்டு போறாரு" என்றான். பொறிதட்டியவனாக, "ஆமா என்ன ஒரே கீறலா இருக்கு, செம மாத்தா?" என்றான்.

"ம்... ஒன்னுல்ல நம்ம தேவரய்யா ரெண்டு தட்டு தட்டிட்டாரு. அதான், நாளப்பின்ன போயி பாத்தா மனுஷன் கேக்குற காசை குடுப்பாரு. இந்த மாசம் ரவுண்டை எல்லா பயல்களும் தப்பிச் சுட்டாங்க. அந்தக் கடுப்புள நம்பள கை நீட்டிட்டாரு."

"உங்கள திருத்த முடியாதுய்யா" என்று பெரிய மனுஷனானான்.

"செரி, ஊத்தவா?"

"ஊத்து."

"கடைசி" என்று முடித்துவிட்டு எவ்வளவு என்றபடி சேப்புக்குள் கையைவிட்டு மூன்று பத்து ரூபாய்த் தாள்களை எடுத்து நீட்டினான் செல்லையா.

"என்ன பெரிசு, ரொம்ப இருக்குற மாதிரி இருக்கு,"

"வச்சிக்கோ, கையிலே இல்லாத நேரத்துல என்ட்ட தொங்கக் கூடாதுலே."

"ம்..." என்று சிறுவன் புருவம் உயர்த்தினான்.

'செரி இப்படியே ராவுத்தர் கடையில போயி ரெண்டு ரொட்டிய பிச்சிப்போட்டாத்தான் இராவுக்கு ஒறக்கம் வரும்' காலைத் தரையில் ஊனமுடியாமல் போராடி ஊன்றி நடக்கலானான்.

4

திருமண மண்டபத்தில் வாங்கிய பொருட்களை ரிக்சாவி லிருந்து பாலனின் அம்மா ஒவ்வொன்றாக இறக்கினாள். ரிக்சாக் காரர் உதவினார். மூங்கில் கூடை நிரம்ப பிச்சிப் பூவாக மலர்ந் திருந்தது. சீரக சம்பா சோறு, அலுமினிய சட்டி வழியவழிய ரத்த நிறமாக எமரி பருப்பு, காலிபிளவர், கேரட், நூல்கோல், டர்னிப், அவரை, தக்காளி, வெங்காயக் கலவையாக மணக்கும் சாம்பார், மற்றொரு நார்க்கூடையில் பட்டர்பீன்ஸ் பொரியல், சோயாபீன்ஸ் கூட்டு, உருளைக்கிழங்கு அவியல், முட்டைகோஸ் கத்தரிக்காய்க் கூட்டு, ரங்கூன் மொச்சை, அவரை, உருளை சிப்ஸ், கருணைக் கிழங்கு, சேப்பக்கிழங்கு ரோஸ்ட், கோலா உருண்டை, அப்பளம் என அனைத்தும் நார்க்கூடையில் அடுக்கடுக்காக இருந்தன. நார் பின்னல் இடைவெளியில் பிதுங்கியபடி, கீழிறக்கி ரிக்சாக்காரர் தோளில் சுமந்து சென்றார். ஒரு தூக்கில் பாயாசம், மற்றொரு வாளியில் தயிர், பிளாஸ்டிக் தேக்சாவில் ரசம் இப்படி மண்டபத்தில் கிடைத்த பொருள்களை அம்மாவும், ரிக்சாக்காரரும் சுமந்து சென்று வீட்டில் இறக்கினார்கள். “எவ்வளவுப்பா” என்றாள் அம்மா. “குடுக்கறதே குடுங்கம்மா, ஒங்ககிட்ட என்னத்த” என்றார் ரிக்சாக்காரர். இடுப்பில் சொருகியிருந்த சுருக்குப்பையை உருவி அதன் வாயைப் பிளந்து தலைகீழாகக் கவிழ்த்தினாள். ஒரு ரூபாய் மூன்றும் அம்பது பைசா நான்கும் இருந்தன. அதனைக் கணக்கிட்டு அவருக்குத் தந்தாள். அதை வாங்கிக்கொண்டு திரும்புகையில் பாலனின் அப்பா சைக்கிளில் வந்திறங்கினார். கேரியரில் பன்றிக்குத் தேவையான எச்சில் இலை, மூங்கில் கூடையில் வழியவழிய இருந்தது. அவர் ஓடையில் இறங்கி மேடேறினார். வண்டியின் முன்சக்கரம் குதிரையைப் போல் தூக்கியது. உடனே ரிக்சாக்காரர் ஓடிப் பிடித்துக்கொண்டு தள்ளினார். வண்டி மேடேறியது. “செரி தலைவரே போறேன்”, என்றார். “ஏய் வீடுவர வந்திட்டுப் போப்பா.” அப்பா வீடு நோக்கி நகர்ந்தார். ரிக்சாக்காரர் பின் தொடர்ந்தார்.

சைக்கிளை ஸ்டாண்டு போட்டுவிட்டு இலை இருந்த கூடை யைக் கட்டியிருந்த அழுக்குப் படிந்த நூல் கயிற்றை அவிழ்த்துக் கொண்டே முனகினார். "ஒக்காழி எங்குட்டுப் போய்த் தொலஞ் சானோ ஒரு நா கூட வீட்டுலே கெடந்தது கெடையாது." அம்மா வந்து சட்டியை இறக்கிவிட்டு "அந்த பக்கிய காணமா? எவ சாண்ட குடிக்கப் போனானோ" என்றவாறு தகரக் கதவைத் திறந்தாள். வாசனையை நுகர்ந்த பன்றிகள், சைக்கிளைவிட்டு அதை இறக்கவிடாமல் அப்பா காலையும் சைக்கிளையும் சுற்றிக்கொண்டு உர், உர் என மூக்கைத் தூக்கி மூச்சுவிட்டன. குட்டிகள், ஒன்றோடொன்றாக முட்டி மோதி, கீச்சுகீச்செனக் கத்தின. இலைக்கூடையை அலாக்காகத் தூக்கிச் செல்கையில் அவரை சலவானும் பொட்டையும் லொங்குலொங்கென்று மேனி பிதுங்க துரத்தின. அவற்றுக்கென்றே கட்டியிருந்த பெரிய சிமெண்ட் தொட்டிகள் இரண்டு உண்டு. ஒன்றில் சோறும் மற் றொன்றில் இலை அலசிய தண்ணீரும் கல்யாண சீசனில் இரண்டு தொட்டியும் நிரம்பி வழியும். அதைக் குறையவிடாமல் பார்த்துக் கொள்வதில் மிகவும் ஜாக்கிரதையாக இருப்பார் அப்பா. கல்யாண சாப்பாட்டில் பன்றி வளர்ப்பது இவர் மட்டும்தான். மற்றவர்கள் ஹோட்டல் இலைகளை அலசிப்போட்டு வளர்ப்பார்கள். அதில் மிஞ்சிப்போனால் கருவேப்பிலை அல்லது சட்னி, சாம்பார்தான் இருக்கும். அதில் வளரும் பன்றிகள் தோலும் துருத்தியுமாக இருக்கும். ஆனால், பாலன் வீட்டுப் பன்றிகள் யானைக்குட்டி களாகவும் கரும் முயல்குட்டிகளாகவும் இருக்கும். தின்று சலித்த வுடன் தனது சினேகப் பன்றிகளையும் கூட்டிவந்து தின்னவிட்டு அழகு பார்க்கும். அப்பா கண்டவுடன் ஓடஓட அடிப்பார். தண்ணீர்த் தொட்டியில் இலையைக் கொட்டிவிட்டுக் கூடையில் உள்ள உதிரிச் சோற்றைப் பக்கத்துத் தொட்டியில் போட்டுவிட்டு ஒவ்வொரு இலையாகத் தண்ணீரில் முக்கிமுக்கிப் பன்றிகளுக்குப் போட்டார். அதைப் பன்றிகள் கடித்தன. திறம் இல்லாத பன்றிகள் உர்... உர்ரெனத் தொட்டியைப் பார்த்துக்கொண்டிருக்க, போட்ட வுடன் ஓடிச்சென்று சலவான் அதைக் கடித்துவிடும். இது இலை அதிகம் போடும்வரைதான். அப்புறம் எல்லாம் சரியாகிவிடும்.

அம்மாவும் ரிக்சாக்காரரும் எல்லாப் பொருள்களையும் வீடு கொண்டுவந்து சேர்த்துவிட்டனர். "என்ன தலைவரே போகட்டா?" என்றார் ரிக்சாக்காரர். "ஏய் இரப்பா, என்ன அவசரம்? ஏழா,

அவனுக்கு சோத்த வைச்சிக்கொடு" என்றார் அப்பா. "ம்…" என்று தலையசைத்துவிட்டு நார்க்கூடையில் உள்ள இலையை எடுத்து விரித்தாள். அவர் தலைத்துண்டை அவிழ்த்து மடியில் வைத்துக் கொண்டு சாப்பிட மும்முரமானார். இலை தெரியாமல் சோற்றைக் கொட்டி ஓரங்களில் அனைத்துப் பதார்த்தங்களையும் வைத்தாள். சாம்பாரைச் சோற்றுக் குழியில் ஊற்றினாள். அது நிரம்பி வழிந் தோடியது. அதை ஓடவிடாமல் வழிமறித்துச் சோற்றோடு இணைத்துக் கவளம்கவளமாக உள்ளிறக்கினார் ரிக்சாக்காரர். அம்மா ஈயப் போணியில் தண்ணீர் கொண்டுவந்து வைத்தாள். அதைக் குடித்துவிட்டு நீண்ட ஏப்பத்தை விட்டார். பின்பு இலையை மடக்கி எடுத்துச்சென்று பன்றிக்குப் போட்டார்.

அப்பா பரணை விட்டு இறங்கி வந்து, "ஏழா கைக்குத் தண்ணீர் ஊத்து" என்றார். அம்மா வீட்டுக்குள் சென்று ஒரு தேக்சா தண்ணீர் கொண்டுவந்து, அப்பாவிடம் வைத்து மோந்து ஊற்ற அப்பா கைகால் அலம்பினார். பின் தலைத்துண்டை அவிழ்த்து ஈரத்தைத் துடைத்துவிட்டு மடியிலிருந்த சொக்கலால் பீடியை எடுத்து இரட்டையாக இருந்ததில் ஒன்றைப் பிரித்து வாயில் வைத்துக் கொண்டு, இன்னொன்றை ரிக்சாக்காரருக்கு, 'இந்தாடா' என்றார். அவர் அதை வாங்கிப் பற்றவைத்துக்கொண்டு வீட்டின் பின்சுவர் பக்கம் சென்றுவிட்டார். "ஏழா சோறு கெட்டுப் போறதுக்குள்ள வித்துப்புடுழா" என்றார். "வெளக்க பொரித்திட்டுப் போறேன்", கண்ணாடிச்சிமிழை ஸ்டாண்டில் பொருத்தித் திரியைப் பற்ற வைத்து கிளிப்பை மேல் இழுத்துச் சரியாகச் சிமிழ் உட்கார்ந்தவுடன் கிளிப்பைக் கீழ்விடவும் நன்றாக அமர்ந்துகொண்டது. அப்பா பன்றியைக் கணக்கிட்டுவிட்டு ஒரு சலவான் குறைவதைப் பார்த்தார்.

"ஏழா சலவான் காணாத்தா."

"ம்… எங்கிட்டாவது போயிருக்கும், கூப்பிடு வரும். நா போயி குழம்பு வக்கறேன்."

அப்பா உச்சஸ்தாயியில் கத்தினார். "பா.. பா.. பா.. பா.." ஓடையில் மலம் பொறுக்கித் திரிந்த சலவான் சத்தம் கேட்டவுடன் நாலுகால் பாய்ச்சலில் ஓடி வந்தது. எல்லாப் பன்றிகளும் இலை களைப் பார்த்தவுடன் ஓடி வந்தன. சலவான் பொட்டையின் பின்புறத்தை வப்பென்று கவ்வியது. அது பளிச்சென்று தவ்வி ஓடியது. அதன் சத்தம்கேட்டு, கம்பை ஓங்கினார் அப்பா. என்ன நினைத்தாரோ சலவானை அடிக்கவில்லை.

ஒரு கல்கட்டடத்தின் மட்டம் மீதேறி நின்றுகொண்டு அம்மா கூவினாள். “ஏ... கருப்பாயி குமராயி. நல்ல கொழம்பு, கடிச்சுக்க இருக்கு, வாங்க” என கத்தினாள். வீடு திரும்பி அகன்ற சட்டியில் சாம்பாரையும் வட்டமான சட்டியில் கூட்டுப் பொறியல்களையும் தூக்கி வந்து வாசலில் வைத்து அளவுக்கிண்ணத்தில் சாம்பாரைக் கலக்கி டீ ஆற்றுவதைப் போல ஆற்றவும், அதன் வாசம் வரு வோரைக் கிறங்கவைத்தது. கருப்பாயி ஒரு குண்டாச்சட்டியில் அம்பது பைசாவிற்குப் பொரிகறியும் கால் ரூபாய்க்கு ரசமும் என்று மூன்று பாத்திரங்களை அடுக்கினாள். இதைப் பார்த்த அப்பாவுக்குக் கோபம் தலைக்கேறியது. “ஏம்மா கருப்பாயி பத்துப் பத்துக் காசுக்குக் கேட்கக் கூடாது? ஏம்மா ஒத்த ரூபாய்க்கு எல்லாத்தையும் வாங்கிப்புடலாம்னு பாக்குறியா மண்டபத்துல ஓசியா போடு றானுக? நோனி பிதுங்கல, போய் வேலை பார்த்து வாங்கி வாரோம். அம்பது காசுக்கு கொறச்சி எதுவும் குடுக்காதழா”, என்று திட்டவட்டமாகச் சொல்லிவிட்டார். “சரிக்கா அம்பது காசுக்கு சாம்பாரும், அம்பது காசுக்கு பொரிக்கறியும் குடுங்க” என்றாள். அதன்படி ஒரு கிண்ணம் சாம்பாரும் ஒரு கிண்ணம் கூட்டும் கொடுத்தாள் அம்மா. குண்டாவைப் பார்த்த கருப்பாயி, “என்ன இம்புட்டுத்தானா” என்றாள்.

“ம்... போம்மா, போயி மனமா அம்பது காசுக்கு வச்சித்துன்னு.”

“நா வைக்கிறதா இருந்தா ஒன்கிட்டே ஏன் வாங்குறேன்?”

“அப்ப ஊத்துரத வாங்கு?” கருப்பாயி குண்டானைப் பார்த்துப் பார்த்து முனங்கிக்கொண்டே சென்றாள்.

“ஏய் செல்லாத்தா உனக்கு எம்புட்டுக்கு?”

“ம்... நாலு கிண்ணம் எம்புட்டு?”

“ரெண்டு ரூபா”

“செரி நாலு கொழம்பும் கடிச்சிக்க ஒரு ரூபாய்க்கும் தாக்கா. என் வூட்டுக்காரு வரவும் தாரேன்.”

“செரி வாங்கிக்கோ. எங்க ஏத்தனம்?”

“கேட்டுட்டு எடுத்துட்டு வரலாமுன்னு நெனைச்சேன். இரு வாரேன்” என்று சொல்லி ஒரு கோப்பையும் பீங்கான் தட்டும் கொண்டுவந்து, காய்களும் சாம்பாரும் பெற்றுச்சென்றாள். செல்லாத்தா, பாதி தூரம் சென்றவளை, “ஏய் நில்லுமா, கொஞ்சம் பாயாசம் தாரேன்” கொண்டுகிட்டு போயி புள்ளைகளுக்குக் கொடு.”

“பாயாசத்துக்குக் காசு இல்லக்கா.”

“மத்ததுக்குனாப்புல காசா குடுத்த, கொண்டு போ. பாவம் புள்ளகுட்டிக்காரி.”

அப்பா பத்தலில் ஊறல் தண்ணீர் ஊற்றினார். அதைப் பன்றிகளும் குட்டிகளும் சப்சப்சப் என்று தொண்டைவாரு குலுங்க உள்ளிறக்கின. செருக்கேறிய பன்றிகள் சோறாக அரித்து வைத்தால் நன்றாகத் தின்னும், ஒரு சிலது அத்தனையும் குடிக்கும். சலவானுக்குத் தனிப்பத்தல், அதுகளுக்கு சோறாக அள்ளிப்போடுவார். அப்பத்தான் வெறசாக மேனி ஏறும், சொன்ன வெலைக்குத் தூக்குவாங்க. குட்டிகள் மடியில் குடிக்க தாய்கள் பத்தலில் குடிக்கும். காய் எடுக்காத சலவான்கள் தனது ஆளுமையை ஒன்று திரட்டி வாயில் நுரை தள்ள பொட்டைகளைக் குடிக்கவிடாமல் மேல் ரெண்டு காலையும் தூக்கிப் போட, பெட்டை நகர, இப்படி அதுவும் குடிக்காமலும் மற்றதைக் குடிக்கவிடாமலும் இம்சை பண்ணும். அதை அப்பா அடிக்க மாட்டார். அடித்தால் ஓடிப் போய்விடும். கண்டுபிடிக்க முடியாது. காலா காலத்தில் காய் எடுத்து விட்டுவிட்டால் பேசாமல் கிடக்கும். மூன்று மாதத்தில் சலவானைப் பிடித்துக் காய் எடுத்து விட்டுவிடுவார்.

அம்மா சாம்பார் சட்டியைப் பார்த்தாள். அவளைச் சுற்றிப் பெருசுகளும் சின்னபுள்ளைகளுமாய் ஐந்தாறு பேர். ஒரு வழியாக எல்லாவற்றையும் தீர்த்துவிட்டுச் சட்டி பொட்டிகளைத் தூக்கிக் கழுவப் போட்டாள். வீட்டுக்குக் கொஞ்சம் எடுத்துக்கொண்டு போய், ஆணச் சட்டியிலே ஊற்றிக் கங்கடுப்பில் போட்டாள் அம்மா.

குழம்பு விற்ற காசை எண்ணிக்கொண்டு இருக்கையில் அப்பா வந்தமர்ந்தார். “என்னழா, எம்புட்டு போச்சி?”

“நாப்பத்தி எட்டு ரூபாயும் கொஞ்சம் சில்லரையும்.”

“செரி... உடம்பெல்லாம் நோவா இருக்கு. ரெண்டு கிளாஸ் தெரயான் வேண்டிமோச்சினா" இழுத்தார்.

“அதானப்பா நைசா பேசுறியேன்னு பாத்தேன். வேலையப் பாரு, காசு பாக்க கண்ணுமுழி பிதுங்குது. நேத்து பூராவும் சீமத் தண்ணிக்குக் கூட சொனியம் இல்லாம என்ன பாடுபட்டேன் தெரியுமா?”

“ஏய், பெரிய காசு... குடுழா.”

"பாவம், வாங்கிக் குடுத்தா யென் மோத்திரத்தைக் குடிச்சது மாதிரி குடிப்ப."

"குடுத்தா குடிக்கத்தான் செய்வாங்க."

"செரி இந்தா" இருபது ரூபாயைக் கணக்கிட்டுக் கொடுத்தாள்.

"என்னே வாறியா, வாங்கிட்டு வரவா?"

"ம்... செரி வா."

"வீட்டே பூட்டிட்டு வாழா, அந்தக் காட்டுப் பூனை வந்து கஞ்சியைக் குடிச்சிட்டு ஓடிரும்", என்று சொல்லி மகனை ஞாபகப்படுத்தினார். அப்பா கிழக்கு நோக்கி நடக்கலானார். கதவைத் தாழிட்டுவிட்டு அம்மா பின்தொடர்ந்தார். வலதுபுறம் வாய்க்காலைத் தாண்டி வடக்கே போனார். அம்மா அவரைப் பிடிக்க ஓட்டமும் நடையுமாகச் சென்று அவரை நெருங்கினாள்.

"ஏழா, கடிச்சுக்க ஏதாச்சும் அந்தம்மாட்டே வாங்கி வா." அந்தக் கடைக்குச் சென்று "இம்மா, இம்மாவ்" என்றதும், ஒரு பதினொரு வயது பையன் வந்து, "என்ன?" என்றான். "ரெண்டு முறுக்கு தாங் கய்யா", என்றாள். அவன் முகத்தைச் சுழித்துக்கொண்டு முறுக்கைத் தூக்கிப் போட்டான். அது சேவாக உடைந்தது. அதை அள்ளி மடியில் போட்டுக்கொண்டு மீண்டும் அப்பாவைப் பிடிக்க ஓடினாள்.

குட்டிச் சுவற்றுக்குள் பொடிக்குட்டி சத்தம்கேட்டு அப்பா எட்டிப் பார்த்தார். மறைமட்டம் தனது குட்டிகளுக்கு ஒருக்களித்துப் படுத்துக்கொண்டு பால் கொடுத்துக்கொண்டிருந்தது. குட்டிகள், மடுவில் முட்டி முட்டி உறிஞ்சின 'கடிக்காம குடிங்க' என எச்சரிப்பதுபோல் மட்டம் 'உர்... உர்... உர்...' என உறுமியது.

அப்பா ஓங்கி ஒரு எத்து விட்டார். பசக்கென்று முடிசிலிர்க்க பன்றி எழுந்தோடியது. குட்டிகள் காம்பை விடாமல் பிடித்துக் கொண்டு தொங்கிக்கொண்டே ஓடின. 'கஞ்சியே குடுச்சோமா வீட்டுக்கிட்டே கெடந்தோமான்னு இல்லாமே இங்கேவந்து குட்டியப் பறிகொடுக்கவா' என எச்சரிப்பதுபோல் எச்சரித்துவிட்டு மீண்டும் நடந்தார்.

பத்தடிக்குப் பின்னால் வந்த அம்மாவைத் திரும்பிப் பார்த்து, "வெறசா வாழா இம்புட்டு நேரமா, ம்..."

"கடிச்சிக்க வாங்குனேன்."

"நல்லா வாங்குன. வீட்டுல எம்புட்டு இருக்கு."

“ஒரு வாளில எடுத்துக்கிட்டு வந்தா கடிச்சிக்கலாம்.”

“ஆமா அங்கே வாரவன், போரவன் எல்லாம் ஓசி கேக்கவா.”

“ஒத்தாழோக்கு பேச்சுக்கெல்லாம் மறுபேச்சு பேசலேன்னா தூக்கம் வராது. ஒனக்குக் குளிருவிட்டுப்போச்சுழா, ரொம்ப நாளு ஆச்சுல.”

கோனார் தெருக்கள் தாண்டி, நாயக்கர் சோளக் காட்டைக் கடந்து பனைக்கூட்டங்களுக்கு மத்தியில் கண்மாய் மேட்டில்தான் சாராய வியாபாரம்.

அம்மா தூரத்தில் நின்றுகொண்டாள். அப்பா இரண்டு கண்ணாடி கிளாஸில் வாங்கி வந்து தெருப்பனையின் கீழ் அமர்ந்தார். “ஏய் வாழா” என்றபடி வந்தமர்ந்தார். ஒரு கிளாசைத் தூக்கிக் கண்களை மூடிக்கொண்டு தனது மூத்தோர்களை அழைத்து வேண்டிக் கொண்டு, அவர்களுக்காகச் சிறிது தரையில் ஊற்றிப் படைத்து விட்டு, ஒரே இழுப்பில் கிளாசைக் காலி செய்தார். ரெண்டாவது கிளாசை அம்மாவுக்கு நீட்டினார். “வேண்டாம் நீ மொதச மோச்சு” அதுவும் சரிதான் என்றவாறு இரண்டாம் கிளாசைக் காலி செய்து விட்டு, மீண்டும் சென்று ஒரு சொம்பும் ஒரு கிளாசும் கொண்டுவந்து அம்மாவுக்கு கிளாசில் ஊற்றிக்கொடுக்கவும், அதை அம்மா வாங்கி மடக்மடக்கென்று குடித்துவிட்டு கிளாசை அப்பாவிடம் கொடுத்தாள். இன்னொரு கிளாசை ஊற்றி, “இந்தா, மோச்சிட்டு வாய் அடிக்காம கெடக்கணும்” எனச் சொல்லி நீட்ட மறுகிளாசை ஊற்றினாள். மீதி உள்ள பாதி செம்பை அப்படியே தூக்கி அடித்தார்.

சொம்பைக் கீழே வைத்துவிட்டு வாயைப் புறங்கையில் துடைத்து எரிச்சலைக் காற்றாக வெளியேற்றிவிட்டு, “ஏழா, கடுச்சிக்க சரியில்லழா... ம்... இந்தா முறுக்கு, அதெ நீ தின்னுழா. கொஞ்சம் பச்சம்பு இருந்தா சுள்ளுன்னு இருக்கும். காலையிலே சொன்னேன். நீ சாம்பாரு காய்கறி இருக்கு, இதுக்குமேல யான்னுட்டே, நாலுவாய் போட்டாலும் சுருக்குன்னு இருக்கணும். அப்பத்தான் நல்லா இருக்கும். செரி வா வீட்டுக்குப் போயி, வெஞ்சணத்துக்குப் பாப்போம்” என்று சொல்லி சொம்பை எடுத்துக்கொண்டு சாராய வியாபாரியிடம் கணக்குக் கொடுத்து விட்டு அம்மா பின்தொடர நடக்க ஆரம்பித்தார்.

இருவரும் வந்த வழியே திரும்பிப் பேசியும் பேசாமலும் சந்துகளையும் கால்வாய்களையும் கடக்கையில் முன்பைவிட மிக

ஜாக்கிரதையாக நடந்தனர். சுடலாண்டி வீட்டுவாசலில் நின்ற கறுப்பு, அப்பாவை 'வவ்' என்று கவ்வ முயலவும் அவர் அதைப் புறங்காலால் ஒரு எத்து கொடுக்க அது எதிரே உடைந்த படியருகே விழுந்தோடியது. வீட்டுக்குள்ளிருந்த வேலாத்தா ஏதோ சொல்லித் திட்டினாள். அவர் காதில் வாங்காமல் நடந்தார். இருள் மண்டியது. ஒரு பீடியை மடியிலிருந்து எடுத்துப் பற்றவைக்க முனைகையில் அது தவறிவிழுந்தது. உடனே கீழே குனிந்து எடுக்க தீக்குச்சி உரசினார். அது வாய்க்காலோரம் கிடந்தது. அதை எடுக்க குனிய, குப்புற விழுந்தார். பின் வந்த அம்மா ஓடி வந்து தூக்க அப்பாவுக்கு மூக்குமேல் கோபம் வந்தது. "ஏன்டி நா என்ன தெறம் கெட்டவனா, இல்ல போதை ஏறிப் போச்சா?." அம்மா உடனே அவரைவிட்டு விலகினாள். தள்ளாடி எழுந்தார். "கீழே விழுந்தாலும், ஆண்டு கொண்டான் பேரன் குட்டைராமன் மகனுக்கு மீசையில் மண் ஒட்டாது", என நினைத்தபடி பின்தொடர்ந்தாள்.

ஜக்கன் பகடை வீட்டிலிருந்து பாத்திரங்கள் உருளும் சத்தம், வாண்டுகள் அழும் சத்தம், ஒரு பெண்ணின் கூக்குரல் எல்லாம் ஒன்றிணைந்து வெளிவந்தன. "கொல்லு, கொல்லுடா, தெனசரி இப்படி பசியும் பட்டினியுமா சாவதவிட ஓரேடியா சாகலாம். டெய்லி குடிச்சுக்குடிச்சு அழிக்கிறியே நீ வெளங்குவீயா, நாசமா போற பயலே."

"ஏ ஏ கத்தாதே கத்தாதே" என அந்த வார்த்தையோடு கலந்து விளாசினான் ஜக்கையன். அவள் இன்னும் அதிகமாகக் கத்தினாள். அவன் அவளை ஓங்கி எத்த வாசலில் வந்து விழுந்தாள். அதைப் பார்த்த அப்பாவும் அம்மாவும் ஓடிவந்து அவனை அப்பா பிடித்துக்கொள்ள, அவள் எழுந்திருக்க அம்மா உதவினாள். அவள், "டேய், ஒரு அப்பனுக்குத்தான் பொறந்தேனா, இன்னையோட என்னையே கொல்லுடா, கொல்லுடா என அம்மாவிடமிருந்து திமிறிக்கொண்டு அவன் சட்டையைப் பிடித்து உலுக்கினாள். அவன் ஒரு குத்துவிட ஓங்கினான். அவனை அப்பா பிடித்துக் கொள்ள, "தலைவரே விடுங்க, பேச்ச பாத்தீங்களா, ஒத்தாழோக்க, எவ்வளவு பொச்சுக்கொளுப்பா பேசுரா."

"ஏத்தா குமராயி அவென் பேசுறானா நீதான் பொறுத்துப் போம்மா, என்ன, பொம்பள, வார்த்தைக்கு வார்த்தை எதிர்த்து பேசுனா அவனுக்குக் கோபம்தானே வரும். ஏலே பொட்டச்சியை அடிக்க வெக்கமா இல்ல. அறிவுகெட்ட மடப்பயலே."

"என்ன தலைவரே, வெளியே போய்ட்டு வந்தா போதும். எவள பாக்கப்போன, எவளே நக்கப்போனேன்னு சந்தேகமா பேசுறா."

"ஏத்தா குமராயி, காட்டுக்குப் போனா காட்டுப் புருஷன், வீட்டுக்கு வந்தா வீட்டுப் புருஷன். சும்மா ஒரு ஆம்பளைய தொல்லை பண்ணக் கூடாது"

"ஏலே மசுரு, சோத்துக்கு குடுக்காமே, என்னடா கேக்குது" அவன் தலைகுனிந்தான். உடனே அப்பா அம்மாவைப் பார்த்தார். பார்வையைப் புரிந்தவளான அம்மா, ரெண்டு பச்சைத்தாளை எடுத்துக் குமராயியிடம் கொடுத்து, "இந்தா ஒன்றரை கிலோ அரிசியை வாங்கிப் பொங்கு, கொழம்புக்கு இல்லனா ஒன் மவளே அனுப்பு கொடுத்தனுப்புறேன்" என்றாள்.

"டேய், ஒழுக்கமா வண்டி அடிச்சு காசக் கொண்டு வீட்டுலே கொடுடா. வருஷம் தவறாம புள்ளய பெத்துட்டா போதாது. அதுகளுக்கு வயிறு வாடாம கஞ்சி ஊத்தணும்" என்றார் அப்பா.

"ஏம்பா நல்லாத்தானே இருந்தே, என்னாச்சி இப்படிப் போட்டு அடிச்சிக்கிட்டு இருக்க, ஜக்கையா."

"என்னம்மா பண்ணே? சவாரி கெடச்சாத்தான் வீட்டுக்கு வர முடியும். ஒன்னுமில்லாம வெறும் கைய வீசிட்டா வர முடியும். அதனால ஸ்டாண்டுலேயே கெடந்திட்டு துட்டு கெடச்சா வரு வேன். அதுக்காண்டி இவ, எவள பார்க்கப்போனேன்னு கேட்டு வம்பு இழுத்தா நான் என்ன பண்ண? என்னக்கி அவ ஆத்தா வீட்டுக்குப் போனாளோ, அவ என்ன விபூதி போட்டாளோ? அன்னையிலிருந்து ஒன்னும் வெளங்கலே."

"செரி செரி, நீர் அடிச்சு நீர் வெலகாது. நீ நாளைக்கு என் தெருவுக்கு வாடா ஜக்கையா, மாசம் சவாரி சொல்லுறேன். வண்டிய அடிக்கிறவிதமா அடிச்சா நாலு வீடு சேத்துக் கெடைக்கும். ஒன்னுமில்ல, ஒன்னுமில்லேன்னு ஒக்காந்துகிடந்தா ஒன்னத்துக்கும் ஆகாதுடா. திண்ணையிலே இருந்தா தெய்வம் படிபோடாது. செரி போ, சத்தம் போடாதடா" என்று அப்பா சொல்லிவிட்டுப் பின் கையைக் கட்டிக்கொண்டு நடந்தார். அம்மா ஜக்கையன் மகளை அழைத்துக்கொண்டு பின்தொடர்ந்தார். முன் சென்ற அப்பா, சே... இங்க எல்லாம் இறங்கிப் போச்சு. இன்னோருக்கா போட்டாத் தான்" என முனங்கிக்கொண்டே நடந்தார்.

வீட்டின் முன்பக்க சுவரின் அண்டலில் தாய்ப் பன்றியும் குட்டிகளும் முண்டிக்கொண்டு கிடந்தன. அப்பாவைக் கண்டதும் தனது பாஷையில் சிணுங்கியது. அம்மா "முண்டிபோடுங்க, போங்க, தொழுவுக்குள்ளே போங்க" என்று அதட்டினார். உருப் படிகள் சரியாக இருக்கின்றதா எனத் திரும்ப எண்ண நினைத்துத் தொழுவக் கதவை மெல்ல திறந்தார். சலவானும் பொட்டைக் குட்டியும் சிதறியோடின. உடனே அதில் மறைமட்டத்தின் பன்னிரண்டு குட்டிகளில் நன்கு குழவி திறண்டு நின்ற பொட் டையை முடிவு செய்துகொண்டு கதவை மூடிவிட்டு ஊறல் தண்ணீர் தொட்டியிலேறி ஒரு வாளி சோறும் தண்ணீரும் மோந்தார். அதைப் பத்தலில் ஊற்றவும் தொழுவக் கதவை முண்டிக்கொண்டு மறைமட்டம் குட்டிகளுடன் வரவும் அம்மாவைப் பார்த்தார்.

அம்மா பூட்டைத் தடவிக்கொண்டிருந்தாள். "ஓய் தட்டியை வெறசா. வந்து அடழா, மத்தது வந்திறப் போகுது" என்றார். உடனே அம்மா தட்டிக் கதவை அடைக்கவும் மற்ற உருப்படிகள் கொர், கொர்ரென்று கத்தின. "ஏழா மூளியைப் பார்த்துக்கோ." "ம்... செரி" என்று பத்தலில் வைத்திருந்த நீண்ட குச்சியை எடுத்துக் கொண்டு மூளிப்பன்றியைக் கண்காணித்து நின்றாள். ஏனென்றால் எல்லாப் பன்றிகளுக்கும் தலைமை அதுதான். குட்டி சத்தம் கேட்டால் புரட்டி எடுத்துவிடும். அதனால்தான் அம்மா கம்போடு நின்றுகொள்ள, தண்ணீர் குடித்துக்கொண்டிருக்கும் அந்தக் குட்டியைக் குறிவைத்து அப்பா தூக்கிவிட்டார். அது கத்தவும் வாயை அமுக்கிப் பிடித்துக்கொண்டார். மற்ற குட்டிகள் சிதறி யோடின.

5

வீட்டின் பின்பகுதியில் குட்டியைப் போட்டு அதன் வாயை ஒரு கையால் அமுக்கிக்கொண்டு கால் பகுதியைத் தனது மொட்டியில் அமுக்கியவாறு ஐந்து விரல்களையும் மடக்கிக் குட்டியின் கழுத்தில் ஓங்கிக் குத்தவும் அதன் கண்களில் வெள்ளை படர்ந்தது. சுருக், சுருக்கென மூத்திரம் அடிக்கவும் குட்டியைக் கீழேபோட்டுவிட்டார். உயிரிழந்த குட்டியை போணியில் தண்ணீர் ஊற்றிக் குளிப்பாட்டினார். அது பிறந்தது முதல் கால்வாய் நீரில் தான் குளித்திருக்கும். இன்றுதான் நல்ல நீரில் குளிக்கிறது. குட்டியைத் தண்ணீர்விட்டு அதன்மீது படிந்திருக்கும் சகதியை அகற்றினார். அப்படிச் செய்தால்தான் ரோமங்கள் நன்கு கருகும். கிடுகுகளால் தீயிட்டுக் குட்டியையோ பன்றியையோ கருக்கலாம். அல்லது வெந்நீர் வைத்து ஊற்றித் தேய்த்தாலும் ரோமம் இல்லாமல் ஆகிவிடும். ஆனால், சுட்ட கறியில் உள்ள ருசி வெந்நீரில் வழட்டுவதில் இருக்காது. ரோமங்கள் செம்புநிறச் சுருளாக மாறவும் நகத்தால் சுரண்டினார். கை பொசுங்கப்பொசுங்கச் சுரண்டவில்லையென்றால் ரோமம் ஒட்டிக்கொள்ளும். அதனால் ரோமம் கருகியவுடன் சுரண்டி எடுத்தார். குட்டியின் அனைத்துப் பகுதிகளையும் வாட்டி எடுக்கவும் குட்டியின் மேனி வெள்ளைக் காரியைப்போல இருந்தது. அதன் மேனியை ஒரு தட்டு தட்டி விட்டு, "முடிந்தது, கழுவவேண்டியதுதான்" என்று சொல்லிக் கொண்டே "ஏழா தண்ணி கொண்டா" எனக் கத்தினார்.

அம்மா மும்முரமாக வேலை செய்துகொண்டிருந்தாள். குமராயிக்கு நார்க்கூடையிலிருந்து சோறு எடுத்துப்போட்டாள். மீதியிருந்த கால்சட்டிச் சோற்றை அந்தப் பிள்ளை கொண்டுவந்த சட்டியில் போட்டாள். பின் வடைச்சட்டியில் உள்ள கூட்டு, காய்கறிகளையும் இரண்டு இலையை விரித்து அதில் அள்ளி வைத்தாள். அது சரிப்பட்டு வராது என்றெண்ணியவுடன், "ஏய் பாப்பாத்தி, ஓன் ஆத்தாவே ஓடிப்போய் கூட்டிவா, ஒன்னாலே கொண்டுபோக முடியாது. அவள சோறாக்க வேண்டாமுன்னு

சொல்லி கூட்டிவா", என்றாள். அந்தப் பிள்ளை ஓடியது. அப்பா தனது கோபத்தால் அம்மாவை அரட்டவும் ஓடித் தண்ணீர் கொண்டுபோய்க் கொடுத்தாள். தண்ணீரை வாங்கிக் குட்டிமீது ஊற்றிக் கழுவினார். குட்டி பளபள என்று இருந்தது. அம்மா, "இந்த சோத்தைப் போட்டுவைக்க ஏத்தனம் பத்தாது. அதான் அந்தப் புள்ளையே வரச் சொன்னேன்" என்றாள். அவர் அம்மாவை ஒரு பார்வை பார்த்தார். ஊசிப்போனதென்றாலும் மூட்டை அரிசிச் சோறு கிடைத்தால் சின்னக்கிண்ணம் பாக்கிவிடாமல் தண்ணீர் ஊற்றிவைத்துப் பத்து நாளானாலும் வெளவிவெளவிக் குடிப்பாள் அம்மா என்பது அப்பாவுக்குத் தெரியும். இருந்தாலும் குமராயிக்குக் கருணை காட்டுவது அப்பாவுக்குப் பெருமையாக இருந்தது. அம்மா வீட்டினுள் சென்று தேக்சா நிறைய சோறும் பிளாஸ்டிக் வாளியில் சாம்பாரும் கொஞ்சம் கூட்டு பொறியல், குண்டா சட்டியில் கொஞ்சம் பாயாசம் எல்லாம் எடுத்துவைத்துவிட்டு, மீதி சாம்பார், காய்கறி, ரசம் ஆகியவற்றை ஒன்றாகக் கலந்து குத்துச் சட்டியில் ஊற்றி அடுப்பில் ஏற்றிவிட்டு வெளியில் சென்று முள்ளை ஒடித்து எடுத்துவந்து தீமூட்டினாள்.

"வரட்டாக்கா."

"யாரு குமராயாவா."

"ஆமா."

"வா."

தாழ்ந்த வாசலில் தனது கழுத்தைத் தாழ்த்தி நுழைந்தாள் குமராயி. அவள் ஒல்லியாக ஆறு அடிக்கு வளர்ந்து இருந்தாள். பஞ்சடைந்த கண்கள், சுருண்ட முடி, பதினெட்டு வயதில் ஐந்து பிள்ளைகள் பெற்றுக்கொண்டு, எலும்பும்தோலுமாக இருந்தாள்.

"வா குமராயி அந்தச் சோத்தையும் கொழம்பையும் தூக்கிக் கிட்டுப் போ, பிள்ளைகளுக்குக் கொடு."

"கஞ்சி காய்ச்ச ஒல மூட்டுனேன். என் மவே, கூப்பிட்டதா சொன்னா வந்திட்டேன்."

"நல்லதாப் போச்சி, அத தூக்கிட்டுப் போ."

அவள் பார்த்தாள். சாம்பார் மணத்தது. அந்த மணத்தில் லயித்தவளாக அப்படியே உட்கார்ந்து ஒரு பிடி பிடிக்காலாமென்று நினைத்தாலும் பசியோடு கிடக்கும் பிள்ளைகள், அடி அடி என்று அடித்தாலும் அன்போடு சாமத்துலே புரோட்டா வாங்கித்தரும் புருஷன் ஞாபகம் வந்ததால் அந்த எண்ணத்தை விலக்கினாள்.

"என்ன யோசிக்கிறே?"

"இல்லக்கா நீ கொடுத்த காசுக்கு அரிசியும் சீமைத்தண்ணியும் வாங்கிட்டேன். இதுக்குக் காசு இல்ல."

"ஒன்ட்ட கேட்டேனா?"

"இல்ல, 50 காசுக்கு கடன் வாங்கிட்டா அம்பது நாளானாலும் விட மாட்டே, அதான் யோசிக்கிறேன்."

"அடி எழவே, அது கடன்டி. இது ஓசி. வழக்காடிக்கிட்டு இருக்காம வெரசா போயி புள்ளைகளுக்குப் பசியமத்து."

குமராயிக்குக் கண் கலங்கியது. கண்களை முந்தானையால் துடைத்துக்கொண்டு சோத்துச் சட்டியைத் தலையிலும் கொழம்பை இடுப்பிலும் வைத்துக்கொண்டு பாயாசச் சட்டியைத் தனது மகளிடம் கொடுத்தாள். அம்மா அடுப்பைக் குனிந்து ஊதினாள். அது சிவந்து பற்றிக்கொண்டது. காலை நீட்டி உட்கார்ந்தவள், சிறிது நேரத்தில் தூங்கிவிழ ஆரம்பித்தாள். அடுப்பின் வெக்கை அவளுக்குச் சுகமாக இருந்தது.

"ஏழோ, ஏழா, ஏ செகுட்டு கண்டார ஓழி என்று கதவை அறையும் சப்தம் கேட்டு தலை நிமிர்ந்தாள். அடுப்பு எரிந்து கொண்டிருந்தது. "ஏன்டி நா பாட்டுக்கு எம்புட்டு நேரமா கத்திக் கிட்டே இருக்கேன். அடுப்புலே ஒக்காந்தே தூங்கி விழுறியா? வெளங்குமாளா வீடு?"

"உனக்கென்ன, மனுஷிய ராவும் பகலுமா கொல்லுறியே, நாக்கு ருசியாத் திங்கனுமுன்னு என் உசுர வாங்குறியே."

"மசுர வாங்குறேன். இப்படியே விட்டுட்டு வந்தா நாயி தூக் கிட்டுப் போயிராது? கொஞ்சம் தண்ணீ கொண்டாழா", அம்மா தலையை வரட்வரட்டென்று சொறிந்துகொண்டு சருகபானையில் தண்ணீர் மோந்துசென்று அப்பாவிடம் இருந்த வாளியில் ஊற்றி னாள். பின்பு கட்டுப்படியாகாது என்று பானையைத் தூக்கிக் கொண்டுபோய் வைத்தாள். ஈக்கியால் சுட்டதால் கால்கள் சுருங்கிப் பன்றிக்குட்டியின் உடல் முழுவதும் கரும் மஞ்சளாக இருந்தது. அப்பா செங்கல் கட்டியைக் கொண்டு நன்கு அழுத்தி அந்த உடலைத் தேய்த்தார். கருகியவைகள் உதிர்ந்தன. அம்மா தண்ணீர் ஊற்றினாள். நன்கு தேய்த்துக் கழுவியவுடன் கிண்ணத்தில் ரெடி யாக இருந்த மஞ்சளைக் குழப்பி அதன் மேனியில் தடவியதும் பண் ரொட்டிபோல இருந்தது. அதன் இறுதிக் கொடியை அறுத்து

எடுத்து ஈரலைத் தனியாகப் பிரித்து பேசினில் போட்டுவிட்டு சிறுகுடலை மட்டும் வைத்துக்கொண்டு பெருங்குடலை எதிரிலிருந்த முள்வேலியில் தூக்கி எறிந்தார். அதை எதிர்நோக்கிக் காத்திருந்த கறுப்பு, லாவிக் கவ்வியது. வயிற்றுப்பாகத்தை முடித்துக் குட்டியைக் குப்புறப் போட்டார். அது தவளைபோல் கிடந்தது.

"ஏ, ஒரு சட்டியும் அருவாமனையும் எடுத்துட்டு வாழா." அம்மா வீட்டுக்குள் செல்லவும் தெரு விளக்கணையவும் சரியாக இருந்தது, "எழவு கெட்ட விளக்கு, சே, நேரம் கெட்ட நேரத்துல, ஏழா அந்த லைட்டை எடுத்திட்டு வா" என்றார். உடனே அம்மா அரிசிப் பானைக்குக் கீழிருந்த கைவிளக்கைப் பொருத்தி அம்மி மீது வைத்துவிட்டு முகட்டில் தொங்கிய அரிக்கேன் விளக்கைத் தூக்கிவந்து வெளிச்சம் காட்டினாள்.

அப்பா சிறுகுடலை எடுத்துப் பிரித்தார். அதிலுள்ள குடல் சுத்திகளைத் தனியாக எடுத்துவிட்டுக் குடலின் ஒரு முனையைக் கீழே விட்டு மேல்முனையைப் பிடித்துப் பால் பீய்ச்சுவதுபோல் அழுத்தி இருவிரல்களாலும் உருவ அதனுள்ளேயிருந்த கழிவுகள் இறங்கின. குடல் சப்பட்டையாக ஆனது. "பச்ச குட்டிலே, அதான் எறப்பாடே இல்லை", அதை ஆமோதிப்பவளாக அம்மா தலை யசைத்தார்.

கடி வாங்கிய கறுப்பு முள்ளுக்குள்ளிருந்து உச்சஸ்தாயியில் கத்தியவாறு வாலைச் சுருட்டிக்கொண்டு ஓடியது. "ஏழா, வயித்து பண்டத்த வதக்கிட்டு, மிச்சத்த தொங்க விட்டுறுவோமா" என ஆலோசனை கேட்டார். "எதவாச்சம் செய்யி" எனக் கசந்தாள். கோன் பாக்டரியின் சங்கொலி கொஞ்சம்கொஞ்சமாக வாய் மூடி இரவு ஒன்பது மணி என நினைவூட்டியது. வயிற்றுப்பண்டமான குடல், ஈரல், கழுத்துக் கறி, வயிற்றுக் கறியை எடுத்துக்கொண்டு மேல்பகுதியைக் கழுத்தில் இரும்புக் கம்பியால் கோர்த்து வாசல் பந்தலில் தொங்கவிட்டார். அது தூக்கில் போடப்பட்டதுபோல் தொங்கியது.

அவர் கொடுத்த கறியைப் பொடிசெய்து, சட்டியில் போட்டு அடுப்பில் ஏற்றினாள். அது உள்ளிருந்து குதியாட்டம் போட்டது. அப்பா சுவரில் சார்த்தியிருந்த கம்பிக்கட்டிலைக் கால் விரித்துச் சரிசெய்துவிட்டு அதன்மேல் இரண்டு கோணிசாக்கு, அதற்குமேல் அம்மாவின் பழைய சேலையைப் போட்டுத் தலைமாட்டுக்கு ஒரு

பொட்டணம், கால்மாட்டுக்கு ஒரு பொட்டணம்போட்டு மடியிலிருந்த பீடிக் கட்டையும் தீப்பெட்டியையும் தலைமாட்டில் வைத்துப் பத்திரப்படுத்தினார். ஏறி மல்லாக்கப்படுத்து இரு கைகளையும் தலவாணிக்குமேல் கோர்த்து மேலும் உயரமாக்கிய படிப் படுத்தார். சிறிது நேரத்தில் ஒருக்களித்துப்படுத்தவர், தலைமாட்டிலிருக்கும் பீடிக்கட்டில் ஒன்றை உருவிப் பற்றவைத்து இழுத்துக்கொண்டு மல்லாந்தார். இருமுறை உள்ளே சென்ற புகை அதன் வேகத்தைக் காட்டவும் இருமினார். நெஞ்சைப் பிடிக்கவும் எழுந்து காலைத் தொங்கபோட்டு அமர்ந்துகொண்டு பீடியை முடித்துக்கொண்டு படுப்போம் என்ற தீர்மானத்தோடு சுண்டிச் சுண்டி இழுத்தார். அம்மா அடுப்படியில் பாதித் தூக்கத்தில் கறியை வேக வைத்தாள். நிழல் கண்டு திரும்பினாள், பாலன் முழித்துக் கொண்டு நின்றான். "யாரே நக்க போனே?" என்றாள்.

"ஏய், வாழா வாழா, ஓமவன் வந்திட்டான், வந்து கறியும் சோறும் போடுழா" என்றார். அவன் நெளிந்தபடி முன் வந்தான். "வெட்டிப்புடுவேன், வீட்டுக்குள்ள போனினா. அவளும் நானும் நேத்திருந்து மண்டபத்துல நாயா கெடந்து செத்துட்டு வாறோம், எந்தக் கண்டார ஓழி சாண்டய குடிக்கவோ போயிட்டு சோத்துக்கு வந்திட்ட". "எங்க போனேன், இங்கனத இருந்தேன்" என்று முகத்தைக் கோணலாக்கினான். சத்தம் கேட்டு வெளிவந்த அம்மா, "ஏம்ப்பா, காலம்பெறயிருந்து எங்கிட்டுப் போனே, வந்திட்டே கரெக்டா", "ஆமா எங்குட்டோ போனாங்க", என முனங்கினான். "ஏய், நீ போழா, அவுனுக்கு நைட்டுக்கு கஞ்சி ஊத்தாதே." அதை ஏற்றுக்கொண்டவளாக அம்மா வீட்டுக்குள் சென்றுவிட்டாள். அப்பா மீண்டும் கட்டிலில் படுத்துக்கொண்டார். பாலன் போவது போல் பாவனைசெய்துவிட்டு வீட்டுக்குப் பின் சென்று சுவரோரத்தில் ஒண்டிக்கொண்டான்.

சிறிதுநேரம் கழிந்தவுடன் வெளியே வந்து அம்மா, "வெந்திருச்சான்னு பாரு" என்றாள். அப்பா படக்கென்று எழுந்து கரண்டியில் உள்ள ஒரு துண்டையெடுத்து வாயில் போட்டார். அதன் சூடு பொறுக்கமாட்டாமல் வாய் கோணலானது. ஒரு வழியாக வாய்நீர்பட்டுச் சூடு குறைந்தவுடன் மென்று பார்த்து விட்டு, செத்த கெடத்தணும் என்றார். செல்ல நினைத்தவளை, "எங்கழா, அவனே?" என்றார். "ம்... எங்க போயிருப்பான்" என்றபடி வீட்டுக்குப் பின் சென்று எட்டிப்பார்த்தாள். அவன் சிறு

கல்லால் பெரும் கல்லைக் குறிவைத்து எறிந்துகொண்டிருந்தான். சிறிது நேரத்திற்குமுன் திரும்ப வந்த தெருவிளக்கு வெளிச்சத்தில் அது நன்கு தெரிந்தது. "டேய், ஓங்கப்பன் கூப்பிடுது. ஏலேய், காதுல விழலையா?", "சே" என்ற பொய்ச் சிணுங்கலுடன் எழுந்து வந்தவன் கையிலிருந்த கல்லை ஓங்கி எறிந்து தனது வெறுப்பைக் காட்டினான். அதைப் பார்த்த அம்மா, "அய்யோ, அம்புட்டு கஷ்டம்மா இருந்தா போப்பா பீய்க்கட்டி திங்க வந்திராத" என்றாள். வந்தவன் அப்பா காலடியில் நின்றான்.

"ஏழா, தூக்குவாளியைக் கொண்டாழா" அவள் புரிந்தவளாக எடுத்துவந்து கொடுத்தாள். "டேய், போயி நாலு வாங்கி வா."

"அங்கெல்லாம் நா போமாட்டேன். என்னவும் பழக்கிவிடுறியா."

"ஒன்ன ஒன்னும் பழகவிடலே, வாங்கியாரத்தான் சொல்றேன்."

"போ நா காலையிலிருந்து சாப்படலே, பசிக்குது."

"நானா சுத்தச் சொன்னேன். போயிட்டு வா. கறி வதங்கவும் சாப்பிடலாம், இந்தா" என்று பத்து ரூபாயை நீட்டினார். அதை வெடுக்கென்று பிடுங்கிச் சென்றான்.

6

ஊரணிக் கரையோர ஆலமரத்தடியில் நின்றிருந்தார். ஒரு கிளையிலிருந்து சொட்டுச்சொட்டாக வழிந்து அப்பா தரை யிலிறங்கிக் காது வழியாக ஓடியது. என்னவென்று கையால் தடவிப் பார்த்துவிட்டு மிரட்சியாக மேலே பார்த்தார். தோல் உரிக்கப்பட்ட ஏதோ ஒரு உருவம் ரத்தம் வழியத் தொங்கியது. அதைக் கண்டு பின் நகர்ந்தார். பின்னால் யாரோ தன்னைத் தொடுவதை உணர்ந்து திரும்பினார். மேலே தொங்கியது உருவம், உடனே ஓட நினைக்கையில் கால் எடுக்க முடியவில்லை. கை எழும்பவில்லை. சிறிது நேரத்துக்கெல்லாம் கூத்தும் கும்மாளமு மாக ஏகப்பட்ட உருவங்கள் நெருங்கநெருங்க அப்பா அடிவயிறு கலங்கியவராக ஓங்கிக் கத்த வாய் திறக்க நினைத்தார். சப்தம் வெளிவரவில்லை. நீண்ட நேரப் போராட்டத்துக்குப் பின் கத்தியே விட்டார். அந்தச் சத்தம் இருளில் பரவிக்கரைந்தது.

வலதுபுறம் அம்மாவும், இடதுபுறம் மகனும் நன்கு குறட்டை போட்டுக்கொண்டு இருந்தனர். வானத்தைப் பார்த்தார். வாசலில் நின்ற மஞ்சணத்தியிலிருந்து ஒரு ஆந்தை நீண்ட சப்தத்தோடு கத்தியபடி கிழக்கு நோக்கிப் பறந்தது. வடக்கு வீதியில் நாய் குரைக்கும் சத்தம், கொஞ்சம்கொஞ்சமாக நெருங்கிநெருங்கி, வாசலுக்கு வந்து நின்றது. “யாரு?” என்றார்.

“நாந்தான்”, ”நாந்தான்னா? சரியா தெரியலேப்பா”, என்றபடி ஒரு பீடியைப் பற்றவைத்துத் தீக்குச்சியின் ஒளியில் அவனை அடையாளம் கண்டு, “ஏய், வா வா, காயம்புலே, என்ன இன்னேரத்துலே?” அப்பாவுக்குக் கதக்கென்றது. “யாரப்பா? ஏய், யாரு?” அவன் அழுகையை நிறுத்தவில்லை. “நம்ம பெருசுதான்.” “அட எழவுகட்ட பயலே, ஏழா ஏழா” என்று கத்தவும் அம்மாவும் பிள்ளையும் எழுந்துகொண்டார்கள். அம்மா கத்த ஆரம்பித்து விட்டாள். “அட எழவு கெட்ட மனுச, வாயிலே மண்ணப் போட வைச்சுட்டானே, என்னேரம்பா?”

“நைட் பத்து பதினொரு மணி இருக்கும். ரெண்டு வா சோத்த வச்சிருப்பாரு, விக்கிருச்சு.”

“ஏண்டா வெண்ணே, நைட்டுலே போயிருக்காரு. இந்நேரம் வந்து நிக்கிரே.”

“நா என்ன பண்ண ஒன் அண்ணனும் அண்ணம் பொண் டாட்டியும் புள்ளைக்கு தொக்கம் எடுக்க வெளாச்சேரிக்குப் போயிட்டுச் சாமத்துலே வந்தாங்க. அதுக்கப்புறந்தான் நா ஓடியாறேன்.”

“ஓக்காழி, ஓத்தாழி கௌட்டுப் பயலே, இங்கே கெடடானா பொறந்த ஊருலேத்தான் சாவேன்னு சாதிச்சுட்டானே. நான் அப்பவே நெனச்சேன். கெட்ட, கெட்ட கனவு, சாக்குருவி வேற கத்திட்டுப் போனது சரியாப் போச்சி.” இதைக் கேட்டுக் கொண்டிருந்த பாலன், “என்னம்மா?” என்றபடி தலைசொறிந்தான்.

“ஒன் அப்புச்சி போய்ச்சேந்திருச்சாம்” உடனே பாலன் முழித் தான். “ஏழா, நா முன்னாலே போறேன். நீ துட்டு துக்கானி பாத்துட்டு வந்து சேரு. வண்டிக்குக் காசு குடு” அம்மா பையில் உள்ள சில்லரையை எண்ணியும் எண்ணாமலும் அவசரஅவசரமாகக் கொட்டிக் கொடுத்தாள். அதற்குள் ஜிப்பாவும் வேஷ்டியும் மகன் கொடுக்கவும் ஏற்கனவே கட்டியிருந்த வேஷ்டியைக் கழற்றி விட்டுத் திரும்ப வந்து, “ஏழா, அசால்டா இருந்தீராத, என் அண்ணே அவுத்துர மாட்டான். தம்பியும் அவுத்துர மாட்டான். நான் சொன்னேன்ட்டு ராவுத்தர்ட்ட ஒரு ரெண்டு ரூவா பாத் துட்டுவா” என எச்சரித்துட்டு, “ஏலேய், வாடா போவோம்”, எழவு சொல்லவந்த காயம்புவை அழைத்துக்கொண்டு நடந்தார். ஓடி வந்து, “இய்யே, சைக்கிள் எடுத்திட்டு வரவா?” என்றான் பாலன். “வேணாம், குறுக்காமே போயிரலாம்.” “நீயும் வேணா வாடா” என்றார். அவன் அதை எதிர்பார்த்தவன்தான், அதனால முன்பே சட்டை மாற்றியிருந்தான். அம்மாவுக்கு ஒரு சவுண்டை கொடுத் தார். “ஏழா, இவனையும் கூட்டிட்டுப் போறேன்.”

கோனார் வீடு கடந்து, ஊரணிக் கரையேறிப் பழைய ரயில்வே காலனி வழியாக மதுரை ரோட்டை அடைந்து அங்குள்ள புளிய மரத்தடி ஸ்டாப்பில் நின்றார். மதுரை செல்லும் அனைத்துப் பேருந்துகளும் அந்த இடத்தில் நிற்கும். ஆனால், அதிகாலை வேளை என்பதால் ஒரு பஸ்ஸும் நின்றபாடில்லை. “அவசர

ஆத்திரத்துக்கு ஒரு வண்டி கிடைக்காது. வேலை வெட்டி இல்லாமே நின்னுக்கிட்டு இருந்தா புளுக்கு, புளுக்குன்னு பஸ்சு வரும். அந்த முக்குல போயி ஏறுவோம்", என்று சொல்லிவிட்டு, "ஏலே காயம்பு, நீ போயி இங்க உள்ளவங்ககிட்ட சொல்லிட்டு வெறசா வந்து சேரு" என்றார். அவன் அவரைக் கேள்விக்குறியுடன் பார்த்தான். அவர் புரிந்தவராக மடியிலிருந்து ஒரு அஞ்சு ரூபாயைக் கொடுத்து, "இந்தா இத சருவுக்கு வச்சிக்கோ, பெறமேட்டி கவனிக்கிறேன், இன்னப்பா." "சரின்னே" என்றான் காயம்பு. உடனே பாலனும் அப்பாவும் வடக்காகவும், அவன் தெற்காகவும் பிரிந்தனர். இரண்டு, மூன்று பஸ் சோய்ங், சோய்ங் என்று கடந்து சென்றன. திருச்சி செல்லும் பஸ் நின்றது, ஏறிக்கொண்டனர்.

அதிகாலை என்பதால் அனைவரும் வண்டியின் அசைவுகளோடு இணைந்து அசைந்தபடி தூங்கினார்கள். கடைசி சீட்டில் இரு வருக்கும் இடம் கிடைத்தது. கள்ளிக்குடி, சிவரக்கோட்டை கடந்தது. இடையில் யாரும் ஏறவில்லை. அதனால் வேகமாகவே திருமங்கலத்தை அடைந்தது. பஸ் ரூட்டும் இரயில் தண்டவாளமும் நெருங்கிவரும் குண்டாறு பாலம் வந்தவுடன் பாலன் ஊர் வந்ததை உணர்ந்தான். சுல்தான் ஹோட்டல், பெட்ரோல் பங்க், மீனாட்சி தியேட்டர், மசூதி தெருவைக் கடந்து பயணியர் விடுதிக்கும் ஆனந்தா டாக்கீசுக்கும் மத்தியில் நின்றவுடன் இறங்கிச் சுற்றும் முற்றும் பார்த்தார். "நம்மாளுக யாராவது நிக்கிறாங்களான்னு பாத்தா ஒருத்தரும் இல்லே."

இருவரும் மேற்காக நடந்து வடக்காகத் திரும்பினர். "என்னடா ஒரு சத்தத்தையும் காணோம்? சோக்கன் இருக்கானே, எல்லாமே நான் வந்துதான் செய்யணுமா?" பகடைத் தெருவைத் தாண்டி குறத்தெருவுக்குள் நுழைந்தனர். பாலனின் பெரியப்பா எளவட்டக் கல்லில் தலைகுனிந்து வலது கையைக் கன்னத்திற்கு அண்டக் குடுத்து உட்கார்ந்திருந்தார். அருகில் சென்ற அப்பா "என்னப்பா?" என்றார். உடனே அழுதுவிட்டார். "ஏலேய் புள்ளைக்கு ஒடம்புக்கு முடியாம வேளச்சேரி போயிட்டேன். அங்கபோயி வண்டி கிடைக் காம குதிரை வண்டியிலே வந்துசேர்ந்தோம். பாவி மனுஷன் அநாதையா கெடக்கான்டா" என்று புலம்பினார். மூக்கில் பொடி யுடன் கூடிய சளியும் கண்ணில் கண்ணீரும் வழிந்தன. அதைப் பார்த்த அப்பாவும் தேம்பினார். இதைப் பார்த்த தெருச்சனமும் கூடியது. சின்னம்மா ஓடிவந்து அப்பாவின் காலைப் பிடித்து

அழுதாள். வீட்டினுள் சென்று பார்த்தார். ஒரு துப்பட்டியில் படுத்துறங்குவதைப்போல் பெருசு கிடந்தார். எண்பது வயதைத் தாண்டியவர்தான். ஆனால், அடி என்ற ராசாவும் இல்லாமல் பிடி என்ற மந்திரியும் இல்லாமல் தாட்டியமாக வாழ்ந்து கழித்தவர். ஊர்ச்சனம், சாதிச்சனம், சொந்தபந்தங்களை வாரி அணைத்துக் கொள்வார்.

காவல் நிலையத்தில் வேலை பார்த்ததால் அவரிடம் இரவில் எதிர்ப்பவர்கள் காலையில் பணிந்து விடுவார்கள். அவருக்குப் பதினான்கு வயதில் ஒரு மனைவி, இருபத்தைந்தில் ஒரு மனைவி. பின்பு ஒரு வைப்பாட்டி. மனைவிகளில் மூத்தவள் சிட்டம்மாளுக்கு ஐந்து பெண் பிள்ளைகளும் ஒரே ஒரு ஆண் குழந்தையும் என்பதால் இளையவள் இசக்கியை முடித்தார். அவளுக்கு ரெண்டு ஆண் குழந்தையும் ஒரு பெண் குழந்தையும். அதில் ரெண்டாவது வாரிசு தான் அப்பா. மூத்த அப்பத்தா சிட்டம்மாளை முனி அடித்துவிட்டது. "தொவளைதொவளையா போயி செத்துட்டா, என் மவராசி" என்று வாய் ஓயாமல் சொல்லிச்சொல்லி அப்புச்சி அழுவார். இளைய அப்பத்தா இசக்கியைக் கிழவனே அடித்து உதைத்ததில் நிறைமாத கர்ப்பிணி கருக்கலைந்து செத்துவிட்டாள். அப்பத்தா வைத் தூக்கிப் போட்டுவிட்டு அந்த இரவில் காண்டா விளக்கை அணைக்காமல் அப்புச்சி போதையில் படுத்துக்கிடக்க கால் தவறிப்பட்டு விளக்கு எண்ணெய் சிந்தித் தீப்பிடித்தது. மற்ற பிள்ளைகள் வெளியே படுத்திருக்க, தொட்டிலில் கிடந்த அப்பா கத்த, கெழவன் எழுந்திரிக்கும் முன் கூரையெல்லாம் தீப் பரவி, எழவுக்கு வந்த சனம் ஆளும் பேருமாகச் சேர்ந்து அணைத்துவிட்டு, குடிகாரப்பயல் பொண்டாட்டியையும் சாவ குடுத்திட்டுப் பிள்ளை களையும் கொல்லப் பாத்திட்டானே எனச் சொல்லி ஆளுக்கொரு பிள்ளைகளைத் தூக்கிச் சென்றார்கள். அதன்பின் பொம்பளப் பிள்ளைகளை மட்டும் கண்ணும் கருத்துமாக வளர்த்து, ஆளும் சங்கையுமாக்கிக் கல்யாணத்தை முடித்துக் கொடுத்திருக்கிறார் அப்புச்சி. அப்பாவும் பெரியப்பாவும் ஊர்ஊராக அலைந்து அத்தை வீடு, மாமன் வீடு, பங்காளி, பகுத்தாளி என்று அவரவர் வீடுகளில் முடிந்த வேலைகளைச் செய்து ஆளாகியுள்ளனர். ஆண் பிள்ளைகள் தானே காடுமேடு திரிந்து வரட்டுமே என விட்ட கிழவன், பெண் பிள்ளைகளைக் கண்ணை இமை காப்பதுபோல் காத்துத் தாய்மை மிஞ்சிய பாசத்தை ஊட்டி வளர்த்துள்ளார். கிழவனுக்கு நித்தமும்

கறியும் சோறும்தான். ஆனால், பெரியப் பாவும் அப்பாவும் இலையில் விழும் எச்சில் சோறுக்கு அடி உதையெல்லாம் வாங்கியிருக்கிறார்கள்.

விடலைப்பருவம் அடைந்த நிலையில் பெரியப்பாவும் அப்பாவும் அப்புச்சியிடம் வந்துசேர்ந்து பன்றி மேய்த்துக் கறி போட்டு எருப் பொறுக்கி அதை உரத்துக்கு விற்றுக் கிழவனிடம் கொடுத்தார்கள். அதைக்கொண்டு ஒவ்வொரு பெண்ணையும் கரையேற்றுவது அவர்களைப் பொறுத்தவரை மிகவும் கஷ்டமான காரியமாகத்தானிருந்தது. அவர்கள் கொடுத்த சீதனம் மிகமிகக் குறைவு. ஆனால், அவர்கள் கொடுத்த விருந்து எந்தவொரு சமூகத்திலேயும் நடக்காத விருந்து. தின்பதற்குச் செலவழிக்கும் காசைக் கொண்டு பவுன் போட்டுக் கட்டிக்கொடுத்திருக்கலாம். ஆனால், மிராசுதாரர்கள்தான் அதைச் செய்வார்கள். நாமெல்லாம் அதைச் செய்வது சரியானதும் அல்ல, தகுதியானதும் அல்ல என்பது அவர்கள் நினைப்பது. காவல் நிலையத்தில் பெருசு செல்லப்பிள்ளை. ஏனெனில் எஸ்.பி., டி.எஸ்.பி. என்று மேலிருந்து கீழ்வரை அனைவருக்கும் விசுவாசமான வேலையாள். ஆகையால் அவரைக் காவல் துறையில் நல்ல முறையில் வைத்துக்கொள் வார்கள். சாராய வியாபாரியிடம் மாமூல் வசூல் செய்து கொடுப்பதும் கிழவன்தான். வியாபாரியிடமிருந்தும் ஒரு கமிஷன் கிடைக்கும்.

கிழவன் அவர் வாழ்வில் சைவம் சாப்பிட்டதே கிடையாது எனச் சொல்லலாம். அப்படிச் சாப்பிட்டால் அவர் உடம்புக்கு ஒத்துப்போகாமல் தொந்தரவு செய்துவிடும். தினமும் கறிதான். கவுச்சை இல்லாத நாள் என்றால் அவர் படுக்கையில் படுத்த நாள்தான். அவர் இதுவரை படுத்ததும் கிடையாதாம். அணிலைப் பிடித்து அதை உரித்து உப்புத் தடவிச் சுட்டு தண்ணீர் அடிப்பது அல்லது அணிலைத் துண்டுகளாக்கிப் பருப்பு, கத்தரிக்காய் போட்டு அணில் சாம்பார் வைத்துச் சாப்பிடுவது. பூனை, வெள்ளை எலி, வெருகு, கீரிப்பிள்ளை, கொக்கு, புறா, நீர்வாழ்வன, நிலவாழ்வன என உப்பில்லாத இறைச்சி எவையெல்லாம் உண்டோ அவையனைத்தும், இவர் சாப்பிடாதது என்று எதுவுமே கிடையாது. "அதனாலதான்டா, அப்புச்சி, தாட்டியமா இருக்கேன்" என்று அவர் மீசையை வருடுவது கம்பீரமாக இருக்கும்.

கோடாங்கி அடித்து நிறை செம்பில் சூடம் பொருத்தி அதில் துப்புத் துலக்கி, “ஓம் பொருள் இன்ன இடத்திலே இருக்கு” என்று சொல்வதும் காத்து கறுப்பு பிடித்திருந்தால் யாரை எந்த இடத்தில் பிடித்தத்தென்று கண்டுபிடித்து அந்தக் காத்து கறுப்புக்குத் தேவை யானதைச் செய்து மனம் கோணாமல் அனுப்பி வைப்பது. அடங்காத பேய்களைப் பச்சை மண் குடத்தில் அடைத்து அனுப்பு வதும் கிழவனுக்குக் கைதேர்ந்த கலை. நம்பி வருகிறவர்களின் நம்பிக்கை வீண்போனது கிடையாது. எந்தக் கோயிலுக்கும் போனது கிடையாது. எந்தச் சாமியையும் கும்பிட்டதும் கிடையாது. ஆனால், எல்லாக் காரியமும் செய்வார். கேட்டால், “நானே சாமி, நானே பேய், நானே மனுஷன்” என்பார்.

சடங்குகள் நிவர்த்தி செய்து அப்புச்சியை மரச்சேரில் உட்கார வைத்தனர். மிக நேர்த்தியாக சேவ் செய்து அரிவாள் மீசையை முறுக்கிவிட்டுத் தும்பைப் பூ வேஷ்டி, ஜிப்பா, விசிறித் தலைப் பாகை, காதில் கடுக்கன், மூன்று விரல்களில் மோதிரம் என அணி வித்து அமரவைத்திருந்தனர். கையில் ஒரு செங்கோல் இருந்தால் மகாராஜாதான்.

அப்பா நாடியைப் பிடித்து, “அய்யா” என கண்களை இடுக்கி கண்ணீரைப் பிழிந்தார். அத்தை அப்பாவைப் பிடித்து அழுதாள். அவளை வருடிக்கொடுத்துவிட்டு வெளியே வந்தார். பெரியப் பாவைப் பார்த்து, “என்னப்பா? என்ன செஞ்சிருக்கே?”

“எல்லாருக்கும் சொல்லச் சொல்லி இருக்கு. அசலூருகளுக்குத் தந்தி அனுப்பியிருக்கு, இந்தா” என்று நீண்ட காகிதத்தை நீட்டி “எழநூறாச்சிப்பா” எனக் கணக்கைக்காட்டிப் பங்காளி ஆனார். அந்தக் காகிதத்தை வாங்கி பாலனிடம் கொடுத்துவிட்டு, “தப்புக்கு சொல்லிட்டியா?”

“இப்பத்தான் பாத்துட்டு வாரேன், வெள்ளனையே வெளிய போயிட்டானாம், வா கடப்பக்கம் போயி பாப்போம்.”

“ஏம்பா? என் மவென், மூத்தவனே எங்க காணம்?”

“அவன மதுரை அனுப்பியிருக்கேன்.”

“ஒனக்கு வேற ஆள் கிடைக்கலியா?”

“இப்ப இருந்தான்னா கைவேலைய மாத்துவான்லே. வந்திரு வாண்டா.”

“செரி காசு ஏதும் வச்சிருக்கியா?”

"இனிமேதான் தம்பி பாக்கணும்."

"என்னப்பா, உள்ளூர்க்காரன் இப்படி அசால்டா இருந்தீன்னா, எப்படி?"

"பொறுப்பா, ஒரு நானென்ன பொட்டிலயா வச்சிருக்கேன் பசக்குன்னு எடுக்க. நம்ம செல்லத்தம்பிக்கு உனக்கு முன்னாடி சொல்லச் சொல்லி ஆள் அனுப்பியாச்சு. சொன்னவன் வந்துட்டான், அவனக் காணோம்."

"அவன் என்னைக்கு நல்லது கெட்டதுக்கு முன்னாடி வந்தான். குட்ட ராமனுக்கு நாம மட்டும்தான் பொறந்துருக்கோம்."

"ஒக்காளி, பொட்டக் கண்டாரவோழிக, எவளாச்சும் இன்னும் வந்திருக்காளுகளா, கரக்டா பங்கு பிரிக்க மட்டும் வருவாளுக."

"ஏய் விடப்பா, நமக்கு நம்ம அப்பன் தேடி வச்சானோ வக்கிலயோ, நாமால என்ன செய்ய முடியுமோ செஞ்சுமுடிப்போம்."

"ஒக்காளி, எந்த மசுரயும் எதிர்பார்க்க வேண்டாம்."

"திருமங்கல மந்தையில எந்தக் கொறப் பயலையும் நம்ம தூக்குனது மாதிரி எவனும் தூக்கக் கூடாது, பாப்போம்."

கடைவாசலுக்குப் புறப்பட்டனர். அப்போது அப்பாவின் மூத்த அக்கா, மருமகன்கள் இருவர், இறந்துபோன தந்தையின் கணவர், பிள்ளைகள், பேரன்கள், பேத்திகள் என ஒரு பதினைந்துபேர் எதிரே வந்து அப்பாவையும் பெரியப்பாவையும் பிடித்து அழுதனர். "சரி சரி போங்க" என்று விலக்கிவிட்டு நடந்தார் பெரியப்பா. அப்பாவைப் பின்தொடர்ந்து ஒரு சாயாக் கடையில் போய் நின்றனர். அப்போது எதிர்பார்த்த ஆளுக்குப் பதிலாக வேறொரு ஆள் வந்தது. "ஏய் மதுரை வீரா, ஓன்ட்டெ ஆள் இருக்காப்பா?" "ம்... இருக்கண்ண, நீ ஆருகிட்டயும் பேசியிருப்பன்னு நெனச்சேன்" "ஆமாப்பா, காயாம்பு மைச்சுனன காலம்பெரவே போய்ப் பாத்தேன்." "அவென் வெளிய போயிட்டானே, அவென் ஆலம் பட்டிக்குப் போயிட்டான். நீ வந்துட்டுப் போனத விசாரிச்சுட்டுதான் நான் வந்தேன்." "செரி, நல்லதாப் போச்சு, போய்க் கொண்டுவா." "இன்னே உன் அப்பன் என் மாதிரி, குடிச்சிட்டு கலாட்டா பண்ணி கச்சேரி காளவாசல்னு போயிட்டா மனுஷன் ஒத்த அடி தெறத்துல விழாம வெளியேத்திவிடுவார். அப்பேற்பட்ட மனுஷனுக்கு யாவாரமா பேசினா குடிக்க கஞ்சியும் உடுத்த உருப்படியும் கெடக்காது. குடுக்கறத குடு. செத்த நேரத்துல வாரேன்" என்று

சென்றார் மேளக்காரர். “ஏய் என்னப்பா, சாயா குடிக்காம போறான்” என்றார் அப்பா. “அவென் போஸ்க்கா தண்ணீ அடிச்சிருப்பான்.” அப்போது அக்காவின் கணவர் வந்து, “ஏய் மாமன் மச்சுனன்களா வாங்கப்பா, எழவு கேட்டுர்ரேன்”, என்று இருவரின் கையைப் பிடித்துக்கொண்டு கேட்டார்.

“இல்லப்பா, என் தம்பியும் வந்திடட்டும், அதுவும் நீ மட்டுமா இன்னும் வரவேண்டிய மாமே மச்சுனன் எல்லாம் வரட்டும். அதுக்குள்ளேயும் அவசரப்படுரே”, என்றார் அப்பா. “நா செய்ரதே மொதலே செஞ்சுர்ரேன். அப்புறம் யாருட்டயும், எப்ப வேணாலும் வாங்கிக்கோ.”

“ஏலே இடுப்பொடுஞ்சான், உன் காசு பகுமானத்தே காட்டுறியா, போடா கால்லே வெண்ணியே ஊத்திக்கிட்டு இருக்கே.”

“அப்பா டேய் ரெண்டு பயல்களும் பூலாயி பகட்டா பகட்டுறிங்கே, வாங்கடா நான் செய்யுரதே செஞ்சுட்டேனா நீங்க உங்க வேலையே பாப்பீங்க.”

“செரிப்பா, செரிப்பா.”

“ஏய் வாடா போவோம்” எனப் புறப்படுகையில் சின்ன மச்சுனன் நடு மச்சுனன் இருவரும் சித்தப்பாவும் வந்துவிட்டனர். “டேய், இந்தா வந்திட்டாங்கட, வாங்கப்பா சேர்ந்தே செய்யுறோம்” என்றார் மாமா. புறப்பட்டனர். "ஏலே உருப்பா, எப்படா வந்தே” என்றார் அப்பா. “இப்பத்தான்டா வாரேன்”, எனச் சொல்லி கையைப் பிடித்தார். ஒரு ரெடிமேட் அழுகையும் அழுதார்.

சித்தப்பாவைப் பார்த்துப் பெரியப்பா, “என்னப்பா இம்புட்டு நேரமா.” “ம்... துட்டு துக்கானியே பாத்து வர வேண்டாமா, கொண்டாடா, எம்புட்டு அவுக்கப்போறே, குடுப்பா?”

“நீ எம்புட்டு அவுக்குறியோ அம்புட்டு நானும் அவுப்பேன்.”

“டேய், டேய் அண்ணன் தம்பி மாதிரியா பேசுறீங்க, மச்சுனன் பேசுறது மாதிரியில் பேசுறிங்க, விடுங்கடா” என்று தன்னாசி மாமா விலக்கி வைத்தார். “ஒத்துமையா சேர்ந்து நின்னு அப்பனே கல வரம் கச்சரா பண்ணாமே தூக்கிப் போடுங்க” என்று நடுமாமா சொன்னார். மூத்த மாமா, “செரி வாங்க, எங்க கடை இருக்கு.”

“ஏலேய், பகட்டாதடா, திருமங்கலத்துக்கு இன்னைக்குத்தான் வாரேயாக்கும், காட்டு மாரியம்மன் கோயில் பக்கம் போவோம்.”

மாரியம்மன் கோயில் தெருவைத் தாண்டி கருவேலம் புதருக்குள் வியாபாரம் நடந்தேறிக்கொண்டிருந்தது. மூத்த மைத்துனர் இரண்டு குப்பிகளை வாங்கி வந்தார். அப்பா, பெரியப்பா, சித்தப்பா ஒரு பகுதியிலும், மூத்தவர், மைத்துனர், நடுவர், இளையவர் எதிர்ப் பகுதியிலும் அமர்ந்தனர். நடு மைத்துனர் துண்டில் இரண்டு, மூன்று பிளாஸ்டிக் டம்ளர் மற்றும் கார சேவு, இன்னும் என்ன என்னமோ கட்டிக்கொண்டுவந்து அவிழ்த்தார். மூன்று கப்பிலும் ஊற்றி நிரப்பினார் மூத்தவர். மூத்தவர் ஒரு கிளாசை கையில் எடுத்துக்கொண்டு, எழுந்து நின்று, வலது கையை நீட்டி, இடது கையால் வலது கையைப் பிடித்துக்கொண்டு, “அய்யா, மாமன், மச்சுனன்களா, அப்பனச் சாகக் கொடுத்துட்டு நிக்கிற ஒங்களுக்கு எங்களான முடிஞ்ச மரியாதை கொடுக்கறோம். ஏதோ ஆம்பள மக்களையும் பொம்பள மக்களையும் பெத்தெடுத்து, பொம்பளப் புள்ளைகளை எந்த ஒரு சொல்லும் இல்லாமே வளத்து, எங்ககிட்ட புடுச்சுக் குடுத்தாரு. நாங்களும், அந்த நாளிலே இருந்து, இந்த நாளு வரையிலும், வச்சுக் காப்பாத்தி ஆளும் சங்கையுமா ஆகிட் டோம். இனியும் நமக்குள்ளே தொடருமுன்னுட்டு, இந்த தண் ணியே ஒங்களுக்குக் கொடுக்குறோம். சந்தோஷமா ஏத்துக்குங்க.” அதை பெரியப்பா வாங்கி, “அய்யா சந்தோஷமா ஏத்துக்குறோம்” என்று குடித்துவிட்டு இரண்டு குப்பியையும் காலி செய்துவிட்டு வீடு நோக்கி நடந்தார்கள்.

கொட்டு மேளத்தின் ஒலி இராஜாஜி தெரு சுவர்களையும் கூரைகளையும் பொத்தல்போட்டுக்கொண்டு இருந்தது. பட்டை சரக்கு அந்தத் தெருவையே குளிப்பாட்டியது. அதில் புரண்ட காற்று கரையோர வேப்ப மரங்களை ஆட வைத்தது. ஆங்காங்கே ஆண்களும் பெண்களும் குழுமி இருந்தனர். தெருவின் இரு மருங்கிலும் உள்ள நபர்கள் எந்த அளவுக்குக் கத்தி உரையாட முடியுமோ உரையாடினார்கள். வெறுமனே அமர்ந்திருந்த அப்புச் சிக்கு முகம் தெரியாத அளவுக்கு மாலைகள் குவிந்துவிட்டன. பெண்கள் தனக்குத் தெரிந்தவைகளை எல்லாம் சொல்லி அழுதனர். ஒப்பாரியில் என்னை மிஞ்ச முடியுமா என்று சில கிழவிகள் போட்டிபோட்டனர். சீட்டு, ஆடுபுலி ஆட்டம், தாயம், குண்டு என ஒருபுறம் நடந்தேறிக்கொண்டிருந்தன.

மேளக்காரனின் அடிக்கு இரண்டு நபர்கள் ஈடு கொடுத்து ஆடிக்கொண்டிருந்தனர். மேளக்காரர் உடல் குலுங்க, தலையை

ஆட்டிஆட்டி அடித்தார். ஆடியவர்களுக்கு வேஷ்டி அண்டிராயர்க்கு மேல்தான் இருந்தது. தலையில் கிரீடம் வைத்ததுபோல் உருமாக் கட்டு. ஒப்பாரி முடிந்து வெளியில் வந்த ஒரு நடுத்தரப் பெண், வாய்க்காலில் மூக்கைச் சீந்திவிட்டுக் கால் அகற்றி நின்றாள். உறியிலிருந்து நெய் வடிவதுபோல் இறங்கிக்கொண்டு இருந்தது.

எழவுக் கட்டு முடிந்து அப்பா, பெரியப்பா, மைத்துனர்கள் பின்வர வீட்டை அடைந்தனர். இவர்களுக்காகக் காத்திருந்த இன்னொரு தூரத்து மைத்துனன் ஓடிவந்து கையைப் பிடித்துக் கட்டியணைத்து அழுதார். "என்ன மச்சான், ரெண்டு மச்சுனன்களும் எங்க போயி மேஞ்சிட்டு வாறீங்க, நாங்க காத்துக் கிடக்கிறது தெரியாதா?"

"டே நாயே, நீ வருவேனு தெரிஞ்சி தான்டா என் செருப்பே விட்டுட்டுப் போனேன்."

"அப்பே அதுக்கு எழவு கட்டவா?"

"கட்டு."

"செரி வாங்க போவோம்."

"வேண்டாம் மாப்புள்ளே, செத்த பொறு, எங்க வேலையே முடிச்சுக்கிறோம்."

"மச்சான், பொறுக்க சொன்னா பொறுத்துக்கிறோம். அப்புறம், ஒங்க தங்கச்சியே நிப்பாட்டிக்கிடுவிங்க."

அம்மா வீட்டினுள்ளிருந்து மூக்கையும் வழிந்திருந்த கண்ணீரையும் துடைத்தபடி வந்து நின்றாள்.

"என்ன பெறட்டுனியா... ம்."

மடியிலிருந்த முந்தானையை அவிழ்த்து, "இந்தா", என்றாள்.

"எம்முட்டு... ம்."

"இருபது நூறு இருக்கு. வந்தவன் போனவனுக்கெல்லாம் போட்டு எறிஞ்சிறாத. பத்து பைசா வட்டி, காலம்பெற இருந்து காத்துக்கிடந்து வாங்கிருக்கு. உன் தொம்பி, எதுவும் கொண்டாந்துச்சா."

"அவனா கொண்டுவந்திருப்பான்?"

"அப்புறம் இங்க மட்டும் என்ன? ஒக்கபட்டா கெடக்கு, ரெண்டுபேரும் அவித்தா நீயும் போடு, இல்லைனா செவனேன்னு கெட."

“செவனேன்னு கெடந்தா வந்தவனெல்லாம் பொச்சுலே காரித் துப்பிட்டு போயிருவான், ஒன் இதே பொத்துக்கிட்டு போழா.”

“அதானே கெழவழிகளப் பாத்திட்டா நிக்க மாட்டியே.”

“ஏய் என்னழா செத்தவன் என் அப்பேன். ஓ அப்பேன்லே, பேசாமே போயா ஒரு ஆயிரம் மட்டும் மொதலே குடு, மீதியே அப்புறம் வாங்கிக்கிறேன்” என்றார்.

அம்மாவுக்கு மகிழ்ச்சி ஒரு வழியாக ஜெயித்துவிட்டோமே என்று நாவில் எச்சில் தொட்டு ஒவ்வொரு நோட்டாக உருவி உருவிக் கொடுத்தாள். வாங்கி சைடு பையில் வைத்துக்கொண்டு, “ஒன் மவேன் மூத்தவனே எங்கே” என்றார்.

“அவென் அன்னக்கொடி வீட்டுக்கிட்ட நின்னான், சின்ன வனும்தான்”

“பசி கிசி அமத்துனியா.”

“ஆமா பசி அமத்துவாங்கே.”

“ஏய், என் அப்பேன் சிங்கமளா, யாரும் கவலைபடக் கூடாது. எல்லாப் புள்ளக்குட்டியும் பசியாறிட்டு அவனே தூக்கணும். செரி வா”

வெகுநேரமாகியும் காணவில்லையே என்று வீட்டுப் பின்புறம் வந்த சின்ன மகள், அப்பா அம்மா செல்வதைப் பார்த்துப் பின்னால் தொடர அதைப் பார்த்து அவள் பிள்ளைகள் முன்வர, மூன்றாவது வீட்டிலிருந்த பெரிய மகள் மச்சான் பிள்ளைகள் வர அனைவரும் நடந்தனர். அன்னக்கொடி வாசலில் அண்ணன் புகைவிட்டுக் கொண்டிருந்தான். அப்பா வருவதைப் பார்த்தவுடன் சிகரெட்டை மடக்கிக்கொண்டு புகையைப் பின்பக்கம் ஊதிவிட்டு எழுந்தான். அவனை அம்மா அழைத்தாள். “பெரியவனே” அவன் எழுந்து நடக்க குண்டு விளையாடுவதை வேடிக்கை பார்த்துக்கொண் டிருந்த சின்னவனும் தொடர நடந்தனர். பாண்டி ஹோட்டலுக்குப் போய் அப்பா திரும்பிப் பார்த்தார்.

“என்னழா மொடலோட வந்தாச்சி.”

“அதான் நா பேசாம இருந்தேன். கூப்பிட்டதும், எல்லாம் வந்தாச்சி.”

அப்பாவுக்கு சின்ன மகள் மீதுதான் பாசம்.

“என்னமா எப்ப வந்தே?”

"அப்பதயே வந்திட்டேன்."

"சாப்புட்டுட்டியா?"

"இல்லே."

"போ சாப்புடு" என்று தலையை வருடினார்.

"வேண்டாயா, சாயா மட்டும் குடுச்சிக்கிறேன்?"

"நீம்மா பெரியவளே."

"எனக்கும் சாயா போதும்."

"அப்போ நீங்க போங்கய்யா."

"இல்லே மாமா பெறவு பாத்துக்கிருவோம்."

"ஏ... போ ஆயா, பெறவுகிறவு போங்கம்மா, போய் ஆளுக்கு நாலு இட்லியே சாப்புடுங்க. போங்க" என்றதும் அனைவரும் அம்மா, அப்பா தவிர நுழைந்தனர். அப்பா, அம்மாவிடம் "விருந்துக்கு வந்தது மாதிரி இல்லாம பொம்பள வேலைகளே பாருழா" என்றார். இந்நேரத்தில் நடு மைத்துனர் வந்து, "என்னடா பச்சே கொண்டு வரப் போறோம். வாடா" என்றார்.

"இரப்பா, புள்ளைகளுக்கு பசியமத்திட்டுப் போவோம்."

"புள்ளைகளுக்குத் திங்கத் தெரியாது பாவம், டேய் உருப்பா, எத்துனேன்னா உறுப்பு தெரிச்சிப்போகும்."

"பாரும்மா தங்கச்சி, டேய் அந்தப் புள்ளே இருக்கு இல்லே, நல்லா கேட்பேன்."

எதிரே பெரியப்பா வந்து, "டேய் கசப்பு கஞ்சிக்கு ஏத்தனம் எடுத்துவந்தாச்சி, என்ன செய்ய?"

"ஏம்பா வாங்க வேண்டியதே வாங்கிக் குடு, அது ஒரு பக்கம் நடக்கட்டும்."

"காய் கீய் வாங்கிக் கொடுக்கட்டா?"

"ஏலேய் சோக்கா பெரிய கூசுவத்தியானா காய் வாங்கி குடுக்கறா, ஏலேய் உருப்பா பொத்துடா."

"ஏன்னே, ஒன்ட்டே ஏதும் குட்டி கெடக்கா?"

"கெடக்கு. ஆனா, மட்டமாத்தான் இருக்கு, பத்து பன்னண்டு தான் தேறும், அதுவும் எட்டேரி போனும்."

“செரி வா, அன்னக்கொடிட்டே கெடக்கானு கேப்போம்.” அன்னக்கொடி ஏதுவாக குட்டிகளுக்கு இரை போட்டுக்கொண் டிருந்தார். இவர்களைப் பார்த்ததும் அன்னக்கொடி, “வாங்க”, எனச் சொன்னார். பத்தளையை தூக்கிவிட்ட பொட்டையை கம்பால் ஒரு போடுபோட்டார். குட்டியும் பொட்டையுமா ஒரு அஞ்சாறு தேறும். “ஏன் அன்னக்கொடி, சலவான் கெடைக்குமா” கேட்டார் அப்பா.

“அந்தா, கால் வெங்கா குட்டி, அதோ பாருங்க”, பார்வையில் அளந்துவிட்டுப் பெரியப்பாவைப் பார்த்தார்.

“ஒரு, இருபது விழுமாயா?”

“நீங்க வேற, இருபத்தஞ்சு கறியா கெடைக்கும்.”

“செரி, வெலய சொல்லு. சொல்லு பங்காளி.”

“ஐநூறு கொடுங்க.”

“கூட ஏறநூறு வாங்கிக்கப்பா.”

“ஏய் பங்காளி ரெண்டுக்கும் பொதுவா நானூறு போட்டுக்கே.”

“அய்யோ, ரெம்ப குறச்சலு.”

“ஏய், விடு பங்காளி, என்ன கல்யாணத்துக்கா” என்றதும் அவர், “சரி குடுங்க” என்றார். அப்பா பணத்தைக் கொடுத்தார். பத்தலில் தண்ணீர் குடித்த மற்றவைகளை ஒதுக்கிவிட்டு, சலவானுக்கு மட்டும் கஞ்சியாக ஊற்றவும், மெய்மறந்து லப், லப் என்று குடித்தது. பின்னால் சென்றார் அன்னக்கொடி. உடனே சலவான் திரும்பிக்கொண்டது. உடனே, “ராணி” என்று மனைவியை அழைத்தார். “என்னங்கே” என்று, தலையை அள்ளி முடிந்து நாட்டுக் கொசுவம் வச்சு சேலை கட்டிய பெண் வெளியே வந்தாள்.

“அந்த சலவானுக்குத் தண்ணியே ஊத்து” என்றார்.

“எவ்வளவு?”

“நானூறும்மா.”

“என்னங்க இம்புட்டுக் கொறைச்சிட்டீங்க.”

“ஏமா, நல்ல வெலதாம்மா, தண்ணிய ஊத்தும்மா.”

“நல்ல வெல” என முனங்கினாள்.

“ஏமா தங்கச்சி கூட வேணா, அண்ணன்ட்ட வாங்கிக்கோமா.”

“அண்ணன்ட்ட வாங்கலாம். அது வேறே.”

“எல்லாம் சரிதாம்மா” என்றபடி சுற்றும்முற்றும் பார்த்துக் கொண்டு கை வைத்துவிட்டார். அது வீல்வீல் எனக் கத்தவும் மற்றவைகள் சிங்கம்போல் பிடரி மயிர்களைச் சிலிர்த்தபடி பாய அனைவரும் அதை விரட்ட அண்ணன் ஓடி வந்து அமுக்க, பெரியப்பா வாசல் பந்தலிலிருந்த கொச்சத்தை அவிழ்த்துப் போட, அப்பா நாலு கால்களையும் ஒன்றிணைத்துக் கட்டினார். அது முடிந்த அளவு கத்திப் பார்த்துவிட்டு புஸ், புஸ் என்று காற்று ஊதியதில் பள்ளம் பறித்துவிட்டது. கட்டியவுடன் மேனியை ஒரு தட்டு தட்டினார் அப்பா. அன்னக்கொடி, சாஸ்திரத்துக்காகப் பிடரி மயிரைப் பிடுங்கிக் கூரையில் சொருகினார். ஒரு உருப்படி விற்பனை ஆகும் போது இப்படி செய்வது வழக்கம். அதன் உறுப்பு ஏதேனும் வீட்டிலிருந்தால் தொன்றுதொட்டு இருந்துவரும் அதன் பரம்பரை வளரும், இல்லையெனில் அழிந்துவிடும் என்ற நம்பிக்கையில் பிடரி மயிரையாவது வால் முடியையாவது பிடுங்கி வைத்துக்கொள்வது வழக்கம். அண்ணன் தோளில் தூக்கி வைக்கவும் அவன் குட்டியைத் தூக்கிக்கொண்டு லொக்லொக் என்று ஓடினான். சின்னவனும் பின்னோடினான்.

“செரி, அடுத்தென்னப்பா” என்றார் அப்பா.

“வெறகு வாங்கனும்பா.”

“ஏய் அதுக்கும் நாமதானா? யாராவது அனுப்பி வைய்யப்பா.”

“ஏலேய் வாங்கடா பச்சைய வாங்குடா”, அனத்தினார் மாமா.

எரிச்சலான பெரியப்பா, “இவென் என்னடா... எங்க ஜோலிய முடிச்சுட்டுதான் வருவோம்.”

“எங்க முடிச்சுட்டா மசுருகள தேட மாட்டோம்”, என இறங்கினார் மாமா.

“ஒரு மசுரையும் தேட வேண்டாம். நாங்க எப்ப வாரோமோ அதுவர காத்திருந்து செஞ்சா செய்யீ இல்லைனா போடா. கொதிக்கிறே.”

“செரிப்பா.”

7

அரசாங்கக் கடைகளுக்குச் சென்று வந்த எழவு வீட்டுக் கார உறவினர்களை அலையவிடாமல் உள்ளூர் வியாபாரிகள் சரக்குக்கடையை வீட்டுக்குப் பின்னால் போட்டிருந்தார்கள். வெளியே சென்று குடித்து வருவதற்குள் சுதி இறங்கிய நபர்கள் கடை பக்கத்திலேயே இருந்ததைக் கண்டு மகிழ்ந்துபோனார்கள்.

மேளம் வாசித்தவர்களைப் பார்த்துத் தன்னாசி மாமா கண் சிமிட்டவும், மறுப்பேதும் சொல்லாமல் பின் வர ஆளுக்கு இரண்டு கிளாஸ் வாங்கிக்கொடுத்தார். எழவு வீட்டில் ஒப்பாரிச் சத்தம் மட்டும் கேட்டுக்கொண்டிருந்தது. அழுதுஅழுது அலுத்துப் போன பெண்கள் தன் கணவர்களைப் பார்க்கவும், கணவர் தனியாக அழைத்துச்சென்று ஒரு கிளாஸ் வாங்கி கொடுக்கவும் கண் மலர்ந்து மீண்டும் ஒப்பாரி பாடினார்கள். தன்னாசியின் குடும்பப் பெண்கள் தலையில் புது சேலை, வேஷ்டி, பழம், பூ, தேங்காய், மாலை தட்டுகளில் வைத்து அணிவகுத்து நிற்க, மேளக்காரர்கள் முன் சென்று கொட்ட ஆரம்பிக்கவும், அவர்கள் ஊர்வலம் புறப்பட்டது. கால்மணிநேர ஊர்வலத்துக்குப்பின் பச்சை கொண்டுவருபவர் யார் என்று அனைவரும் தெரிந்துகொள்ள, கூட்ட மத்தியில் கொட்டுக் காரரிடம் சொல்ல, கொட்டுக்காரர் அதைத் திரும்பச் சொல்ல ஆரம்பித்தார்.

"மேலப்பட்டி, சின்னான் பேரன் டும், டும், சுப்பையா மகன் டும், டும் தன்னாசியாகிய நானும் என் மக்களும் சேர்ந்து கவனம் கோட்டை கட்டுராம்பட்டி ஆண்டு கொண்டான் பேரனும் குட்ட ராமன் மகன்களுக்கு மூத்த மாமன் மச்சுனான நாங்க, இந்தப் பச்சையை செய்யுரோம். அய்யா பங்காளி, பகுத்தாளிகளா, அசலூர் மாமன் மச்சுனன்களா குத்தங்கொறை இருந்தா, மன்னிச்சி என் பச்சையை ஏத்துக்கங்க" என்று தன்னாசி மாமா சார்பில் கொட்டுக் காரர் சொல்லி முடித்தார். உடனே அப்புச்சியின் காலடியில் பெண்கள் தட்டுகளை இறக்கி வைக்க, அதை அம்மாமார்கள் எடுத்துக்கொள்ளவும் அப்பாவின் மைத்துனர்கள் அப்பாக்களைக்

கட்டித் தழுவினர். இதன்பின் வரிசைப்படி ஒவ்வொரு மாமனாகப் பச்சை வைத்தனர்.

இதில் ஏதாவது முறைதவறி சின்னவன், பெரியவன் பாராமல் வரிசைமாறி நடந்துவிட்டால் இழவு வீட்டில் மேலும் ஒரு ஏழவு விழும். பச்சை தட்டுகள் வீட்டுக்குள் குவிந்துவிட்டன. அதில் வந்த புதிய துணிமணிகளை சித்தப்பாவின் மனைவி ஒதுக்க இதை கவனித்துக்கொண்டிருந்த பெரியப்பாவின் மனைவி அவளை வசைமாரிப் பொழிய வீட்டுக்குள் சின்ன சச்சரவுகள் ஏற்பட அதைக் கேட்டு அப்பா, "என்னழா சத்தம்?" என்று சத்தம் கொடுக்கவும் சற்று அமைதியானது. பச்சை மாறிமாறிக் கொண்டு வந்து வைக்க மேளக்காரர்கள் திரும்பத் திரும்ப வந்துசென்ற படியால் ஒவ்வொரு மேளக்காரருக்கும் மடி பெருக்க ஆரம்பித்தது. ஒவ்வொரு பச்சைக்கும் குறைந்தது ஐம்பது நூறு என்று கிடைக்கும். எப்படியும் பத்து பதினைந்து பச்சை கொண்டுவந்திருப்பார்கள். ஒவ்வொரு நபருக்கும் முன்னூறு நானூறு கிடைத்திருக்க வேண்டும். மேளக்காரர்களுக்குக் கூலியைவிட இதில்தான் இலாபம், சம்பளம் நூறு நூற்றம்பதுதான். இதுபோக, ஆட்டத்திற்கு ஏற்ற அடி அடித்தால் அதுக்குச் சன்மானம், பின்பு வயிறுமுட்ட சாராயம்.

இறந்த நபரைத் தூக்குவதற்குமுன் பிறந்த இடத்துக் கோடி, புகுந்த இடத்துக் கோடி என்று போடவேண்டும். பிறந்த இடத்துக் கோடி அப்புச்சி வழி அக்கா தங்கை அல்லது கணவன்மார்கள் போட வேண்டும். இதே போல் புகுந்த இடத்துக் கோடி பெண் கட்டிய வழியில் போடவேண்டும். கூட்டத்தில் இருந்த ஒருவர் அழைத்தார். "அய்யா, அங்காளி பங்காளி, மாமன், மச்சுனன்களா பொறந்த இடத்துக் கோடி, புகுந்த இடத்துக் கோடி போடுறவங்க போடுங்க பொழுதாகப்போகுது, தூக்கப்போறோம்" எனச் சொல்லி முடித்தார். அதன்படி மாயவரத்திலிருந்து வந்திருக்கிற பாப்பாத்திக் கிழவி ஒருத்தி மட்டும்தான் அப்புச்சிக்குத் தங்கச்சியாக இருந்தாள். தங்கைமுறைக்கு எத்தனை பேர் இருந்தாலும் சம்பந்தப்பட்ட வர்கள்தான் கோடி போட வேண்டும். இதிலும் மாற்றிச் செய்தால் கொலைப்பழிதான்.

வாங்கிக்கொடுத்த பூக்களையும் வந்தவர்கள் கொண்டுவந்த மாலைகளையும் வண்ண வண்ணச் சேலைகளையும், பச்சை தப்பைகளால் பின்னிய தேரில் சுற்றிக்கட்டி, ஒரு ரதம்போல் தயார் செய்து காத்திருக்க, உள்ளிருந்த அப்புச்சியை அலக்காகத் தூக்கி

வந்து மேக்கப் கலைத்து அப்புச்சியின் மைத்துனன் முறையுள்ள வர்கள் ஒரு வேஷ்டியால் சுற்றி மறைத்துக்கொண்டு குளிப்பாட்டி மீண்டும் காணிக்காரரை வைத்து மேக்கப் போட்டு முற்றத்தில் பழைய நிலைப்படி அமரவைத்தனர்.

உடனே அப்புச்சியின் தங்கை தான் கொண்டுவந்த பிறந்த இடத்துக் கோடி மற்றும் சீர்களைக் காலடியில் வைத்துக் கட்டிப் பிடித்து அழுதாள். என்னென்னவோ சொல்லி அழுதாள். மீண்டும் கட்டிப்பிடிக்க முயலுகையில் யாரோ ஒருவர் "ம்... ஆசாரம் தவறக் கூடாது. பெருசு சாய்ஞ்சுருவாருலே", என்று கெழவியைப் பிடித்து நிறுத்தவும், சுதி குறைந்து சடங்குகள் செய்ய ஆரம்பித்தாள். மேற்குப் பக்கம் அமர வைத்திருந்த அப்புச்சிக்குக் கிழக்குப் பக்கம் நின்றபடி, ஒரு மரக்கால் நெல் கொண்டுவந்து மூன்றுமுறை வலது, இடதுமாக ஆரத்தி செய்துவிட்டு மூத்த மருமகள் அம்மாவிடம் கொடுக்கவும் அதை முந்தியில் அம்மா பெற்றுக்கொள்ள இதன் பின் பலவகை தானியங்களைக் கொண்டு முன்னதுபோல் செய்து இளைய மருமகளிடம் கொடுக்க அவளும் அம்மாவைப்போல் பெற்றுக்கொள்ள, பித்தளைச் செம்பில் சில்லரை நாணயங்களைப் போட்டு அதையும் கொண்டு ஆரத்தி எடுத்துவிட்டு இன்னொரு மருமகளிடம் கொடுக்க, அவளும் பெற்றுக்கொண்டு வீட்டினுள் சென்று இறக்கி வைத்துவிட்டுத் திரும்பி வந்தாள்.

மருமகள்கள் உடனே கிழவி கொண்டுவந்த புதிய வேஷ்டியை அப்புச்சிக்குக் கழுத்தில் போட்டுவிட்டுத் துண்டை ஒருவிதமாக விசிறிபோல் செய்து தலையில் வைக்கவும் ஜம்மென்று இருந்தார். மீண்டும் கிழவி தேம்பித் தேம்பிக் காலில் விழுந்து அழுது இறுதியாக உருண்டு புரண்டு அழ ஆரம்பிக்கவும் அவளுக்கு அப்பாமார்கள் ஒரு கோடிச் சேலையைப் போர்த்தி வீட்டுக்குள் அழைத்து செல்லவும் பிறந்த இடத்துக் கோடி முடிந்தது. புகுந்த இடத்துக் கோடியும் அப்பத்தா ஒருவர் செய்திட அப்புச்சியை அப்படியே தூக்கி ரதத்தில் வைக்கவும் ஜனம் முடிந்தளவுக்குக் கதற ஆரம்பித்தது.

சில பெண்கள் உருண்டு புரண்டு அழ ஆரம்பித்தனர். பேரன்கள் பத்திக்கட்டு பிடிக்க, மகன்கள் கொள்ளிக்குடம், கடுகு எனக் கையில் எடுத்துக்கொண்டு பூணூல் போட்டு பிராமணக் கோலத்தில் நடந்தனர்.

மேளக்காரர்கள் திறமையைக் காட்ட, ரதம் அசைந்தாடியபடி இராஜாஜி தெருவைக் கடந்துசென்றது. அதன்முன் ஆடுவதும் உருண்டு புரள்வதும் சில நேரம் விழுந்தவர் விழுந்தபடியே கிடக்கவும் முடியாதவர்களை ரிக்ஷாவில் ஏற்றிக்கொண்டு வருவது மாக ரதம் தெருக்களைக் கடந்து கச்சேரி ரோட்டைக் கடந்து உசிலை ரோட்டை அடைந்தது. சிங்காத்துக் கரையோரச் சுடு காட்டில் தேரை இறக்கிவிட்டு அப்புச்சியைத் தூக்கி குழி மேட்டில் கிடத்தினர். குழி, அப்புச்சியின் உயிரோடு இருந்த காலத்தில் சொன்னபடி வெட்டப்பட்டது. அதாவது, இரண்டு மனைவிகளின் குழிமேடுகளுக்கும் இடையில் வெட்டப்பட்டிருந்தது. "அவளுக தூங்குற இடத்துல என்னையும் பொதைங்கடா, ஒங்களுக்குப் புண்ணியம்."

8

சுடுகாட்டுக் கொட்டகையில் அமர்ந்துகொண்டு பங்காளிகள் மொய் வாங்க அழைத்தனர். "கட்டடத்து மொய் செய்ய வாங்கப்போய்" என்று மேலக்கோட்டை சுப்பையா கத்தினார். ஆங்காங்கே சிதறலாக நின்றிருந்த நபர்கள் கொட்ட கைக்குள் வந்தமர்ந்தனர்.

முதல் நபராக மூத்த மாமனார்தான் செய்ய வேண்டும். அதன்படி, "கட்டடத்து மொய் அய்ந்து ரூபாய்" என தன்னாசி தனது ஊர், அப்பா, தாத்தா வழிமுறைகளைச் சொல்லிக் கொடுத் தார். அதை சுப்பையா பெற்றுக்கொண்டு புது மண்கலயத்தில் போட்டுக்கொள்ள, பாலன் பெயரைக் குறித்துக்கொள்ளவும், சுப்பையா மீண்டும் கத்தினார். "அய்யா மூத்தவர் செஞ்சிட்டாரு, மற்றவர்கள் செய்யலாம்." நா முந்தி நீ முந்தி என்று முண்டி அடித்துக்கொண்டு தரவும் ஒரு வழியாகக் கட்டட மொய் வாங்குவது முடிந்தது. உடனே கலயத்தைக் கவிழ்த்தி ரூபாய்களைத் தனியாகவும் சில்லரைகளைத் தனியாகவும் பிரித்து எண்ணினர். எண்ணூத்தி பதினைந்து ரூபாயும் கொஞ்சம் சில்லரையும் இருந்தது. கலயத்தில் உள்ளபடி நோட்டில் கணக்குப் பார்த்தான் பாலன், சரியாக வந்தது. மொட்டையைப் போட்டுவிட்டு எழுந்த மூன்று மைத்துனர்களுக்கும் சுடுகாட்டில் கோடி போட்டார்கள். மாமன்மார்கள் அதைப் பெற்றுக்கொண்டு சிங்காத்தில் இறங்கி மூன்று முங்குமுங்கிவிட்டுத் தனது தாய், தந்தையரை வணங்கி னார்கள்.

"அப்பா, அம்மா நீங்க மூனு பேருமே எங்களை விட்டுப் போயிட்டிங்க. நீங்க பெத்த பிள்ளைகள் யாருகிட்டேயும், ஒத்துமே இல்ல. இனியாவது ஒத்துமையா ஜாதிசனம் மதிக்க வாழனும். ஊரான்பிடி தேத்தான் பிடி இல்லாமே கச்சேரி, காளவாசல் போகமே, நல்ல மொறையா கால் கை சொகத்தோட வாழ வழி காட்டுங்கே" என்று கிழக்குத் திசை பக்கம் பார்த்தபடி வணங்கி

விட்டு மீண்டும் நீரில் மூழ்கினார்கள். கரையேறிப் புது வேஷ்டி கட்டிக்கொண்டு, சுடுகாட்டு மந்தைக்கு வந்து அப்பா, "அய்யா, பங்காளி, மாமன், மச்சுனன் எல்லோரும் இருந்து கருமாதிய முடிச்சிட்டு போங்கப்போய்" எனச் சொன்னார்.

ஒருவரோடு ஒருவர் பேசிக்கொண்டு நடந்தார்கள். தன்னருகே வந்துகொண்டிருந்த தம்பியைப் பார்த்து, "ஏன்டா தம்பி, இதுவரை நானும் அண்ணனும் போட்டுப் பாத்தாச்சி. நீ ஏதாச்சும் குடுத்தினா நாளைக்குக் கருமாதிய கழிச்சிரலாம்."

"இதுவரை என்ன கேட்டா எல்லாம் செஞ்சீங்க? இப்ப என்ன கேக்குற, இன்னியும், நீங்களே செஞ்சுருங்க. முட்டாத எடம் இல்ல, பரம் பைசா பெறழலே. புள்ளகுட்டிய வச்சுக்கிட்டு நானே ரொம்ப கஷ்டப்படுறேன்."

"அப்போ நாங்க என்ன புள்ள குட்டி பெறாத மலட்டுப் பயலுகளாடா? இவருமட்டும் புள்ள பெத்துட்டாராம். டேய், தம்பி அப்பனுக்கு நாம மூனுபேரும்தான் பெறந்தோம். மூனு பேரும்தான் தூக்கிப் போடனும். நானும், இப்ப குடுப்ப பெறவு குடுப்பேன்னு பாத்தா, ஒன்னுமே தெரியாதவன் மாதிரில்லே நடிக்கிறே" என்றார் பெரியப்பா.

உடனே அப்பா, "அடேய் தம்பி ஒன் கதயே நான் கேக்கலே, நாளைக்குத் தேவைக்கு ஏதாச்சும் பொறட்டப்பாரு, இல்லைனா வந்திருக்கிற பயளுக சே, இம்புட்டுத்தானாக்கும்னு பொச்சுலே காரித் துப்பிட்டுப் போயிருவானுக" எனச் சொல்லி முடித்தார்.

சித்தப்பா அதைக் காதில் வாங்காதவர் போல தலையைக் கோதி, பின்னியிருந்த முடிகளைப்பிரித்து உலர்த்திவிட்டு நகர்ந் தார். மீண்டும் கொட்டகையில் வந்து அமர்ந்தவுடன் சுப்பையா பங்காளி கொடுத்த காசுக்கலயத்தைப் பெரியப்பா அப்பாவிடம் ஒப்படைத்தார்.

அதை வாங்கி பாலனிடம் கொடுக்கவும், சித்தப்பாவிற்குக் கோபம் கொப்பளித்தது. "ஏய் என்னங்கடா, நானும் காலம் பெறயிருந்து பாக்குறேன், வார மாமேன், மச்சுனன் எல்லாம் ஒங்களுக்குத்தான் செய்யுறாங்க. கோடியும் ஒங்க ரெண்டு பேருக்குத்தான் போட்டாங்கே. இப்ப என்னடான்னா கட்டடத்து மொய்யும் ஒங்ககிட்டத்தான் கொடுக்குறாங்க. நா என்ன குட்ட ராமனுக்குப் பொறக்கலையா? ஏய் என்னங்கப்பா, பங்காளி பகுத்தாளிகளா, சொல்லுங்கப்பா நாயத்தே."

“அடேய் தம்பி, முடிச்ச அவுத்தது நானும் அண்ணனும், நீயில்லடா. ஒன் அக்கா தங்கச்சியில்ல. பொட்டச்சிக மாமன், மச்சுனன் புள்ளைகளா போயிட்டாளுக. அவளுக்குச் செய்யணும்னு கிடையாது. பரம் பைசா போடல. ஒனக்கென்னடா பங்கும், மரியாதையும், கரெக்டா கேக்குற. அதெப்படி தம்பி நாயம்.”

“ஏய் எவனும் பேச மாட்டிங்களா? எனக்கென்ன உரிமை கெடையாதா? சொல்லு சுப்பையா?” எனச் சித்தப்பா கத்தினார்.

“ஒனக்கு உரிமை கிடையாதுன்னு எவனும் சொல்ல மாட்டோம். செத்த நேரத்துல ஒங்கப்பனே தூக்குறதுக்கு சின்னவரும் பெரிய வரும்தான் செலவழிச்சிக்கிட்டு இருக்காங்க. நீயென்னடான்னா குடிக்கவும், கும்மாளம் போடவுமாதான் திரியுறே. அன்னக்கி ஒங்க அம்மே செத்தன்னைக்கும் இதே கூத்துத்தான் பண்ணுனே. இன்னைக்கும் அதே கூத்துத்தான் நடத்துரே. நாமே எந்தளவுக்கு பங்கு கேக்குறமோ, அந்தளவுக்குச் செலவழி செய்யணும். அத வுட்டுட்டு எனக்கு மருவாதியில்ல, மட்டுல்லைன்னு பேசினா என்னா நாயம்? இப்ப ஒன்னால குடுக்க முடியாட்டியும், பின்னுபெறகாவது கொடுக்குறேன்னு சொல்லிக்கோ. அதுதான் மனுஷனுக்கு அழகு. மருவாதி இல்லைனா, வந்திருக்க எவனும் உனக்கு பேச மாட்டோம்” என்று தீர்ப்பைச் சொல்லி முடித்தார் சுப்பையா.

“எந்தப் பயல்களும் எனக்கு நியாயம் சொல்ல வேண்டாம். எனக்குத் தெரியும். என் அண்ணனுங்க வாங்கிக் கொடுத்த மோத் திரத்தை குடிச்சிப்போட்டு அவனுக்கே பேசுவீங்க போங்கடா மசுருகளா”, எனச் சொல்லவும் கோவம் வந்த மற்றொரு பங்காளி யான மகாலிங்கம், “ஏலேய் நிறுத்துடா, பொல்லாத நியாயம் கேட்டுட்ட. நெத்தியிலே வைக்க பத்து பைசா அப்பனுக்குச் செலவழிக்கலே, ஒனக்கெல்லாம் சவுண்டு மசுரு. எப்படிடா உனக்குச் செய்வாங்க? நீ நாலு பேருக்குச் செய்யணும், நல்லது கெட்டதுக்குப் போவணும், அது கெடையாது. இவருக்கு எவனும் செய்யலேன்னு வருத்தம். உன் அப்பன் அண்ணனுங்க முகத் தாச்சணையிலதான் இந்த ஜாதி சனம் உன்ன மதிச்சது புரிஞ்சதா?” என்றதும் வெட்கித் தலை குனிந்தவராக இருந்த சித்தப்பா, “டேய் ஒரு பய பொறட்டலேயும் நா பொழைக்கலே. என் கையை ஊண்டி கருணம்போடுறேன். எவனையும் நா மதிக்க மாட்டேன். ஒன்னு சொல்லுறேன், என் அப்பன் இருந்தவரேதான் இந்த

ரெண்டு பயல்களை அண்ணேன்னு நெனச்சேன். இனி இவீங்க என் அண்ணனுங்க கிடையாது. பங்காளிக" என்று சொல்லவும் கோவம் வந்த அப்பா, "ஏலே மரியாதையா பொத்திக்கிட்டுப் போகப்பாரு, இல்ல சந்திச் சிரிக்க வச்சுப்புடுவேன். வக்கத்த பயலுக்கு வல்லாம என்னடா கேக்குது மசுரு, போவானா?" என்றார்.

உடனே, "என்னடா சொன்ன"ன்னு சித்தப்பா ஓடிவந்து சட்டையைப் பிடிக்க, அப்பா பெரியப்பா மற்றவர்கள் ஒரு அணியாகவும் மாமன், சித்தப்பா, அத்தைமார்கள், மைத்துனன்கள் ஒரு அணியாகவும் சண்டை துவங்கியது.

சண்டையில் கலக்காத மற்றவர்கள் விலக்கிக்கொண்டும் வேடிக்கை பார்த்தும் முடிந்தளவு எதுவும் தெரியாததைப் போல் பம்மிக்கொண்டும் இருந்தார்கள். அரை மணிநேர இடைவெளிக்குப் பின் பெரியப்பா, சித்தப்பா மற்றும் இரண்டு பெண்களுக்கும் மண்டை உடைந்தது, வெளியேறினார்கள். பெரியப்பாவை அப்பா கைத்தாங்கலாகக் கூட்டிவந்து அந்த வழியில் சென்ற ரிக்ஷாவில் ஏற்றித் தானும் ஏறிக்கொண்டு வீடு சென்றார்.

வீட்டில் அண்ணன் சமையல் வேலை பார்க்க முந்தியே வந்துவிட்டதால் சமையல் அடுப்பில் நின்றுகொண்டு ரிக்ஷாவிலிருந்து தலையில் கட்டுடன் இறங்கிய பெரியப்பாவை பார்த்து, "என்னாச்சி" என்றான்.

"நாய் கொதம்பிரிச்சி."

"எந்த நாயி?"

"ம். சிட்டம்மா பெத்த பிள்ளைக."

"சும்மாவ உட்டே?"

"கண்ணு காதெ கலக்கியனுப்பிருக்கு. ஒரு பயே நிக்கலே. ஓடிப்போயிட்டாங்கே."

"நா வந்திருந்தா இப்படி நடக்குமா?"

"எலேய், சூரா, என்னடா பெருசா நடந்துபோச்சி. போடா, கூட்டிட்டுப் போயி படுக்கப்போடு?"

வீட்டினுள்ளிருந்து அம்மாவும் சின்னம்மாவும் ஓடி வந்தார்கள். சின்னம்மா கத்த ஆரம்பித்தாள்.

"ஏ... யப்பா என்னாச்சி. என் புருஷனக் கொன்னுட்டாங்களா, ஏய் மச்சான்" என்று அப்பாவைப் பிடிக்க, "ஏய் ஒன்னுமில்லத்தா. லேசா தட்டிட்டாங்க, போ போயிப் படுக்கப்போடு."

"நாசமா போற பயல்க, ஜான்ட குடிச்ச பயல்க, போற போக்குலேயே வண்டி காருல அடிப்பட்டுச் சாக."

உடனே அப்பா, அண்ணனிடம், "என்னப்பா, ஆச்சா... ம்."

"ஆச்சி, நம்ம சண்டையிலே, வந்த சாதி சனத்தே பட்டினி போட்டுறேக் கூடாது."

ஆங்காங்கே பதுங்கியிருந்த அனைவரையும் அழைத்து கசப்புக் கஞ்சி போட்டுவிட்டு, மூனாம் குழி பால் ஊற்றிக் கருமாதியை முடித்துவைத்தார்கள். வந்திருந்த ஜனங்கள் அப்பாவுக்கும் பெரியப் பாவுக்கும் உருமா கட்டினார்கள். மூன்று நாள் செலவுகளைக் கணக்கிட்டு, அப்பாவும் பெரியப்பாவும் பாதிபாதி போட்டுக் கணக்கை நேர் செய்துவிட்டு, மேலும் இரு தினங்கள் இருந்து விட்டு அம்மா, அப்பா, பாலன் எல்லோரும் ஊர் வந்துசேர்ந்தனர்.

9

ஐப்பசி அடைமழையால் வறண்ட பூமியின் குளம், குட்டைகள் நிரம்பி வழிந்தன. கரையோரங்களில் கோரைப் புற்கள் கால்நடைகளுக்கு விருந்தாயின. என்றோ ஒரு காலத்தில், புரண் டோடிய நதியின் தடம் மழையற்ற காலத்தில் கால்வாயாகக் குறுகியிருந்தது. தற்போது மழைநீரில் தன் அளவையும் மீறி அகன்றோடியது. வெள்ளத்தில் இழுத்துவரப்பட்ட குப்பைக் கூளங்கள். மழைநீரில் சிறுவர்கள் தூண்டில் போட ஏதுவாக அமைந்த நீர்த்தடத்தின் குறுக்காக ரயில் பாலம், அதன் அடியில் ஏழு மடைகள், பாலன் தூண்டிலோடு சென்று அமர்ந்தான். மண்புழுவைப் பிய்த்துத் தூண்டிலில் மாட்டித் தக்கையைச் சரிசெய்து ஓடும் நீரில் போட்டான். நரம்பு நீளத்துக்குச் சென்று தக்கை மிதக்க சிறிது நேரத்தில் கெண்டை தூண்டிலைக் கவ்வவும் இழுக்கவும் என்று விளையாடியது. தூண்டிலில் உள்ள மண் புழுவைக் கடித்தெடுக்க மீன் போராடியது. அதன் போக்குக்குத் தூண்டிலை மிதக்கவிட்டுச் சிறிது நேரத்தில் சுண்டவும் கருவாக் கெண்டை மாட்டியது. லாவகமாக இழுத்து அதனைப் பிரித் தெடுத்து பாலிதீன் பையிலிட்டுத் தண்ணீரில் பையைப் போட்டுக் காலில் மிதித்துக்கொண்டு மீண்டும் புழுவை மாட்டித் தூண்டில் வீசினான். பையோடு தண்ணீருக்குள் போட்டுக்கொண்டால் மீன் விரைவில் சாகாது. மீண்டும் தக்கை மிதக்க அதை ஒன்று கவ்வ, இவன் இழுக்க தக்கை இழுத்துச் செல்லப்பட்டது. அதைக் கவனித்துக்கொண்டிருக்கையில், அதன் மீது ஒரு நிழலுருவம் படர்ந்தது. அண்ணாந்தான் பாலன். பாலத்தின் மீது யாரோ நிற்பது தெரிந்தது. அதைப் பார்த்துவிட்டுத் தூண்டிலில் கண் வைத்தான். என்ன நினைத்தானோ தெரியவில்லை, சட்டென மேலே பார்த்தான். கண்ணில் பட்ட உருவம் யாராக இருக்கும் என்ற கேள்வியோடு தூண்டிலை எடுத்துக் கரையில் வைத்துவிட்டு மீண்டும் பாலத்தை நோக்கினான். அந்த நபர் தண்டவாளத்தில் படுக்க முனைந்தார். தூரத்தில் பத்து மணிக்கு வரக்கூடிய மும்பை

எக்ஸ்பிரஸ் தடதடத்தது. புரிந்தவனாகப் பக்கவாட்டில் குதித்துச் சரசரவென்று சரிவில் ஏறி அவரைப் பற்றி இழுத்துத் தண்டவாளத்தின் பக்கவாட்டில், ஆள் நிற்பதற்காக உள்ள இரும்பு வளைவுப்பெட்டியில், இழுத்து நிறுத்தவும் வண்டி தடதடவென்று கடக்கவும் சரியாக இருந்தது. வண்டி இழுத்துவரும் காற்றின் அழுத்தம் இவர்களை வண்டியினுள் உந்தியது. பாலன் இரும்பு வளையத்தை இறுகப் பற்றிக்கொண்டான். அந்த நபர், "ஏன்டா என்னயெ இழுத்தெ, செத்துத் தொலைக்கணும்முன்னு வந்தா சனியன்மாதிரி வந்து இழுக்குறே" என எரிந்து விழுந்தான்.

"ஒன்னயெ பாக்காமே இருந்தேனா இழுத்திருக்க மாட்டேன். ஏன் சாகப்போறே, ஏன்?"

"இருந்து என்னத்தெ செய்ய, பொண்டாட்டியையும் புள்ளையையும் காப்பாத்தெ முடியலேன்னா சாகத்தானே செய்யனும்."

"நல்லா செத்துப் போ, ஒன்ன காணாம, சின்னப் புள்ளக அலமோதுச்சுங்க. ஆமா நீயும், அம்மாவும் எங்க போனீங்க?"

இவர் குமரனின் அப்பா. கடந்த பத்து நாட்களுக்குமுன் ஊரை விட்டு ஓடிவிட்டார். அவரைத் தேடிக் குமரனின் தாயும் மூன்று குழந்தைகளும் தேடிப் போனவர்கள் திரும்பிவரவில்லை. தானும் மற்ற நான்கு பிள்ளைகளும் இரண்டு நாள் பட்டினியாகக் கிடந்ததைக் குமரன் சொல்லவும், பாலன் வீட்டிலிருந்து ஒரு சட்டி நிறைய பழைய சோறு கொண்டுபோய்க்கொடுத்தான். கஞ்சி கொண்டுவந்த அலுமினிய சட்டியைப் பழைய இரும்புக் கடையில் போட்டு, அந்தக் காசைக் கொண்டு இரண்டு நாட்கள் குமரனும் பிள்ளைகளும் பசியாறின. மூன்றாவது நாள் மீண்டுமொருமுறை சோறும் சட்டியும். நான்காவது நாள் கடந்தது. விஷயம் தெரிந்த பாலனின் அம்மா, பாலனை பெண்டெடுத்துவிட்டார். சோற்றுக்காக அல்ல, சட்டிக்காக. உடனே இருவரும் நீண்ட யோசனைக்குப் பின் ஒரு முடிவுக்கு வந்தார்கள். மல்லிக்கிட்டங்கியில் வேலைக்குச் சென்று, ஆளுக்குப் பத்து ரூபாய் சம்பாதித்துக் குமரன் வீட்டுப் பிழைப்பு ஓடியது. பாலனும், அங்கேயே தங்கிக்கொண்டு அப்பா, அம்மா இல்லாத சமயத்தில் வீட்டிற்குச் சென்று அரிசி, பருப்பு, சோறு, குழம்புகளைத் தூக்கிவந்து கொடுப்பான். தினமும் வேலை பார்த்த சம்பளம் மிச்சமானதும், அதைக் கொண்டு டூரிங் டாக்கிஸுக்கு சினிமாவுக்குப் போவதுமாக ஒரு வாரம் உருண்டோடியது. ஒரு நாள் பாலன் அப்பா வந்து விஷயமறிந்து, குமரனுக்குப் பணம்

கொடுத்து. தாய், தகப்பனைத் தேடிவரச் சொன்னார். அதன்படி அவனும் சென்று மறுநாள் அப்பா, அம்மாவோடு வந்துசேர்ந்தான். அதன்பின்பு என்ன நடந்ததோ தெரியவில்லை. குமரனையும் கொஞ்ச நாளாகக் காணவில்லை. அதனால் பாலன் தனியாகவே எங்கும் திரிந்தான்.

"ஏன் என்னாச்சி அவன் எங்கே?" என்றான் பாலன்.

"அவென் ஓடிப்போயிட்டாம்பா. கடன்காரன் தொல்லை தாங்க முடியலே, நேத்து நைட்டுலே வந்து எம் பொண்டாட்டி, புள்ளைகளே இழுத்துட்டுப் போயிட்டாங்க. நான் போனதுக்கு என்னயே அடிச்சிப் பத்திட்டாங்க, வந்தா பணத்தோட வா, இல்லே வராதேன்னுட்டாங்க, அதான் இங்க வந்து..." என்று அழுதார்.

பாலனுக்கு என்ன சொல்வது என்று தெரியவில்லை. அறிவுரை சொல்லுமளவுக்கு அவனுக்கு வயதும் கிடையாது. அதே நேரத்தில் ஏதாவது செய்தாக வேண்டும். யோசித்தான். அப்பாவிடம் போய்ச் சொல்லலாம் என்றால் அவரும் ஊரில் இல்லை. "செரி, வாப்பா போவோம்" என்றான்.

"வாப்பா போவோம்."

"நான் வல்லெப்பா, வந்தேனா என் உசுரே எடுத்துப்புடுவாங்க."

"இங்க நின்னாலும், அத்தானே செய்யப்போரே."

"ஏம்பா, நீ ஏதாச்சும் செஞ்சி எம் பொண்டாட்டி, புள்ளைகளே கூட்டிவா. ஒனக்கு கோடி புண்ணியமா போகும். நான் இங்கன்னயே இருக்கேன்" என்று கண்கலங்கினார்.

அவன், "செரி இங்கயே இரு, வேறெங்கேயாச்சும் போயிராத. நா போயி பாத்துட்டு வாரேன்" என்று பாலத்திலிருந்து கீழிறங்கித் தூண்டிலைக்காட்டி, "இதெ பாத்துக்கிட்டு இருப்பா. நா போயிட்டு வாரேன். வேனுனா மீன் புடி, கொழம்புக்கு ஆகும்" என்று அங்கிருந்து நகர்ந்தான்.

பாலன் சொன்னது போல, குமரன் அப்பா தூண்டில் போட ஆரம்பித்தார். மடையிலிருந்து விழுந்த தண்ணீரில் வெளிச்சி நீச்சல் போட்டது. அதைச் சிறுவர்கள் பொறிவைத்துப் பிடித்தனர். சில சிறுவர்கள் புதுத் தண்ணீரில் நீந்தி மகிழ்ந்தனர்.

குமரனின் அப்பா சொன்ன ஆட்களின் முகவரியை விசாரிக்க ஒரு பெட்டிக்கடையில் சைக்கிளை நிறுத்திவிட்டுக் கடைக்காரரைப்

பார்த்தான். எழுபது வயதைத் தாண்டியவர், அந்தக் கடை பாலனுக்கு விபரம் தெரிந்த நாள் முதல் இருக்கிறது. பெரியவர் மர்பி ரேடியோவைத் திருகிச் சரியான வானொலி நிலையத்தில் முள்ளை நிறுத்தினார். அது செய்தி சொல்ல ஆரம்பித்தது. பாலன், உடனே கேட்டால் சொல்ல மாட்டார். ஏதாச்சும் வாங்கியபின் கேட்போம் என்று சட்டைப்பையில் கைவிட்டு ஒரு ரூபாய் எடுத்து, "தாத்தா அம்பது காசுக்கு, செய்யது பீடி, ஒரு முறுக்கு" என்று சொல்லிவிட்டு முறுக்கு பாட்டிலின் மூடியைத் திருகி உள்ளே கைவிட்டு ஒரு முறுக்கை எடுத்தான். கட்டைப் பிரித்து மூன்று பீடியை எடுத்தவருக்கு நுனி மூக்கில் கோபம் வந்தது. "கேட்டா எடுத்துத் தர மாட்டாங்க, உள்ளே கையைவிட்டு ஒடச்சி போட்டுட்டு போகவா?" எனச் சுள்ளென்று எரிந்தார். விக்கித்து நின்றவனாக அவன் கேட்க வேண்டியதைக் கேட்க பயந்தான்.

"சே... இந்தாளுட்டெ விலாசம் கேக்கத்தான் பீடியே வாங்குனோம். சும்மா கேட்டா சொல்ல மாட்டாருன்னு, ஏதாச்சும் வாங்கிட்டுக் கேப்போம்முன்னு நெனச்சா, வாங்கியும் புண்ணியம் இல்லாமே போச்சே" என்று நினைத்தபடி, வாங்கிய முறுக்கை மேல் பையில் போட்டுக்கொண்டு, ஒரு பீடியை வாயில் வைத்துக் கொண்டு பற்ற வைக்க விளக்கைத் தேடினான். ஒரு ஓரத்தில் சிறிய குமிழ் விளக்கு, காற்றில் அணையாமல் இருக்க, சிசர் அட்டையைக் குழல் வடிவில் பொருத்திருந்தார். பந்தல் காலில், அதே சிகரெட் அட்டையைப் பற்ற வைக்க ஏதுவாக ஈக்கி ஈக்கியாகக் கத்திரித்து போட்டிருந்தார். அதில் ஒன்றை எடுத்து விளக்கின் நுனியில் பற்ற வைக்கவும் அது பற்றிக்கொண்டது. அது அணையாமல் இருக்க ஒரு கையால் மறைத்துக்கொண்டு பீடியின் முனைக்குக்கொள்ளி வைக்க அது பற்றிக்கொள்ள ஒரு இழுப்பு இழுத்து நெஞ்சை வேக வைத்து வெளியில் விட்டான். "ம்... என்ன செய்யலாம்" என யோசித்தான். "செரி, கேட்டுவிடுவோம்" என முடிவுசெய்து கேட்டான். "அய்யா." "ம்" என்று அந்தப் பெரியவர் முகம் சுருங்கி அவனை நோக்கினார்.

கண்ணாடி கீழே விழாமலிருக்க கண்ணாடி பிரேமுக்குப் பாதுகாப்பாக ஒரு துணியை உருட்டிக் கயிறாக்கி மண்டையில் கட்டியிருந்தார். "இந்த பொன்னாத்தா வீடு எங்க இருக்குய்யா?" அவர் யோசித்தார். "அடகுக்கு சாமான் வாங்குறவங்க, வட்டிக் கெல்லாம் அந்தம்மா குடுப்பாங்களாம்" பெரியவருக்குத்

தெரியுமோ, தெரியாதோ, "தெருலே அங்குட்டுப் போயி பாரு" என்ற பொறுப்பான பதில் சொன்னார்.

இதே கேட்காமலேயே இருந்திருக்கலாம் என்று நினைத்துக் கொண்டு சைக்கிள் ஸ்டாண்டின் கிளிப்பைத்தட்டி வண்டியை நகர்த்தினான். வண்டி நகரவும் தெருவின் இருமருங்கிலும் பார்த்துக் கொண்டே போனான். "இந்தத் தெருவு தானே சொன்னாரு, முக்கு திரும்புனதும் ஒரு பெட்டிக்கடை, எதுத்தாப்புலே, மாவரைக்கிறே மிஸின்னு. ஆனா காணாமே" என்று நினைத்தவாறு சைக்கிளை உருட்டினான்.

எதிரே உள்ள அடிகுழாயில் இரண்டு பெண்கள், ஒருத்தி நாற்பது வயதைக் கடந்து பல் நீண்ட, எண்ணெய் இல்லாத தலையைச் சொறிந்துகொண்டே வரிசையில் காத்து நின்றாள். மற்றொருத்தி இருபது வயதிருக்கும், மிருதுவான முகம், அழகாகவே இருந்தது. ஏதோ பேசிச் சிரித்துக்கொண்டே தண்ணீர் அடித்தாள். குழாயின் கைபிடி டங், டங்கென அடியில் தட்டியது. அவர்களிடம் நின்று கேட்டான். அவர்களில் முந்தியவள், "கொஞ்சம் தள்ளிப்போயி கேளுப்பா" என்றாள். மீண்டும் வண்டியை நகர்த்தினான். பக்கவாட்டு வேப்ப மர நிழலில் நின்றான். இவனையொத்த வயதுடைய பையன்கள் கிட்டி விளையாடிக்கொண்டிருந்தனர். கிட்டி அவர்கள் தலைக்கு மேல் உயரமாகப் பறந்து அருகில் உள்ள ஓட்டின் மீது உள்ள புகைப்போக்கி இடைவெளியில் இறங்கி சமைத்துக்கொண்டிருக்கும் ஒரு அம்மா மீது விழுந்திருக்கும் போலத் தெரிகிறது. வீட்டினுள்ளிருந்து சவுண்டு எதிர்பார்த்தபடியே வந்தது "நாசமா போறே பக்கிகே, அங்கிட்டுப்போயி வெளயாட வேண்டியதுதானே, இங்கன ஆடிக்கிட்டு மனுஷி தலையிலே போட்டு ஒடைக்குதுக. பேதியிலே போற சனியங்க" என ஒவ் வொருத்தனும் திருதிருன்னு முழித்தார்கள். ஒருவன் மற்றொரு வனிடம், "போய்க் கேளுடா' எனச் சொல்ல, "நா மாட்டேம்ப்பா" என ஓடவும் மயான அமைதி. ஒவ்வொருவனாக மெல்ல நகர்ந்து ஓடிவிட்டார்கள். பாலனும் நகர்ந்தான்.

பாலன் தெருவைக் கடந்து அடுத்த தெருவுக்குள் நுழைந்து ஒரு சிங்கி கம்பெனி அருகே நின்றான். சிங்கி அடிக்கும் டங்... டங்... என்ற ஓசை காதைக் கிழித்தது.

அதே நேரத்தில் மீண்டுமொரு பீடியைப் பற்ற வைக்க நினைத்தான். ஆனால், தீப்பெட்டி இல்லை. பையைப் பிதுக்கிப்

பார்த்தான். முந்திய நாள் எடுத்துப் போட்ட இரண்டு தீக்குச்சிகள் பையில் இருந்தன. அதை எடுத்து சைடு தேடினான் கிடைத்தது. ஆனால், மழையில் நனைந்திருந்தது. வேறுபக்கம் பார்த்தான். அங்கும் அப்படித்தான் கிடந்தது. உடனே, சைக்கிள் ஸ்டாண்டில் உள்ளங்கையைத் தேய்த்துச் சூடேற்றினான். சூடேறியதும், தீக் குச்சியை உரசினான். அது உளுத்துப் போய் இருந்ததால் ஒரு உரசலில் கந்தகப்பக்கு பிய்ந்து போனது. மறுபக்கம் உரசினான். அதுவும் பிய்ந்து போனது.

இன்னும் ஒரு குச்சிதான் இருக்கிறது. உள்ளங்கையை இரு கரத்தாலும் கரகரவெனத் தேய்த்துத் தீக்குச்சியை உள்ளங்கையில் வைத்து ஒத்தடம் கொடுத்துவிட்டு மீண்டும் ஒரே உரசு பற்றிக் கொண்டது. கப், கப் என்று அடித்துப் புகைவிட்டான்.

சிங்கி கம்பெனியிலிருந்து பாலன் வயதுடைய ஒரு பையன் வந்தான். அவனைப் பார்த்ததும் கேட்டான். அவன் "இந்தத் தெருவுலேயே நேரே போயி ஒரு பெரிய வாய்க்கா வரும். அதெத் தாண்டிப் போனா ரெண்டு வீட்டுக்கும் எடையிலே ஒரு சந்து. அதுக்குள்ள காம்பவுண்டு வீடு" என்றான். "சரி, ரொம்ப டேங்ஸ்சூ."

அங்குப் பத்து வீடுகள் எதிரெதிராக இருந்தன. பாலன் நுழைந் தான். வாசலில் அமர்ந்து பெண்கள் தீப்பெட்டியின் அடித்தாள் ஒட்டிக்கொண்டிருந்தனர். எப்படியும் பத்து பேர் இருக்கும். ஒவ்வொரு வீட்டிற்கும் ஒரு நபர் போல தெரிந்தது. மொத்தமாய்ப் பெண்களைப் பார்க்கவும் பாலனுக்கு நெஞ்சம் படபடத்தது. எச்சில் விழுங்கினான். ஒன்றாக அமர்ந்திருந்த பெண்கள் அவர் களுக்கே உரித்தான சிரிப்பொலிகளை இறக்கிவிட்டுக்கொண்டி ருந்தனர். அதில் ஒரு முப்பது வயதுக்காரி, "யாரப் பாக்கணும்", என்று கேட்டுவிட்டு வெட்கப்பட்டாள். ஏன் வெட்கப்பட்டாள் என்று தெரியவில்லை. ஆனால், முகம் சிவந்தாள். இவனுக்கு ஓடி விடுவோமா என்று தோன்றியது. இருந்தாலும் சமாளித்துக்கொண்டு தட்டுத்தடுமாறிக் கேட்டுவிட்டான்.

"யாருப்பா, அவுங்களுக்குச் சொந்தமா" என ஒரு நாற்பத்தைந்து வயதுடைய பெண் கேட்டாள்.

"நா அவுங்களுக்குத் தெரிஞ்சவன். அதான் பாக்கணும். அவுங்க இங்கயில்லையா?"

“மொத இங்கேதான் இருந்தாங்க, வீடு வாங்கிப் புதுநகருக்குப் போயிட்டாங்க”

காம்பவுண்டிலிருந்து வெளியேறி புதுநகருக்குள் நுழைந்து பழையபடி ஒவ்வொரு வீடாக விசாரித்துவிட்டு வீட்டை அடைந் தான்.

வீடு பிரமாண்டமாக இருந்தது. வாசலில் நின்று ஒருவித பதற்றத்தோடு யோசித்தான். எதிரே உள்ள வீட்டுப் பெண் இவன் தயக்கத்தை அறிந்து, “யாருப்பா” என்றாள்.

இவன் “பொன்னாத்தா” என்றான்.

“அவுங்களா உள்ளே இருப்பாங்க. கூப்பிடு.”

அவன் கிறில் கேட்டருகே சென்று பக்கவாட்டிலுள்ள அழைப்பு மணியை அழுத்தினான். அது சிணுங்கும் சப்தம் கேட்கவில்லை. மீண்டும், மீண்டும் அழுத்தினான். அவனை அது பொருட்படுத்த வில்லை. என்ன செய்வது என முழித்துக்கொண்டுடிருந்தான். அப் போது ஒரு புல்லட் தெருவை மிரட்டிக்கொண்டு வந்துநின்றது. அதில் கருநிறமான முப்பது வயதுடைய ஒரு கிடா மீசை நபர் வந்து நின்றபடி இவனை ஒரு பார்வை பார்த்தான்.

“யாருடா நீ?”

“நா... நானு பொன்னாத்தாவே பாக்க வந்தேன்.”

“எதுக்கு?”

“இந்த குருசாமி இருக்காருல.”

“எந்த குருசாமி? ம்...”

“டான்ஸிலே வேல பாக்குறாருலே, அவரு.”

அவன் சுதாரித்துக்கொண்டு “அந்த நாயி எங்கடா இருக்கான்” என மிரட்டினான்.

“ம்... அவருயில்லே.”

“ஏய். அந்த பலவட்டரெ பயே எங்கேயோ ஒழிஞ்சிக்கிட்டு ஒன்னயேப் போயி பாத்திட்டுவரச் சொன்னானா சொல்லு. இல்லெ, அவன் குடும்பத்தையே வித்துப்புடுவேன். சொல்லு நீயாருடா?”

எச்சில் விழுங்கியபடி, “அவுங்களுக்குச் சொந்தக்காரன்” என் றான் பாலன்.

“சொந்தக்காரன் சொய்தக்காரென்ட்டு எவனாச்சும் வந்தீங்க ஒக்காளி, கால வெட்டிப்புடுவேன் ஓடுடா”, என வண்டியை விட்டு இறங்கவும், பாலன் அந்தத் தெருவைக் கடந்து ஓடி விட்டான். வலது பக்கம் திரும்பி ஒரு கடையில் நின்று பீடியைப் பற்றவைத்துச் சுண்டி இழுத்தான்.

அவனுக்குள் பிடி கிடைத்துவிட்டது. சைக்கிளை மிதித்துக் காவல் நிலையத்தில் நிறுத்தினான். வாசலையடைந்த பாலனுக்குக் கை கால்கள் நடுங்க ஆரம்பித்தன. உள்ளே எட்டிப் பார்த்தான். காவலர்கள் மேஜையைச் சுற்றி நிற்க, இருக்கையில் ஆய்வாளர் ஏதோ ஒரு கட்டளை பிறப்பிக்க அதை ரைட்டர் எழுத ஒரு காவலர் பின்புறம் நின்று தம்மடிக்க நிலையத்தின் மைக், அடுத்தடுத்து உத்தரவுகளையும் தகவல்களையும் பிறப்பித்துக்கொண்டிருந்தது.

பாலன் ஒரு படி ஏறிப் பின்பு வெளியே நின்று அப்புறம் எட்டிப் பார்ப்பதும் திரும்ப சைக்கிளில் வந்து நிற்பதுமாக இருப்பதைப் பின்புறத்தில் நின்றிருந்த காவலர் கண்டார். சிகரெட்டைப் போது மெனக் கடாசிவிட்டு, வெளியே வந்து, “யாருடா, யாரப் பாக்க ணும்?” என்றார். பாலன் பேயறைந்தவனாக முழித்தான்.

“யோவ் ஒன்னத்தாண்டா, யாரு வேணும்?”

“நான் கம்ளைண்ட் குடுக்கனும்.”

“ம், யாரு மேல” என நக்கலாகக் கேட்டார்.

“பொன்னாத்தா மேலே.”

”எந்தப் பொன்னாத்தா?”

“புதுநகரத்துலெ இருக்குலெ, அந்தம்மா மேல.”

“எதுக்கு?”

“எங்கம்மாவையும், புள்ளைகளையும் ரெண்டு நாளா ரூவா கொடுக்கணும்னு அடச்சி வைச்சிட்டு வெளியே விடல.”

“யாருடா, அந்தப் பொம்பளை? ஆமா எதுக்கு ரூவா கொடுக் கணும்.”

“வட்டிக்கு வாங்கினதுக்கு. அதான்.”

“ஓ அந்தப் பொம்பளையா செரிசெரி, வாங்குனா குடுக்க னும்லே. கடன் வாங்கினா அடைக்க மாட்டிங்க. ஆனா இங்க வந்திருவீங்க. போடா, போயி எழுதிக்கொண்டுவா” என்றார் காவலர். அவன் நகர்ந்தான். காவலர் மீண்டும் உள்ளே சென்றார்.

ஆய்வாளர் தன் தொப்பியைச் சரியாகத் தலையில் பொருத்திக் கொண்டு படியிறங்கி, வெளியே நின்றிருந்த புல்லட்டுக்கு உயிரூட்டினார். பாலன் சைக்கிளை நகர்த்தியும் நகர்த்தாமலும் நின்றிருப்பதைப் பார்த்த ஆய்வாளர், "ஓய் என்ன" என்றார். அவருக்கு முப்பது வயதுதான் இருக்கும். ஆறடி உயரம், அற்புதமான முக வெட்டு, கூர்மையான பார்வை, ஒரு சினிமா கதாநாயகன் போல் இருந்தார். பாலனுக்குப் படத்தில் பார்க்கும் கதாநாயகக் காவலராகத் தெரியவும் வந்த விஷயத்தை அவனால் முடிந்தளவு சொல்லிவிட்டான். உடனே ஆய்வாளருக்கு ஜிவ்வென்று, கோபம் தலைக்கேறியது.

"ஏய் திரிநாட்செவன்."

"அய்யா" என ஒரு கான்ஸ்டபிள் ஓடிவந்தார்.

"இந்தப் பயலே கூட்டிகிட்டுப் போயி அந்தப் பொம்பளையே இழுத்திட்டு வா" என்றார்.

"அய்யா, நான் கோர்ட்க்குப் போகணும்" என இழுத்தார்.

"ஓய் கோர்ட் கிடக்கு. இது கிட்னாப் கேஸ்யா, போயா, மொதலெ போயி அவள இழுத்திட்டு வா?" உடனே அவர் மேலும் இரண்டு காவலர்களுடன் புறப்பட்டார். பாலனுக்குப் பாதி வெற்றி கிடைத்துவிட்டதாகத் தோன்றியது. பின்தொடர்ந்தான்.

பொன்னாத்தா, அவள் மகன் கிர்தா மீசைக்காரன், பொன்னாத்தாவின் தம்பி ஆகியோரை மாலைவரை காவல் நிலையத்தில் வைத்து விசாரித்தனர். குமரனின் அம்மாவுக்குத் தன் நிலையை வெளியே சொல்ல நா தழுதழுத்தது. பிள்ளைகள் தப்பிய மிரட்சியில் இருந்தனர்.

குருசாமியைப் பாலம் சென்று இழுத்து வந்த ஆய்வாளர், "ஒனக்கெல்லாம், பொண்டாட்டி, புள்ளே, ஒருத்தன் கொண்டு போயி வச்சுக்கிட்டான். அத என்னான்னு பார்க்காமே ஓடி ஒளியுறிய, வெட்கமா இல்ல. ஓம் உசுரு மட்டும் சக்கரக்கட்டி. இத்தன புள்ளைகளப் பெத்துட்டா போதாது. அதுகளுக்கு நல்ல பாதுகாப்பா இருக்கணுமா வேண்டாமா" என குருசாமியை அதட்டினார். பாலனுக்குள் அவன் தந்தை இதுபோன்ற ஒரு போராட்டத்தில் ஈடுபட்டது பற்றி அடிக்கடிச் சொல்வது நினைவுக்கு வந்தது.

10

பாலனின் அப்பா ஆடிக்காகக் கறிக்கடை போட்டிருந்தார். பெரிய சலவான் அறுபது வீசை தேறும், ஒருவன் கூரடிக்க, மற்றொருவன் எலும்பிலிருந்து கறியாக அறுத்துக் கொடுக்க பிறிதொருவன் சரிசமமாகக் கூறடித்தான். அப்பா ஒவ்வொரு நபருக்கும் கொடுத்துவிட்டு, ஒருவனைப் பெயர் குறிக்கச் சொன்னார். ஒரு வழியாக அம்பது கூறும் காலியான நிலையில் மீந்த பத்துக் கூறையும் அந்த மூன்று நபர்களுக்கும் பிரித்துக்கொடுத்தார்.

அதில் ஒருவன், "எனக்குத் துட்டு குடுத்துரு தலீவரே."

"ஏன்டா?... ம்" என்று அப்பா கேட்க முழித்தான்.

"ஏலெய், துட்டு வேனும்னா வாடா, கறியும் கொண்டு போ. மண்டு, மண்டு கறி எடுத்தா காசு கெடைக்காதுன்னு நினைச்சிட்டியா? எடுத்துட்டுப்போடா, போ நல்ல நாளும் அதுவுமா புள்ள குட்டிகளுக்கு நல்ல கஞ்சியா ஊத்து" எனச் சொல்லவும் மொக்கையாவிடம் கண்ணீரும் தொண்டையை அடைத்த விசும்பலும்.

"ஏலேய். என்னடா... ஏண்டா மொக்கையா."

"பத்து நா ஆச்சி தலீவரே, எம் பொண்டாட்டி புள்ளைகளைப் பாத்து."

"அட எழவே, ஏன்? அவெ, ஆத்தா வீட்டுக்குப் போயிட்டாளாக்கும். போடா போயி கூட்டிட்டு வா. இந்தா" என மடியிலிருந்து ஒரு அஞ்சு ரூபாய் எடுத்துக் கொடுத்தார்.

"ஏய் வீரா, இவன் மாமியா வீட்டுக்கும் சேர்த்து கறியே போடுடா."

இருவரும் அவரவர் பங்கைப் பத்திரப்படுத்துவதில் முனைந்தனர். "ஏலேய், என் பங்கே அவுனுக்குக் குடுங்கடா."

"ஒங்க ரெண்டுபேர் பங்கிலிருந்து எதும் தரவேணாம்" என்று அப்பா சொன்னதும் அப்பாவின் கையை பிடித்துக் கதறினான்.

"என்னான்னு சொல்லிட்டு அழுடா, கூதற கழுதே", "முன்னூறு ரூபா குடுக்கணும்ன்னு சுல்தான் ராவுத்தரு என் குடும்பத்தே

கொண்டுபோயி ஒக்காரவைச்சிட்டாரு. நான் போன தீபாவளிக்கே, பணத்தே கட்டிட்டேன். ஆனா, இன்னும் குடுக்கலைங்கிறாரு. நான் ஒரு மடயேன். போதைல போனதாலே மறதியாய் போச்சி, ஆனா என் பொஞ்சாதி குடுத்தாச்சின்னுதான் சொல்றா."

"ஏன்டா பத்துனாளா புடுங்குனியா, இம்புட்டு நாளா மக்கு நாயி மாதிரி இருந்துட்டு இப்பொ சொல்றான் பாரு."

"தலிவரே, என்னையும் அப்படித்தான் குடுத்தே குடுக்கலைன் னுட்டு ஒக்காரவைச்சிட்டாரு."

"ஏய் சின்னராசு, கடையை எடுத்து வைச்சிட்டு மீதிக் கறியே ஒன்வீட்டுக்கு எடுத்துட்டுப் போ."

"ஏய் மொக்கையா, வா அந்த ராவுத்தரே போயி பாப்போம்."

மொக்கையன் பொஞ்சாதி திருகுக் கல்லில் துவரம் பருப்பைப் போட்டு உடைத்துக்கொண்டிருக்க, மகள் செல்லம்மா உரலில் கம்பு குத்த, இன்னொரு மகள் பொட்டுக்கன்னி பாத்திரம் விளக்கிப் போட, மகன் தவுடன் துணி துவைக்க, பிறிதொரு மகன் ஐம்புலிங்கம் வீடு பெருக்கிக் கொண்டிருக்க, அவர்களை மாமி நிமிட்டி நிமிட்டி வேலை வாங்கிக் கொண்டிருக்க, சுல்தான்பாய் சாய்வு நாற்காலியில் சாய்ந்தபடி, மொக்கையன் பொண்டாட்டியின் மார்புப் பிதுக்கங்களை ரசித்துக்கொண்டிருந்தார். மொக்கையன் மனைவி பத்து தினங்களில் அம்பது முறையாவது அவருடைய வட்டிக்கணக்கைத் தீர்த்திருப்பார். இதற்கு மாமி ஏதும் சொல்ல முடியாது. காரணம், தலாக்தான். அப்படியே சொல்ல நினைத் தாலும் கடன்காரக் கழுதைகளுக்குக் கற்பு ரொம்ப முக்கியம் பாரு என்ற எண்ணத்தில் மாமி கண்டும் காணாததுபோல் இருந்து கொள்வாள். மொக்கையன் மனைவியின் கோபம் கணவன் மீதுதான், உட்கார வைத்துப் பத்து நாள் மீட்காத புருஷன் இருந்தா என்ன செத்தா என்ன, காக்க வேண்டிய மானத்தை எல்லாம் இழந்தாச்சி இனி என்ன இருக்கு... என்றபடி எல்லா வேதனை களையும் தனக்குள்ளாகவே மென்று முழுங்கிக்கொண்டாள்.

வாசல் வந்தடைந்தனர் அப்பாவும் மொக்கையனும். "ராவுத் தரய்யா" என்றான் மொக்கையா. குரல் கேட்டுப் பிள்ளைகள் ஓடி வந்தன. மாமி அந்தப் பிள்ளைகளை நெட்டித் தள்ளினாள். அதில் இரண்டாவது பெண் முற்றத் தூணில் மோதி விழுந்தாள். அப்பாவுக்கு ஜிவ்வென்று ஏறியது. "ஏத்தா பச்சப் புள்ளையே

இப்படி போட்டுத் தள்ளிவிடுரே", எனக் கேட்கவும், சுல்தான் எச்சில் உமிழ்ந்துவிட்டு, "வாயா... ஆம்பளை என்ன? எங்க வந்து என்ன பேசுரே? வக்கத்த நாய்களுக்கு நீ என்ன வக்காளத்தா?"

"யோவ் ராவுத்தரே, மருவாதியா அவன் பொண்டாட்டி, புள்ளையே ஒப்படைக்கப்பாரு. இல்லெ."

"என்ன முருக்கே, இல்லாட்டி புடுங்கிப்புடுவீயா, போவியா" என்றபடி மீண்டும் சாய்வு நாற்காலியில் சாய்ந்துகொண்டார் சுல்தான்.

"ஏய் முனியக்கா, எந்திரி ஏய் மொக்கையா, ஓம் புள்ளையே கைலெபுடி" என அப்பா சொல்லவும் அவன் புள்ளைகள் ஓடிவந்து மொக்கையாவிடம் ஒட்டிக்கொண்டன. மொக்கையன் அவர்களை அழைத்துக்கொண்டு படியிறங்கவும், உலக்கை வந்து குறுக்காக விழுந்தது.

"ஏய் மொக்கையா, ஒலக்கையை தாண்டுனே காலு துண்டா போகும்டா. மருவாதியா வாங்கின முன்னூறு ரூபா, அதுக்கு வட்டி முன்னூறு ரூபா சேர்த்து அறுநூறு ரூபா கட்டிட்டுக் கூட்டிட்டுபோ."

பாய் வழக்கமாகக் கையில் ஒரு கறுப்பு நிற உருளைக் கம்பு வைத்திருப்பார். அதனுள் சூரி கத்தி இருப்பது இப்போதுதான் தெரிந்தது. ஒரு திருகுதிருகிச் சூரியுடன் பாய்ந்தார். மொக்கையன் எச்சில் விழுங்கினான். பாய் முழு வேகத்துடன் சூரியை ஓங்கவும், அப்பா படக்கென்று கையின் மணிக்கட்டைப்பற்றி பலமாக முறுக்கி, பாயின் முதுகுப்பக்கம் மடக்கி குண்டிப் புறத்தில் ஒரு எத்து விட்டார். பாய் முற்றத்தில் போய் விழுந்தார். சூரி கையை மீறி பத்தடி தூரத்தில் விழுந்து மின்னியது. பாய், மீண்டெழும் முன் அப்பா, மீண்டும் ஒரு எத்துவிட்டார் நாடியோடு. மாமி கையிலிருந்த முறத்தோடு ஓடிவந்து அப்பாவை அடிக்கவும், மொக்கையன் மனைவி மாமியைத் தள்ளிவிட்டாள். மாமி, அய்ந்தடிக்கப்பால் போய் விழுந்து குறுக்கை பிடித்தாள். பாய், வெளியில் கிடந்து மிதிவாங்குவதை அக்கம்பக்கத்தவர்கள் பார்க்க கூட்டம் கூடவும், பாய் படக்கென்று எழுந்து வீட்டுக்குள் ஓடிக் கதவைத் தாளிட்டுக்கொண்டார். இதைப் பயன்படுத்திக் கொண்டு மொக்கையன் குடும்பம், தலைதெறிக்க ஓடிவிட்டது.

சாவாகசமாக நடந்து அந்தப் பகுதியிலிருந்து சிறிது தூரம் சென்றுவிட்டு ஞாபகம் வந்தவராய் திரும்ப வந்து பாய் வீட்டு வாசலில் நின்ற தன் சைக்கிளில் ஏறி வலது கையால் மொக்கையன் சைக்கிளையும் பிடித்துக்கொண்டு மிதித்தார். பின் தேசிய நெடுஞ் சாலை வழியாக ஒரு பர்லாங் கடந்து காவல் நிலையம் அருகில் காலூன்றி மொக்கையன் சைக்கிளை ஒரு கையில் பிடித்துக்கொண்டு தன் சைக்கிளை நிறுத்திப் பார்த்தார். ஸ்டாண்டு போட்டு விட்டு, அதன்பின், அவன் வண்டியையும் நிறுத்தி இரு சைக்கிள்களையும் பூட்டிவிட்டுச் சாவியைக் கைமடக்கில் வைத்தபடி காவல் நிலையத்துக்குள் நுழைந்து எட்டிப்பார்த்தார்.

உள்ளிருந்து அய்ந்தரையடி உயரக் காவலர், மழுங்க வெட்டப் பட்ட சம்மர் கட்டிங், இரு கன்னத்தையும் மறைக்கும் சுருள் வடிவ கிடா மீசை, அகன்ற முதுகு, நிமிர்ந்த மார்பு இன்னும் தொந்தி விழாத, உருண்ட மரத்துண்டில் பாதியை சீவியது போன்ற வயிற்றுப் பகுதி, இறுக்கமாக, கச்சிதமாக, பற்றியிருந்த மேல் சட்டை, புஜப்பகுதியில் வருடாந்திரத்தைக் குறிக்கும் அடையாளக் கோடுகள் இல்லாததால் பத்தாண்டைக் கடந்தவர் என்பதை நிரூபிப்பவராக நின்றார். அரசாங்க முத்திரையான சிங்க முகப் பட்டன்கள், இடுப்பில் தடித்த உறுதியான இடைவார், அதன் மத்தியிலும் அரசாங்க முத்திரை, நீர் மூழ்கிக் கப்பலின் முன் வடிவ கூராகப் பிட்டத்தை அழுத்திப் பிடித்துப் பின்பகுதியிலிருந்து கால்முட்டி நீட்டிச் சலவை செய்து போட்டிருந்த டிராயர், முட்டி வரை நன்கு நேர்த்தியாகக் கஞ்சிப் போட்டு, கத்தி முனையாகக் கீழ்பகுதி சதையிலிருந்து பாதம்வரை காக்கி நிறக் காலுறை, கனத்த கருப்பான காலணி, இடது கையில் வாழைப்பூ நிற வடிவத் தொப்பி, சரக், சரக் சப்தங்களோடு அவர் வெளியே வருவதைப் பார்த்த அப்பா, “அய்யா வணக்கம்” என்றார்.

அவர் ஒருபார்வை பார்த்துவிட்டு, “யாருய்யா, என்ன வேணும்?” என்றார்.

“பெரியய்யாவைப் பாக்கணும்.”

“அவரா? அவரே இப்பப் பாக்க முடியாதுய்யா, என்ன விசயம் சொல்லு.”

அப்பா யோசித்தார். இவனிடம் சொன்னா தட்டிக் கழிப்பானா, இல்லே அவனுக்குச் சாதகமாக பேசுவானா என்று யோசிக்கையில்,

கோபம் வந்த கான்ஸ்டபிள், "யோவ் கனவு காங்குறியா?" எனக் கத்தவும் அப்பா சொல்லிவிட்டார்.

"இந்தே.. எலெட்ரி ஆபீஸ்கிட்ட அரிசிக்கட வைச்சுருக்கிற சுல்தான் பாய் ஒரு குடும்பத்தவே பத்து நாளா அடைச்சி வச்சிருந்தாரு."

"எதுக்குய்யா?"

"வட்டிகட்டலேன்னு."

"ஆமா. மொள்ள வாங்குனா குடுக்கனும், குடுத்தவென் கேட்க மாட்டான்?"

"அதுல்லய்யா."

"என்ன அதுல்ல, நொதியில்லைனட்டு."

"மருவாதியா போறீய்யா, புடுச்சி உள்ள போடவா."

"அய்யா, அய்யோவ், என்னப் புடுச்சி உள்ள போடுறதுக்கு நா ஒன்னும் களவான்டலே, கொல பண்ணலே. அந்தாளுதான் பொம்பள புள்ளைகளே அடச்சி வைச்சுகிட்டு, ஞாயம் கேட்கப் போன என்ன, சூரிக்கத்தியால குத்த வந்தாரு. நா தட்டிவிட்டு, ரெண்டு அடி போட்டுட்டு, நேர இங்க வந்திட்டேன். இதாய்யா நடந்தது."

கேட்டறிந்த காவலர் கோபம் தணிந்தவராக, "அந்தக் குடும்பத்த எங்கய்யா?"

"அவென் தப்பிச்சா போதுட்டு ஓடிட்டான்யா. வேணுண்ட்டா கூட்டிட்டு வாறேங்க."

"அதெ மொதச் செய்யி, ஏன்னா அவன்தான் பிராது குடுக்கணும், அதுவும், அவன் பொண்டாட்டி குடுக்கணும். நீ குடுத்தா அய்யா ஏத்துக்கிட மாட்டாரு" எனக் காவல்துறை விதிமுறையைக் கற்றுத் தந்தார். அப்பா திருப்தியின்றி அவரைப் பார்த்தார். பின்பு காவல் நிலையத்துக்குள் பார்த்தார். ரைட்டரும் ஹெட்கான்ஸ்டபிளும் எதிரெதிரே அமர்ந்து ஏதோ எழுதிக்கொண்டிருந்தார்கள். "அப்போ, பெறவு வாரேன்னுய்யா" என நகர்ந்தார்.

"ஓய்.. ஒன்வீடு எங்கே இருக்கு, எங்க வேல பாக்குறே" அப்பா சொல்லவும் ஒரு சிறு டைரியில் குறித்துக்கொண்டு, "சாய்ந்திரம் ஒரு அஞ்சுக்கெல்லாம் வந்துரு" என்றார் காவலர்.

"ஆகட்டும்ய்யா" என்று சொல்லிக்கொண்டு, காவல் நிலைய வாசலிலிருந்து வெளியேறி முன்புபோல் இரண்டு சைக்கிள்களையும் எடுத்துக்கொண்டு புறப்பட்டார்.

11

நடுப்பகல் கடந்தும் நடுவானில் சூரியன் இல்லை. அம்மா இட்லிப் பானையோடு தன்னையும் சேர்த்து அவித்துக் கொண்டிருந்தாள். வீட்டில் இட்லி அவிப்பதும் தோசை போடுவதும் அந்தப்பகுதியில் உச்சபட்ச கௌரமான நிகழ்ச்சி. அதை அக்கம்பக்கத்தாருக்குக் காட்டிக்கொள்ள அம்மியில் தேங்காய், பொட்டுக் கடலை தட்டுவதெல்லாம் ஊருக்கு எங்கள் வீட்டில் இட்லி பலகாரம் என ஓங்கி உரைப்பதற்காகத்தான்.

சின்னக்கா அரைக்க, பெரியக்கா கருவேல முள், சுள்ளிகளை நறுக்க, கறிக்கடையிலிருந்து கொண்டுவந்த கறியில் அன்றைய தேவை போக, மீதியிருந்த வாருக்கும் கறிக்கும், உப்பு, மிளகு, சீரகம், மஞ்சள் வைத்து அரைத்து அதில் ஒவ்வொரு வாரையும், உள்ளங்கை அளவுக்குக் கீறிக் காய்ப்பு மசாலில் புரட்டியெடுத்து மொக்கையன் கம்பியில் கோர்க்க, இட்லிக்கு தொட்டுக் கொள்ள ரத்தக்கறிக்குத் தேவையான வெங்காயம், பச்சை மிளகாய் அரிந்து கொண்டிருந்தாள் மொக்கையன் பொஞ்சாதி, ஆதி தப்பித்த மொக்கையன் மனைவி, மக்கள் ஓட்டமும் நடையுமாக அப்பா வீட்டுக்கு வந்துவிட்டார்கள். அங்கு வந்துவிட்டால் எந்தப் பயலும் அவர்களை ஒன்றும் செய்ய முடியாது என்ற அசைக்க முடியாத நம்பிக்கை. பாலன் வாசலில் நின்றிருந்த மஞ்சணத்தி மரத்திலேறிக் கருத்த உருண்டு திரண்ட மஞ்சணத்தி பழத்தைப் பறித்துக் கீழே நிற்கும் மொக்கையனின் பிள்ளைகளுக்குப் போட்டுக்கொண்டும் கையில் நசுங்கிய பழத்தை வாயில் போட்டுக்கொண்டும் கிளை விட்டுக் கிளை தாவுவதுமாக இருக்க கீழ்நின்ற மொக்கையன் பிள்ளைகள், மண்தட்டிப் பழத்தை வாயில் போட்டுக்கொள்வதும் தகரப்போணியில் சேகரிப்பதுமாக இருந்தனர். பெரியக்கா முள் நறுக்கி எடுத்துச்சென்று அம்மாவுக்குப் பக்கத்தில் போட்டாள். அப்பா இரண்டு சைக்கிள்களில் வந்திறங்குவதைப் பார்த்த மொக்கையன் ஓடிச்சென்று அவன் சைக்கிளைப் பிடித்து நிறுத்தினான்.

மொக்கையனைப் பார்த்த அப்பா, "ஏன்டா, ஒன்பாட்டுக்கு ஓடியாந்திட்ட, செரிசெரி, இங்க வந்தது ஒரு வகையில நல்லது தான். செரி, பொழுது சாய கச்சேரிக்குப் போகனும்பா, இல்ல, கோந்தகார பயல்க போலீஸ்காரர்கள் நொங்க பிதுக்கிப் புடு வாங்க", என்று சொல்லி, அவருக்காக மல்லாந்து கிடந்த கம்பிக் கட்டிலில் அமர்ந்து, சட்டையைக் கழற்றித் தலைமாட்டில் வைத் தார். மடியிலிருந்த சொக்கலால் பீடியையும் தீப்பெட்டியையும் எடுத்துவைத்துவிட்டு, "என்னழா, என்ன பண்ணுரே", எனத் தன் வழக்கமான கர்ஜனையை உதிர்க்க அம்மா நிலைதட்டி வந்து நின்றார்.

"மொக்கையன் புள்ளைக, சாப்புட்டாச்சா."

"இப்பதானே, இட்லி அவிக்கிறேன். கறியே வேகப் போட்டிருக் கேன். செத்த நேரத்துலே ஆயிரும்", என்றபடி விறுவிறு என்று வீட்டுக்குள் புகுந்து அடுப்புக்குள் தன்னை அடைத்துக்கொண்டாள். ஏனெனில் இதுக்குமேல் நின்றுகொண்டிருந்தால், அப்பாவுக்குக் கோபம் கொப்பளிக்க ஆரம்பித்துவிடும். மொக்கையன் கோர்த்துப் போட்ட உப்புக் கண்டத்தைப் பார்த்தார். எல்லாக் கறியையும் நெருக்கி, நெருக்கிக் கோர்த்திருந்தார் மொக்கையன்.

"ஏலேய், கூறுகெட்ட கூவெ... இப்படி நெருக்கிப் போட்டேனா, எங்குட்டு காயும், ஒன்னோடே ஒன்னா கெடந்தீச்சினா, புழு வைச்சி நாறிப்போகும்" என்று சொல்லிப் பந்தலில் கட்டியிருந்த காய்ச்சல் கறியை அவிழ்த்து, கறியை அலக்கு அலக்காகத் தள்ளிப் போட்டுக் கட்டிவிட்டு அதில் ஒரு வாரை எடுத்து "ஏலோ...வ்" என்று கத்தினார்.

"இந்தா இதெ சுடுலா" என்று சின்னக்காவிடம் கொடுத்துவிட, அதை சினுக்குவளியில் குத்தி அடுப்பு வாய்க்குள் கொடுக்கவும், அதன் கொழுப்பு உருகிச் சொட்டுச்சொட்டாக எரிந்துகொண் டிருக்கும் சுள்ளியில்பட்டுச் சுர்ரென ஒலி எழுப்பியது. நன்கு சுட்டு அதைத் துண்டுகளாக்கி ஒரு கல்தட்டில் போட்டுக் கொடுக்கவும் சுவரில் சார்த்தியிருந்த சைக்கிள் கேரியரில், துண்டு மடக்கில் வைத்திருந்த பட்டைச் சாராயத்தை வெளியே எடுத்தார்.

"ஏலேய் ரெண்டு கிளாஸ் வாங்குப்பா", என அப்பா சொல்லவும், மொக்கையன் வீட்டுக்குள் சென்று அடுப்படியில் ஒத்தாசையாக, கறி கிண்டிக்கொண்டியிருந்த தன் பொஞ்சாதியிடம், "ஏத்தா...

ரெண்டு டம்ளரு எடு", என்றான். அவள், அம்மாவைப் பார்க்கவும், அம்மா "எடுத்துக்குடு, அவுங்க ஆட்டத்தெ, நானே நிப்பாட்ட முடியாது. வேனுட்டா நாமளும் சேந்துக்கிடனும்", எனத் தன் அனுபவத்தைச் சொல்ல அவள் எடுத்துத் தந்தாள். இருவரும் கிளாஸில் ஊத்திக் குடித்துவிட்டு, ஆவி பறக்க கறித்துண்டுகளை வாயில்போட்டு அதக்கினார்கள். அதைப் பார்த்துக்கொண்டிருந்த மொக்கையன் பிள்ளைகளை அப்பா எடுத்துக்கொள்ளச் சொல்லவும், அதுகள் கூச்சப்பட்டுக் கூச்சப்பட்டுத் தீக்கங்கைத் தொடுவதுபோல் தொட்டு எடுத்துக்கொண்டன. அம்மா அது பத்தாது என்று தெரிந்தவளாக ஒரு ஏத்தனத்தில் கறியை ஆவி பறக்கக் கொண்டுவந்து "இந்தா, உப்பு ஒரப்பு இருக்கானு பாரு" என்றாள். அவர் ஒரு விலா எலும்பை எடுத்துச் சூடு பொறுக்க முடியாமல் உள்ளங்கையில் போட்டுப் பந்தாடினார். அது தான் சூடு தணிந்துவிட்டேன் என்று உள்ளங்கைக்கு எடுத்துரைக்கவும் வாயில்போட்டு பதம்பார்த்துவிட்டு, "ஏலா எறக்குலா, இதுக்கு மேலே போட்டா தீஞ்சு போகும். ஏலேய் ஊத்துடா" என்றார். ஊத்தினார் மொக்கையன்.

வாய் பார்த்து நின்ற மொக்கையன் பிள்ளைகளை மொக்கையன், "ஏய் இங்கெதுக்கு நிக்கிறீங்க, போங்க" என்று அதட்டவும், "ஏலேய்... வெண்ணே, பச்ச மதளைகளே அரட்டுறே, எம்மா முனியக்கா ஒன் பிள்ளைகளுக்குப் போட்டுக் குடு, சாப்பிடட்டும்" என்றார். அவள் நின்றாள். "எம்மா, சொல்ரேன்லே, போக்கா, போய் வைச்சிக்குடு", என்றதும், வீட்டுக்குள் சென்று, அம்மா விடம் நிற்க, குரல் கேட்ட அம்மா தட்டில் இட்லியையும் ரத்தக்கறியையும் வைத்துக் குடுக்க, முனியக்கா எடுத்துவந்து அவள் பிள்ளைகளுக்குக் கொடுத்தாள்.

ரெண்டு கிளாஸ் இறக்கிய மொக்கையன், "தலிவரே... என் சாதிகாரப் பயல்கிட்ட இவ்வளவு ஒட்டுறவு கெடையாது. மவராசன், எம்புட்டு பிரியம் வச்சிருக்க எங்கமேல, திங்கவிட்டு வேடிக்கை பாக்குறியே", "ஏலேய் மடப்பய மவனே, சாதி என்னடா சாதி, வயுத்துக்கு, சக்கிலியனும் தெரியாது பாப்பனும் தெரியாது. தெரிஞ்சதெல்லாம் பசிடா பசி", என்றார். மொக்கையன் பிள்ளைகளைத் தொடர்ந்து பாலனும் ஒரு தட்டு இட்லியைப் பிட்டு உள்ளிறக்கவும், பொறுக்க மாட்டாத பெருங்காற்று, ஆங் காங்கு கிடந்த கூலத்தை ஒன்றுதிரட்டி, அள்ளிவந்து வட்டலில்

கொட்டியது. வெள்ளை நிற இட்லியில் பட்டு ஏழு வர்ணமாக மாறியது. பாட்டிலைக் காலி செய்துவிட்டு ஒரு பீடியைப்பற்ற வைத்தார் அப்பா. அம்மா இறுதி அடுக்கை எடுத்துக் குண்டாவில் போட்டு உண்டுகொண்டிருக்கும் பிள்ளைகள் மத்தியில் வைத்துத் தானும் அமர்ந்து, முகம் பார்க்காமல் தட்டைப்பார்த்து காலியாகக் காலியாக வைத்தாள். பின்பு பெரியக்கா, சின்னக்கா, முனியக்கா முறை வந்தது. அவர்களுக்கும் வைத்துவிட்டு, "என்ன... ஒங்களுக்கும் வைக்கவா?" என்றாள். அப்பாவுக்கு இட்லி பிடிக்காமல், "ஏலா, ரெண்டு தோசே போட்டா நல்லா இருக்குமே" நாவைச் சுழற்றி எச்சில் விழுங்கினார். "ம்... நாக்கு ருசியா கேக்குது. ஏய் போடுலா, சேத்தாப்புலே இவனுக்கும் ரெண்டு போடுழா" என்றார். "ம்" என்ற முனகலோடு வீட்டுக்குள் சென்று அடுப்பைப் பார்த்தாள். அது இன்னும் உயிரோடு இருந்தது. கூரை முகட்டிலிருந்து நீண்ட கம்பி முனையில் தொங்கிக்கொண்டிருந்த தோசைச் சட்டியை எடுத்தாள்.

பாத்திரங்களை அடுக்க அலமாரி கிடையாது. வந்தவர்கள் பார்க்க பகுமானமாக மாட்டியிருக்கும் ஸ்டாண்டு கிடையாது. முகட்டுப் பக்கவாட்டு மூங்கில்களில் நீண்ட கம்பிகள் நாலைந்து இருக்கிறது. அதில் அரிக்கேன் விளக்கு, நெய் உரி, பூனைகளுக்கும் வெருகுகளுக்கும் எலிகளுக்கும் அகப்படாமல் இருக்க ஒரு இரும்பு வாளிக்குள் மீந்த கறிக் குழம்பைச் சட்டியோடு தூக்கி வைத்துக் கம்பியில் தொங்கவிடுவார் அம்மா.

உரிப்பானையை இறக்கி உறைந்துபோயிருக்கும் பன்றி நெய்யை ஒரு கிண்ணத்தில் சிறு மூங்கில் அகப்பையால், கோதி வைத்தாள். அது அகப்பையின் பாதி அச்சோடு கிண்ணத்துக்கு மாறியது. அதை அடுப்புக்குள் அடை கங்கிடுக்கில் வைக்கவும் நெய் உருகி, மேலுயர்ந்து வழிந்ததால், கங்குகள் சுர்ரெனச் சத்தமிடவும் அம்மா எடுத்து வெளியே வைத்துவிட்டுத் தோசைச் சட்டியை அடுப்புத் தலையில் வைத்துவிட்டு மாவுச் சட்டியைப் பார்த்தாள். அது இன்னும் குறையாமல், அப்படியே இருப்பது போல் தோன்றியது. 'நல்லநா, பொல்லநாளுக்கு மாவரச்சா இப்படித்தான், அள்ள அள்ள வந்துகிட்டே இருக்கும். எல்லாம் குலதெய்வம் செய்யுர வேலதான்' என மனதுக்குள் நினைத்துக் கொண்டு, சாமியை வேண்டிக்கொண்டு, திசைநோக்கிக் கும்பிட்டுக் கொண்டாள். பன்றிக்கொழுப்பில் உருக்கிய நெய்யைத் தோசைச்

சட்டியில் தடவி மாவை அகப்பையில் மோண்டு வட்டமாக வார்த்து அடுக்கி எடுத்துவந்து அப்பாவுக்கும் பரிமாறினாள். அவர் பிட்டு வாயில் ஒதப்பிக்கொண்டு தலையை ஆட்டினார். அதன் அர்த்தம், அம்மாவுக்குப் புரிந்தது. தன் உழைப்புக்குத் தகுந்த சன்மானம் கிடைத்துவிட்டதால், அருகில் அமர்ந்து கூட ஒரு அகப்பைக் கறியை அள்ளி வைத்தாள். மொக்கையனுக்கும் சேர்த்துத்தான்.

செல்ல பிராணிகள் மூக்கு வேர்த்து உர்... உர் என்றதும், "ஏழா, இதுகளுக்குக் கஞ்சி வைச்சிய்யா" என்றார். "அதலாம், அப்பதயே, குடிச்சிருச்சி... நீ வந்திருக்கேலே அதான் கொஞ்சுது."

"அப்படியா சமாச்சாரம். செரி, செரி, இரு பன்னி நா மொத சாப்புட்டுக்கிறேன். அப்புறமா ஒன்னயே கவனிக்கிறேன்", என்று சொல்லி இரண்டாவது தோசையை, வயிற்றுக்கு அனுப்பிவிட்டு, அதுக்கு பக்க துணையாக ஒரு அரை செம்பு தண்ணீரையும், சேத்து அனுப்பி வைத்தார்.

வயிறு நிறைந்த பிள்ளைகள் மீண்டும் மஞ்சணத்தி மரத்திலேறிப் பழம் பறிக்கத் தொடங்கினர். மொக்கையன் மனைவியும் அம்மாவும் பிள்ளைகள் புருஷன்மார்கள் ஒலப்பி வைத்ததை உண்டார்கள்.

12

ஆடிக்காற்றை மிஞ்சிய ஆவேசமான வேகத்தில் வந்து நின்றது காண்டாமிருக முகவடிவிலான காவல்துறை வாகனம். அதிலிருந்து போலீஸ்காரர்கள் தடதடவென பூட்ஸ்கால்கள் புழுதி பறக்க ஓடிவந்து சுல்தான் சுட்டிக்காட்டிய அப்பாவைக் கொத்தாகக் கட்டிலிலிருந்து அள்ளினார்கள். மொக்கையனையும்தான்.

அப்பா, "என்னய்யா" என கேட்பதுக்குள் லத்திகள் உட லெங்கும் விளையாடின. இரையைக் கவ்வ அவிழ்த்துவிட்ட வேட்டை நாய் எப்படி இரையை மூர்க்கமாகத் தாக்குமோ, அதே போல்தான், போலீசை உஸ்காட்டிவிட்டால் போதும். முறையான அடி என்பது அவர்களுக்கு மட்டுமே தெரியும். கம்பால் நாம் அடிப்பது வேறு, அவர்கள் அடிப்பது வேறு. ஒருவனை மூர்ச்சை யாகும்வரை அடிக்க வேண்டும். அவன் உடலில் காயமோ, ரத்தமோ வரக் கூடாது. அதே நேரத்தில் எதிர்க்கவும் முடியாது; எழுந்திருக்கவும் முடியாது.

அம்மாவும் பிள்ளைகளும் குய்யோ முறையோ என்று கத்திக் கொண்டு அவர்களது காலையும் கையையும் பிடிக்க, அவர்களை எதிரே உள்ள கருவேலம் முள் வேலியில் தூக்கி எறிந்தார்கள். நம் எஜமானியை ஏதோ செய்கிறார்களே எனப் பிடரிமுடி சிலிர்க்க, செல்லபிராணிகள் கர், முர் எனத் தன் ரௌத்திரத்தை வெளிப் படுத்தின. தெரு மக்கள் உச்சுக்கொட்டினார்கள். வேறு என்ன செய்ய முடியும். "எங்கடா பாய் வீட்டுலே நகையும், பணத்தையும் எங்கடா" என்று ஒரு அடி.

"தாயோலி, கொற நாயி வீடு புகுந்தா கொள்ளை அடிக்கிறே?" என்று கேட்டு மறு அடி.

"தடுக்க வந்த மாமியே மண்டையே ஒடச்சுருக்கே" என்று சொல்லிச் சொல்லி இன்னொரு அடி.

"பாயே, சூரியாலே குத்த போயிருக்க" என்று, குற்றப்பத்திரிகை வாசித்துக்கொண்டே அடிமேல் அடியாக அடித்தபடி அப்பாவைக்

கழுத்தைப் பிடித்துக் குந்தக்குந்தந் தள்ளிக்கொண்டுபோக, மற்றொரு வீட்டுக்குள் நுழைந்து வீட்டுக்குள்ளிருந்த அனைத்துப் பொருட்களையும், அள்ளித் தெருவில் விசிறியடிக்க, அப்பாவின் வேஷ்டியை உருவிக் கிழித்து கையை மடக்கிப் பின்பக்கமாகக் கட்டி அண்டிராயருடன் நடக்கவைத்துக்கொண்டே ஒருவர் முதுகில் குத்த, மற்றொருவர் லத்தியால் பிட்டத்தில் அடித்து, "நட டா, நட டா", என்று சொல்ல, பிறிதொருவர் "என்னடா நடக்குறே, ஓடுடா ஓடுடா" என உத்தரவிட்டார். மொக்கையனையும் வஞ்சகம் செய்யாமல் அப்பாவுக்குப் போல் சரிசமமாக கவனித்தனர்.

சுல்தான் பாயின் பணம் மிக அற்புதமாக வேலை செய்தது. முள்ளில் விழுந்த அம்மாவும் முனியக்காவும் தங்கள் கணவர்களை மீட்க பின்னோடினார்கள். அவர்களுக்குப்பின் ஓடமுடிந்த பிள்ளைகளும் ஓடிவர அம்மா முன் சென்று, "சாமி விட்டுறுங்கெ சாமி, என் புருசென் தப்பு செய்யலே சாமி. அய்யா... எசமான்... இராவுத்ரய்யா, விடச் சொல்லுங்கய்யா" எனக் கெஞ்சவும் கோபம் வந்த ஏட்டய்யா, "ஏ... இந்தக் கண்டார ஓழிகளே மொதலே வண்டியிலே ஏத்துங்கய்யா", என உத்தரவு பிறப்பிக்கவும், அவர்கள் எப்போது வண்டிக்குள் வந்து விழுந்தார்கள் என்பது தெரியவில்லை. அம்மா அடைபட்ட விலங்காக அங்குமிங்கும் தவ்வினாள். ஜன்னல் கம்பிகளைப் பற்றி இழுத்தாள். புருஷனை முன்னால் வழிநடத்திச் செல்வதை வண்டிக்குள்ளிருந்து பார்த்து அம்மா கத்திக்கத்திக் கூப்பாடு போட்டாள்.

தெருவின் இருமருங்கிலும் ஆண்கள், பெண்கள், குழந்தைகள், மூத்தோர், முடியாதோர். அந்தக் கூட்டத்தில் அப்பா ஜாதிக்காரர்களும் உண்டு. முனியக்கா சொந்தங்களான படைகளும் உண்டு. பள்ளு, பற, குற, பகட எல்லாரும் உண்டு. ஆனால், ஏன் என்று கேட்பதற்கு மட்டும் யாரும் இல்லை.

13

அக்காள் முருங்கை மரத்தில் சாட்டைசாட்டையாகத் தொங்கிக்கொண்டிருக்கும் காய், கீரைகளைக் கை வைக்கத் தோது பார்த்துக்கொண்டிருந்தாள். வீட்டில் உள்ள கழிவறைகளில் இரு வகை உண்டு. ஒன்று பாதாளக் கழிவறை. மற்றொன்று, எடுப்புக் கழிவறை. பாதாளக் கழிவறையில் தண்ணீர் ஊற்றினால் கழிவுகள் செப்டிக்டாங்கில் விழுந்துவிடும். ஆனால், எடுப்புக் கழிவறை அப்படி அல்ல. மேலிருந்து கழிந்தால் கீழே உள்ள சின்ன பெட்டி போன்ற அறையில் வந்து விழும், தினமும் அதை அப்புறப் படுத்திவிட்டு, மேலிருந்து தண்ணீர் ஊற்றிவிட்டு அலசிவிட வேண்டும். எடுப்புக் கழிவறையை தினசரி சுத்தம் செய்ய வேண்டும். நவீன கழிவறையை மாதமிருமுறை அல்லது வார மொரு முறை சுத்தம்செய்தால் போதும். அதையும் வீட்டுக்காரர் களே தண்ணீர் ஊற்றிச் சுத்தம் செய்துகொள்வார்கள். தேவையான வாசனை திரவியங்களைப்போட்டு வாடை தெரியாமல் பார்த்துக் கொள்வார்கள். இதனால் பணியாட்களுக்கு வேலையில்லை. அதனால் வரும்படி இல்லை.

இதைப் பற்றி அம்மா அடிக்கடி வருத்தப்படுவதுண்டு. ஒரு சில வீடுகளில்தான் பாரம்பரியமாக அல்லது நாமே கழித்து நாமே சுத்தம் செய்வதா என்ற நல்லெண்ணத்தால் எதையும் மாற்றாமல் வைத்திருக்கிறார்கள். அதன்படிதான் ராசம்மா வீடும். ஒரு காலத்தில் இந்தப் பகுதியில் பணிசெய்து முடிக்க எப்படியும் காலை பதினோரு மணியாகும். பத்துப் பதினைந்து எடுப்புக் கக்கூஸ்கள். ஆனால், இன்று மூன்றே வீடுகள்தான். அரைமணி நேரத்தில் முடிந்துவிடும். வேலை சுளுவானாலும் வருமானம் போய்விட்டது. அரசாங்கம் மனிதக்கழிவுகளை மனிதனே அகற்ற வேண்டாம் என்ற எண்ணத்தில் கண்டிப்பானமுறையில் நவீன கழிப்பறைமுறையை அறிமுகம் செய்தது. அதற்கும் அசையாத வீடுகளுக்குத் தானே முன்வந்து மாதாந்திர தவணை திட்டப்படி கழிப்பறை கட்டிக்கொடுத்தது. இதனால் அரசாங்கத்திற்குத்

திருப்தியும் வீட்டுக்காரர்களுக்கு மோட்சமும் கிடைத்திருக்கலாம். ஆனால், கழிவகற்றும் தொழிலாளர்களுக்கு தினசரி கிடைக்கும் பழைய உணவு, மாதச்சில்லரைகள், பழைய ஆடைகள், விழாக் கால பதார்த்தங்கள், வீடுகளில் நடைபெறும் நல்ல காரியங்களில் கிடைத்து வந்த வருமானம் இல்லாமல் போயின.

பெட்டி வடிவுள்ள கழிவறைக் கதவை மேல்நோக்கித் தூக்கி அது விழவிடாமல் தலையில் முட்டுக் கொடுத்துக்கொண்டு உள்ளே பார்த்தாள் அம்மா. காய்ந்தும் இளகியும் கொழுக்கட்டை யாகவும் கிடந்தன. தகரத் தட்டை இடது கையிலும் வழிப்புக் கரண்டியை வலது கையிலும் வைத்துக்கொண்டு குரலெழுப்பி னாள். "எமோவ் எமோவ், சாம்பல் போடுங்கம்மா."

யாரும் வரவில்லை. கதவில் அண்டக்கொடுத்து முகத்தைக் கழிவறைக்குள் நீட்டவும் வாசனை நாசியில் சென்று உடலெங்கும் பரவி வழிந்தது. மீண்டும் கத்தினாள். மஞ்சள் மலத்தைச் சாம்பல் விழுந்து மூடியது. அதன் துகள் அம்மா முகத்தில் படர்ந்தது. முகத்தைத் துடைத்துவிட்டுக் கரண்டியால் இழுத்துத் தட்டிகிட்டுப் பக்கத்திலுள்ள வாளியில் போட்டார். அதுவரை காத்திருந்த வீட்டுக்கார அம்மா, "என்ன ஊத்தவா?"

"இருங்கம்மா" என்றபடி அம்மா அருகிலுள்ள கட்டை வெளக்கு மாறை எடுத்துத் தயாரானபடி, "ம்... ஊத்துங்கம்மா", என்றாள். அவள் பளிச்செனத் தண்ணீர் ஊற்றவும் மலம் கலந்த தண்ணீர் வழிந்தோடிக் கால்வாயில் கலந்தது. வேலை முடிந்த நிலையில் அம்மா சத்தம் கேட்டுத் திரும்பினாள். ஒரு முருங்கைக்காய்க் கிளையை ஒடித்துவிட்டாள் அக்கா.

"அடி எடுபட்டவளே, வீட்டுக்காரம்மா பார்த்தா அடிக்காமே விட மாட்டா."

"பாத்தாதானே?"

மடியில் பத்து பன்னிரண்டு காய்கள் இருக்கும். கீரையும் கொஞ்சம் ஒடித்திருந்தாள். முனங்கிக்கொண்டே அம்மா, ராசம்மா வீட்டிலிருந்து வெளியேறினாள். அக்கா, வீட்டுக்காரங்க பார்த்து விடுவார்கள் என நினைத்து வீட்டின் தென்பகுதிக் கோட்டையில் முருங்கைக்காயையும் கீரையையும் வைத்துவிட்டு வீட்டின் வாசல் வழியாக எப்போதும்போல் ஒன்றுமே தெரியாதவளாகக் கடந்து வெளியேறினாள்.

ராசம்மா வீட்டைத் தொடர்ந்து மற்ற மூன்று வீடுகளையும் முடித்து மெயின் ரோட்டிற்கு வந்தனர். ஒரு டவுன் பஸ் கிழக்கு நோக்கிச் சென்றது. மேற்குப் பக்கம் சென்று தெற்கு வடக்காக உள்ள மெயின் ரோட்டில்தான் அடுத்த வேலையைப் பார்க்க வேண்டும்.

அந்த ரோட்டில் ஒரு நாள் வேலைசெய்யாமல் விட்டுவிட்டால் நாறிப்போகும். மேஸ்திரி வேலையைவிட்டு நிறுத்திவிடுவார். இந்தப் பகுதி நகரின் மையப்பகுதி. இந்த இடத்தில் பொதுக் கழிப்பிடம் எதுவும் கிடையாது. ஆகையால் மாலை, கருக்கல், அதிகாலை, இரவு எனக் கடை ஊழியர்களும் அருகே அமைந்துள்ள தெருவாசிகளும் சாலையோரத்திலேயே மலம் கழித்துவிடுவார்கள். காலையில் சாலையின் இருமருங்கிலும் மலம் குவியல் குவிய லாகக் கிடக்கும். பெயர்ப் பதிவு முடிந்தவுடன் இதைத்தான் முதலில் அப்புறப்படுத்த வேண்டும்.

ஆனால், தளவாடங்களை ராசம்மா வீட்டுச் சந்தில் வைத்து விடுவதால் அங்குசென்று அவற்றை எடுத்துவருவதற்குமுன் கையோடு அந்தப் பகுதி வேலையை முடித்துவிட்டு இந்தச் சாலையோரத்தைச் சுத்தம் செய்ய வரலாம் என்று தாமதமாக வருவாள் அம்மா. ஆனால், அந்தப் பகுதி கனரக வாகனங்கள், பாதசாரிகள், அலுவலக ஊழியர்கள், கூலித் தொழிலாளர்கள் என வேகமாக இயங்கிக்கொண்டிருக்கும். அம்மாவும் தனது கடமை யைச் செய்வாள். பார்ப்பவர்கள் முகம் சுழிப்பார்கள். மேஸ்திரியும் சில நேரம் வேலை செய்துகொண்டிருக்கும்போது சத்தம் போடு வார். அதைப்பார்த்து ஒவ்வொரு நாளும் "நாளப்பின்ன வெள்ள னையே எடுத்துப்போட்டுறனும்" என்று நினைப்பாள். ஆனால், காலையில் மாறிவிடும்.

டீக்கடையின் அருகிலுள்ள மின்வாரிய ஊழியர்கள் வடையும் தேநீரும் சுவைத்துக்கொண்டிருந்தனர். பக்கவாட்டில் கூலித் தொழிலாளிகள் தூக்குச் சட்டியில் சோற்றை நிரப்பிக்கொண்டு கூட்டமாகக் குழுமி வேலைக்கான உத்தரவுக்குக் காத்திருந்தனர். கடையைக் கடந்து வருகையில்,

"எம்மா."

"என்னடி?"

"பசிக்குதும்மா."

“இப்பயேவா பசிக்குது?”

“ஆமா.”

“செத்த பொறு ரோட்ட முடிச்சிட்டு, தம்மாத் தட்டே இட்லி வாங்கித் தாரேன்.”

“ஆமா... இப்ப பசிக்குதுன்னா” என்று சின்னவள் சிறுங்கினாள். அவள் அம்மாவுக்கு எப்போதும் சின்னவள்தான். “பணிக்கல் தூளுஸ்சாமே, பொருப்பிட்டு பிச்சுனா ஊரா பூத்த வஸ்ப்புவான்” “சாயா குடிக்கிறியா? செரி வா”

கடையில் உள்ள கூட்டத்தைப் பார்த்த அக்கா “எம்மா... ஒரே ஆம்புள்ள கூட்டமா இருக்கு. வேணாம் போவோம்” என்றாள்.

“நீ பின்னாடி இரு, நா வாங்கியாரேன்” எனச் சொல்லிவிட்டு டீ பாய்லர் முன்சென்று “ரெண்டு, வட்டா” என்றாள். அவன் மேலும் கீழும் சொர், சொர் சத்தமாக தேநீர் ஆத்திக்கொண்டு தலை யாட்டினான். அவன் முன்னால் பத்தோ பன்னிரண்டோ கண்ணாடி கிளாஸ் இருந்தது. அதையெல்லாம் விட்டுவிட்டு வட்டையில் போட்டுக் கொடுக்கவும் வாங்கிக்கொண்டு, “ஒரு வெங்காய வடை” என்றாள். கடைக்காரர் “காசு இருக்கா?” என்றான்.

“காசு இல்லாமையா” என்றபடி வடையைப் பிடுங்கிக்கொண்டு சென்று அக்காவிடம் ஒரு வட்டையும், வடையும் கொடுத்துவிட்டுத் திரும்பவந்து அவளும் வட்டையை எடுத்துப்போய் பொறுக்கப் பொறுக்கக் குடித்துவிட்டுக் காசைக் கொடுத்துவிட்டு ரோட்டு வேலையை ஆரம்பித்தாள்.

இருமருங்கிலும் எடுக்கும் மலம் எப்படியும் அய்ந்து வாளிக்கு வரும். அதை அரை பர்லாங்குக்கு அப்பால் ஒரு சோளக்காட்டில் தட்ட வேண்டும். ஐந்துமுறை போய்வர வேண்டும். அதிகாரிகளிடம் பலமுறை மலத் தொட்டி வைக்கச் சொல்லியும் வைக்கவில்லை.

கல்யாணத்துக்கு முன்பு அக்காதான் இந்த வேலையைச் செய்துவந்தாள். ஆனால், இப்போது அம்மா செய்யவிடுவதில்லை. “பாவம், பச்ச புள்ளக்காரி. வேணாம்மா” என்று சொல்லிவிட்டு சும்மா கூடவே கூட்டித்திரிவாள். அதுதான் அக்காவுக்கு ஊர் போகும்வரை வேலை. அப்பா கேட்டால் “அவெ ஊருலே போயும் வேலை பாக்கணும். பெத்தவ வீட்டுக்கு வந்தா நாலு நல்லது கெட்டதே அனுபவிச்சிட்டு, நிம்மதியா ஊரு போயிச் சேரட்டும். நா இன்னும் நாலு வேலையை இழுத்துப்போட்டுச்

செய்வேன்" எனச் சொல்வாள் அம்மா. ரோடு வேலை முடித்து விட்டு, இரயில்பாதையோரக் கத்தாளை மறைவில் தளவாடங்களை வைத்துவிட்டு தம்மாத்தா கடையை நோக்கி நடந்தார்கள். ஓரளவு மக்கள் நடமாட்டம் குறைந்திருந்தது.

குழாயடிக்குச் சென்று கால், கைகளை இருவரும் கழுவிவிட்டு, "தம்மாத்தா" என்றாள் அம்மா.

"என்னாத்தா?"

"ஆளுக்கு நாலு இட்லி குடுங்க."

தம்மாத்தா கொப்பரை மூடியைத் தூக்கவும் இரயில் என்ஜின் புகைவிட்டதுபோல் புகை வெளியேறிக் காற்றில் கலந்தது.

அம்மாவும் அக்காவும் வலதுபுறம் உட்கார்ந்து இருந்தனர். பள்ளிக்கூடப் பிள்ளைகள் ஐந்து பேர், எனக்கா, உனக்கா என எதிர்பார்ப்போடு ஏத்தனங்களை ஏந்தியபடி நின்றிருந்தனர். தட்டில் உள்ளது பன்னிரெண்டு இட்லி தான். முன்னவள் "எனக்கு நாலு வையுங்க, நா அப்பதயே வந்திட்டேன்" என்றாள்.

இரண்டாமவள், "எனக்குப் பத்து வைய்யுங்க. ரிக்ஷா வந்துரும்" என்றாள்.

தம்மாத்தா தட்டைப் புடுங்கிக்கொண்டு, "என்னமோ, பெரிய கோட்டையைப் புடிக்க போறவளுக மாதிரிதான்" என்றபடி இட்லிகளை அமுக்கி சட்னியும் சாம்பாரும் போட்டுக்கொடுத்தாள்.

இரண்டாவது ஆளுக்கு வைத்துக் கொடுக்கவும், "ஆச்சி ஒரப்புச் சட்னி வையுங்க."

"அடி எழவே, ஆத்தாளுக்கு மாதிரியே நாக்கு ருசியா கேக்குது" என்றாள். மற்ற மூன்று பிள்ளைகளுக்கும் இரண்டாவது அவித்த இட்லியை எடுத்துக்கொடுத்துவிட்டு அம்மாவுக்கும் அக்காவுக்கும் தலா நாலு இட்லி, அய்ந்து பணியாரம் வைத்து சட்னி, சாம்பார் ஊற்றினாள். அக்காவுடன் அம்மா சாப்பிட்டுவிட்டுக் கணக்கைச் சொல்லிவிட்டுப் பழைய இடத்திற்கு வந்து வாளியைத் தலையில் வைத்துக்கொண்டு நடந்தாள்.

நகராட்சி வேலையை முடித்துவிட்டுத் தனியார் கிடங்கிகள், பேக்டரிகளில் வேலை செய்ய அம்மாவும் அக்காவும் வந்தனர். சிறைவாசல் போலுள்ள நீண்ட உயரமான அகன்ற கேட். அதில் ஒரு ஆள்மட்டும் சென்றுவரக் கூடிய ஒரு கதவு. அந்தக் கதவைத்

தட்டினாள் அம்மா. காவலர் அய்யா சின்ன கதவுக்கு மேலுள்ள ஜன்னல் வழியாக, "ம்... நீயாம்மா" என்றபடி திறந்தார். இருவரும் நுழைந்தனர்.

"இது யாரு?"

"என் மவெ, ஊருலேர்ந்து வந்திருக்கா."

உள்ளே வலதுபக்கம் உள்ள கழிப்பறைகளில் அம்மா ஆண் கழிப்பறைக்கும் அக்கா பெண் கழிப்பறைக்குமாகச் சென்றனர். ஆண் கழிப்பறையில் சிகரெட், பீடி புகைகளின் நெடி அறை முழுவதும் மோதி மிதந்தது. தரையெங்கும் துண்டு சிகரெட், பீடித் துண்டுகள் சிதறிக்கிடந்தன. காரி உமிழ்ந்த வெற்றிலைச் சாறு கலந்த எச்சில், பச்சை, மஞ்சள் நிறத்திலான சளி.

எப்போதும் வைக்கும் தூப்புமாரு சிதறிக் கிடந்தது. அதை ஒவ்வொன்றாகப் பொறுக்கி ஒன்றிணைத்துப் புதிய நார் பார்த்துக் கட்டி, சரியான அளவுக்கு மார்குச்சிகளின் அடிப்பாகத்தை ஒரு தட்டுத்தட்டிச் சரிசெய்துகொண்டு மனித எச்சங்களையும் உறிஞ்சிப் போட்ட துண்டுகளையும் கூட்டிப்பெருக்கி மூலையிலுள்ள டிரம்மில் போட்டுவிட்டுத் திருகு பைப்பைத் திருகித் தண்ணீர் பிடித்துக் கழிவுக் கோப்பையில் தண்ணீர் ஊற்றிவிட்டு, உள் செல்லாமல், மலைத்து போய் நிற்கும் மலத்தை அதனிடத்துக்கு அனுப்பிவிட்டு மீந்த படிமங்களை பிரஷால் தேய்தேயென்று தேய்த்து வெள்ளையாக்கி மீண்டும் தண்ணீர் உதவியுடன் கோப்பையைப் பகட்டாக்கி விட்டு அம்மா வெளியே வந்தாள்.

அக்கா, மூலையிடுக்குகளிலும், ஜன்னலோரத்திலும் கழிவறைக் கதவிடுக்குகளிலும் போட்டிருந்த குருதித்துணிகளை அதற்கான பெட்டியில் போட்டுவிட்டுக் கழிவறையைச் சமையல் அறையைப் போல் ஆக்கிவிட்டு, அம்மாவிடம் வந்தாள். வேலைக்கு வந்ததற்கு அடையாளமாகக் காவலாளியிடம் அம்மா கையொப்பமிட்டு வந்தார்.

இரண்டு கிட்டங்கிகள், ஒரு ஆயில்மில், ஒரு டின் பேக்டரியிலும் வேலைகளை முடித்துவிட்டு மற்றொரு தானியக் கிடங்கு உள்ள குடோனுக்கு இருவரும் சென்றனர். அப்பாவும் பாலனும் இவர்களை எதிர்நோக்கி ராமர் டீக்கடையின் முன்னுள்ள கருவேல மரத்தடியில் அமர்ந்திருந்தனர். அந்த இடம்தான் தொழிலாளர்கள் இளைப்பாறும் இடம்.

அங்கே அப்பா படுத்துக்கொண்டும் உட்கார்ந்துகொண்டும் டீக்கடையிலுள்ள மூன்று வகையான பத்திரிகைகளை வாசிக்கச் சொல்லிக் கேட்பார். அதை மற்ற சுமை தூக்கித்தொழிலாளர்களும் கேட்பார்கள். படித்துக்காட்டுவதை அனைவரும் கேட்பது பாலனுக்குப் பெருமையாக இருந்தாலும் சிலநேரங்களில் வேலை முடிந்தால், "சுத்திப்போக முடியலயே, இந்த மாதிரி மாட்டிக் கொண்டோமே" என்று எரிச்சலாக இருக்கும். சில பகுதிகளை விட்டுவிட்டுப் படித்துக் காட்டுவான். ஆனால், படித்துக் காட்டு வதன் சாரம்சத்தை அப்பா புரிந்துகொண்டு, "ஏய் என்னடா, ஏமாத்துறியா?" என அதட்டவும், அவன், 'கள்ளத்தனம் தெரிந்து போச்சே' என்ற பீதியில் பேப்பரைக் கிழிப்பதுபோல் பாவனை செய்து கோபத்தை மென்று விழுங்குவான். ஒரு சிலநேரம் உற் சாகமாகப் படிப்பான். அன்று அவனுக்கு ஏதேனும் காரியம் ஆக வேண்டியதிருக்கும்.

இன்னொரு சாயாவைக்குடித்துவிட்டு பாலனுக்கு ஒரு முட்டை கோஸ் எடுத்துக்கொண்டு கையில் பேப்பரையும் கொண்டுவந்து "இந்தா" எனக் கொடுத்தார் அப்பா. முட்டைகோசை வாங்கிக் கடித்துக்கொண்டே பேப்பரை ஒவ்வொரு பக்கமாக மேய்ந்து விட்டு, "ம்... இதுல என்ன இருக்கு?" என முனங்கினான்.

"எல்லாம் இருக்கு."

"இன்னைக்கு ஒன்னும் போடல."

"ஒன்னுமே போடாமயா இவ்வளவு எழுத்து இருக்கு. ஏ, யார ஏமாத்த பாக்குற, மருவாதியா படி."

"ஆமாம் படிப்பாங்க" என்று எரிந்துவிழுந்தான்.

"முதுகுல டின் கட்டிருவேன். ஒழுக்கமா படிச்சு காட்டு. அப்பத்தான் நாட்டு நடப்ப தெரிஞ்சிக்க முடியும். ம்... படி."

"நா ஒன்னும் தெரிஞ்சிக்க வேணாம்."

"ஏய் படிப்பா, உனக்குப் படிக்க தெரியுமுன்னு படிக்கச்சொன்னா ரொம்பத்தான் வெறச்சிக்கிற" என்றார் ஒரு தொழிலாளி. உடனே அமைதி. பின் படிக்க ஆரம்பித்தான்.

14

காளிமார்க் கூல்ரிங்ஸ் சென்டருக்கு முன்பாக, ரத்னா ஸ்டூடியோ எதிரில் ஒரு மேடை போடப்பட்டிருந்தது. அங்கு கூட்டுறவுத் துறை சார்பாக, சுயசேவைப் பிரிவுடன்கூடிய பல் பொருள் அங்காடித் திறப்பு விழாவை முன்னிட்டு நடைபெறும் மாபெரும் இன்னிசைக் கச்சேரியைக் காண பாலனும் குமரனும் வந்திருந்தனர். மக்கள் ஆரவாரத்தோடு காத்திருக்க, மேடையில் உள்ளவர்கள் இசைக்கருவிகளைத் தயார்ப்படுத்திக்கொண்டிருந் தனர். அப்போது வெள்ளைநிற அம்பாசிட்டர் காரிலிருந்து உள்ளூர் அமைச்சர் இறங்கினார். அவரைத் தொடர்ந்து நகரின் எம்.எல்.ஏ., அரசு உயர் அதிகாரிகள், உள்ளாட்சித் துறையினர், வருவாய்த் துறையினர், கூட்டுறவு நிதித்துறையினர் மற்றும் கட்சி பிரமுகர்கள் வந்திறங்கவும், அமைச்சர் சிரித்த முகத்தோடு மேடை ஏறினார். அவருக்கு முன் கூட்டுறவுத்துறை இயக்குநர் தலைமை ஏற்று வரவேற்புரை ஆற்றிவிட்டு, "கூட்டுறவுத்துறை அமைச்சர் அவர் களை இந்த சுயசேவைப்பிரிவு பல்பொருள் அங்காடியைத் திறந்து வைக்க அன்புடன் அழைக்கிறோம்" என்றதும் அமைச்சர் எழுந்து மேடையிலுள்ள கரும்பலகையைத் திறந்துவைத்துவிட்டு பேசு வதற்கு முன் அதில் உள்ள பெயர்களைப் பார்த்தார். அவருக்கு நினைவுப்பரிசாகக் கட்சிக்காரர்கள், முக்கிய பிரமுகர்களின் சால் வைகள் குவிந்த வண்ணம் இருந்தன. அதன்பின் அவர் பேசினார். "நான் இந்த ஊருக்காரன் என்பதால் முதலில் சந்தோஷப்படுகிறேன். உங்களுக்கு என்ன தேவை இருந்தாலும் என்னை அணுகலாம், எந்த நேரமும் என் வீட்டுக் கதவு திறந்தே இருக்கும்" என்று மிகச்சுருக்கமாகப் பேசி முடிக்கவும், மக்கள் ஆர்வமாக எதிர்பார்த்த தீபன் சக்ரவர்த்தியின் இன்னிசை ஆரம்பமானது. முதலில் ஒரு பதினெட்டு வயதுப்பெண் "மாரியம்மா எங்கள் மாரியம்மா" என்று பக்திப்பாடலைப் பாட, இரண்டாவதாக தீபன் எம்.ஜி.ஆர் பாடல் களைப் பாட ஆரம்பித்தார். அமைச்சர், அவர் சகாக்களுடன் சிறிதுநேரம் இருந்து பார்த்துவிட்டுச் சென்றுவிட்டார்.

இரவு பன்னிரண்டு மணிக்கு இசைக் கச்சேரி முடிவடைந்து நண்பர்கள், பேசிக்கொண்டே மாரியம்மன் கோயில் வழியாக நடந்தபடி, பாடிய பாடல்களைப் பற்றியும், அமைச்சர் பேசிய பேச்சைப் பற்றியும் பெருமையாகப் பேசவும் பாலனுக்கு கோபம் வந்தவனாக, "ஏ, ஏண்டா அமைச்சர் பேசுனது எல்லா உண்மையா? அவர் வீட்டுக்குப் போனா எல்லாம் செஞ்சுபுடுவானா? அவன் எப்படி ஆளு என்று எனக்குத்தான் தெரியும்."

"ஒய், என்னடா அமைச்சரேப் பத்தி தெரியும்" என்று கணேசன் கேட்டான்.

"சொல்ரேன் கேளு. இந்த அமைச்சரால் என்னென்ன நடந் திருக்கு, தெரியுமா?" என்று அவன் நேரடியாக அனுபவித்ததையும் அவன் அண்ணன், அக்கா சொன்னதைப் பற்றியும் நண்பர்களிடம் சொல்ல ஆரம்பித்தான்.

ஆண்களும், பெண்களும் நீண்ட வரிசையில் நின்று பள்ளிக்குள் சென்றுகொண்டிருந்தனர். பக்கவாட்டுக் கரும்பலகையில், வேட் பாளர் பெயர்கள் அவர்களுடைய சின்னங்கள் ஒட்டப்பட்டிருந்தன. அதைப் பார்த்தபடி தனது அபிமான சின்னங்களை மனதில் நிறுத்திக்கொண்டு ஒவ்வொருவராக உள்ளே சென்று அடையாளச் சீட்டை முதல் தேர்தல் அதிகாரியிடம் காட்டவும் அவர் அதிலுள்ள பெயர், நம்பர், பகுதி ஆகியவைகளை வாசிக்கவும், அதனைப் பக்கங்களில் அமர்ந்துள்ள கட்சி ஏஜெண்டுகளும் இரண்டாம் அதிகாரியும் பெயர் அட்டவணையில் சரிபார்த்துக் கூட்டாக ஆமோதிக்கவும் மூன்றாம் அதிகாரி வேட்பாளர் சின்னம் பெயர் பொருந்திய வாக்குச் சீட்டைக் கிழித்துக் கொடுக்கவும் நான்காம் அதிகாரி முத்திரையிட்ட அடையாளமாக இட அல்லது வலது ஆட்காட்டி விரல் நகத்தில் பாதியும் மேல் தோல் பகுதியில் பாதியும் பதியும் அளவுக்கு மையிட்டு, எக்ஸ் முத்திரை பொருந்திய கட்டையைக் கொடுத்தனுப்பவும் சிறிய இடைவெளிக்கு அப்பால் இருந்த ஒரு கரும்பலகை மறைவுக்குப் பின்னுள்ள மேஜையின் மீது வைத்து பிடித்தமான சின்னத்தில் முத்திரையிட்டுப் பெட்டி யிலிட்டனர்.

பிற்பகலைத் தாண்டி நல்லபடியாக தேர்தல் நடந்தேறிக் கொண்டு இருந்தது. மாலையை நெருங்கவும் ஒரு கும்பல் திடீ ரென்று உள்நுழைந்து தனது இஷ்டமான சின்னத்தில் வாக்குப்

போட்டுத் தள்ளினர். காவலர்கள் எங்கே சென்றார்கள் எனத் தெரியாது.

தேர்தல் அதிகாரிகளின் மேஜை மீது அந்தக் கும்பல் அரிவாள், கத்தி, தடிகளை வைத்துவிட்டு, “இது எதற்குத் தெரியுமா?” என எச்சரிக்கவும் அவர்கள் குலைநடுங்க ஒரு ஓரத்தில் பதுங்கிக் கொள்ள, ஏஜெண்டுகள் வெளியில் துரத்தப்பட்டுக் கதவு சாத்தப் பட்டது. விஷயமறிந்து அப்பாவின் தம்பி முறையான பங்காளியும் அண்ணனும் ஓடிவந்து கதவைத் தட்டவும் அவர்கள் திறக்கவும் சண்டை மூண்டது. அதில் சித்தப்பாவுக்கும் அண்ணனுக்கும் மற்ற நபர்களுக்குக்கும் கட்டை உடைய அடி.

அப்பா வேறொரு பூத்தில் கட்சிப்பணி செய்துகொண்டிருந்தார். அப்பா கட்சிக்காரரர்கள் அடிபட்ட அண்ணனையும் சித்தப்பா வையும் மருத்துவமனையில் கொண்டுசேர்த்துச் சிகிச்சை அளித்து ஓய்வெடுக்க செய்தனர்.

அந்தக் கும்பல் வந்த வேலையை முடித்துக்கொண்டு திரும்பு கையில் சித்தப்பாவும் மற்ற இரு நபர்களும் ஆயுதங்களுடன் வந்து தாக்க முயலுகையில் அந்தக் கும்பல் சிதறியோடியது. ஒரு சில நபர்களுக்கு அரிவாள் வெட்டு. அந்தக் கும்பலில் வந்த அண்ணன் தம்பியை மட்டுமே குறி வைத்துத் தாக்க முயன்றனர். காரணம் அவர்கள்தான் சித்தப்பாவை வெட்டியுள்ளனர்.

அவர்கள் இருவரும் தப்பியோடினார்கள். ஒரு சந்து முக்கில் திரும்புகையில், சித்தப்பா அரிவாளை வீசினார். அது ஓடிக்கொண் டிருந்த அண்ணன், தம்பிக்கு பதிலாக அவர்களின் மைத்துனரின் வலது கெண்டைக்காலைப் பதம் பார்க்கவும், அவர் சுருண்டு விழவும் வேட்டையில் விரட்டி செல்கையில் முன் முயல் என்ன? பின் முயல் என்ன? வேட்டையில் சிக்கியதை விடக் கூடாது என்ற எண்ணத்தில் அரிவாளால் குதறினார்கள்.

மருத்துவமனையில் கட்டுப்போட்டுவிட்டு வீட்டுக்குப் போன பிறகு பார்ப்போம் என்று விட்டுச் சென்றவர்களைக் காணாமல் பழைய இடம் நோக்கி அண்ணன் வந்தான்.

மைத்துனன் ரத்த வெள்ளத்தில் இறந்து கிடந்ததைப் பார்த்த எதிரணியினர் ஒரு படையாகக் கிளம்பிவந்தனர். படை மூன்று பிரிவாகப் பிரிந்து அப்பா பணியாற்றும் பூத்துக்கு ஒரு குழு, சித்தப்பா வீட்டுக்கு ஒரு குழு, அப்பா சொந்தங்கள் உள்ள

வீடுகளுக்கு ஒரு குழுவுமாகச் சென்றனர். இதில் சம்பவம் நடந்த இடத்தருகேதான் சித்தப்பா வீடும் மற்றவர்களின் வீடுகளும் உள்ளது. அண்ணன் தம்பியுடன் வந்த குழு சித்தப்பாவின் அண்ணனையும் மனைவியையும் தாக்கி வீட்டுச்சாமான்களை வெளியில் எறிந்தது. கூரைகளைப் பிய்த்தெரிந்தது. வீதியெங்கும் அலறல் சத்தம். பன்றிகளும் கோழிகளும்கூட தப்பிக்க முடிய வில்லை. வேல் கம்புகளால் பன்றிகள் சாய்க்கப்பட்டன. இன்ன ஆயுதம் கொண்டுதான் தாக்கி இருப்பார்கள் என நினைத்துப் பார்க்க முடியாத அளவுக்குக் தாக்குதல்.

“வேண்டாம்பா, வேண்டாம்பா, சின்ன புள்ளேப்பா, ஒன் மகெ மாதிரிப்பா, அம்மா, யம்மா, ஆ.ஆ” ஐந்து நபர்கள், பதினான்கே வயதுதான் இருக்கும் அவளுக்கு. அது எப்படி முடிந்ததோ தெரியாது. சத்தம் போட்டுக் கத்திப்பார்த்தார் அம்மா. எவ்வளவு பலம்கொண்டு தடுக்கமுடியுமோ தடுத்துப் பார்த்தாள். வயிற்றில் ஓங்கி ஒரு எத்து. மார்பில் முஷ்டி முறுக்கி ஒரு குத்து. அதன்பின் அவள் சத்தம் அடங்க, சிறுமியின் சத்தம் ஓங்க, அதுவும் நேரமாக நேரமாக கஷ்டம்கூட பழகிப்போனது போல் சத்தம் குறைந்தது. அவர்களிடம் அடங்கிப்போவதே மேல் என அடங்கினாள். அடக்கினார்கள். கூரைகள் தீப்பற்றி எரிந்தது. அதில் அவர்கள் உடுத்திய உடைகளைக்கூட மெனக்கெட்டுத் தேடிப்பிடித்து எரித்துக் கூதல் காய்ந்தனர்.

ஊரிலிருந்து வந்த முத்துக்காவுக்கு ஓட்டு இந்த வாக்குச் சாவடியில்தான். சம்பவம் நடப்பது தெரியாமல் வந்துவிட்டாள். கும்பல் அக்காவை மறித்துக்கொண்டு, “டேய் இவதாண்டா அவன் மக, இவ்ளே தூக்குங்கடா, சேலையை உறிங்கடா”, என்று அண்ணன் சொல்ல பாலனின் அக்காவைத் தம்பி தூக்கிக்கொண்டு பக்கத்திலுள்ள சைக்கிள் கடைக்கு ஓடினான். வேறொரு நபர் தப்பிப்பதை ஒருவன் சொல்ல அண்ணனும் மற்றவர்களும் அவனை விரட்ட ஆரம்பித்தார்கள்.

தம்பிக்காரன் அக்காவிடம் மல்லுக்கட்ட ஆரம்பித்தான். அவள் பலமாக முட்டித் தூக்கி எறிந்தாள். ரோட்டில் வந்து விழுந்தவன் மற்றவர்கள் பார்க்கும்முன் அவளை அடக்க வேண்டும் என நினைத்து பளார் என அறைந்தான். வைராக்கியம்கொண்டு மல்லுக் கட்டி சைக்கிள் பம்பால் தலையில் அடிக்கமுயன்று புஜத்தில் அடிக்கவும், “ம், ம், இனி முடியாது” என்று இடுப்பிலிருந்த

சூரிக்கத்தியை உருவிக் குத்த தாக்காட்டினான். அவள், "நம் முடிவு இவன் கையில்தான், நம் தகப்பனின் சுத்த ரத்தம் வெளியில் சிந்தும்வரை விடக் கூடாது" என அங்கிருந்த டயர், ரிம் கொண்டு அவனிடம் இருந்து தப்பினாள். அவன் சூரியை அடி வயிற்றை நோக்கி இறக்க முயற்சி செய்ய வலதுகையால் தடுத்து முட்டியில் குத்தை வாங்கினாள். கத்தி நன்றாக குத்திக்கொண்டது. அவன் ஓங்கி ஒரு எத்துவிட்டு தலைமுடியைப் பிடித்து ஒரு சுழற்றுச் சுழற்றினான். பத்தடிக்கு அப்பால் அவள் விழுந்தாள். குத்தி நின்ற கத்தியும் கீழே விழுந்தது. அருகே வந்து குனிந்து சூரியை எடுக்கையில் மண்ணை அள்ளி அவன் கண்ணில் தூவினாள். அதை அவன் சமாளித்துக்கொள்வதற்கு முன் சற்றும் எதிர்பாராத விதத்தில் சூரியைக் கையிலெடுத்து அவனுடைய அள்ளையில் இறக்கிவிட்டுத் தப்பித்தாள். அவள் அவனைக் கொல்ல வேண்டும் என்று நினைக்கவில்லை. தப்பிக்க வேண்டும் என்றுதான் நினைத் தாள். தனக்கே தெரியாமல் ஏதோ நடந்துவிட்டது என்று பின்பு சொன்னாள். கையில் வழிந்த ரத்தம் சேலையை நனைத்ததை அவள் பார்த்து, தலைசுற்றிக் கீழே விழவும் அண்ணன் வரவும் சரியாக இருந்தது.

"யம்மா...யம்மா..." எனப் பற்றி உலுப்பினான். கண் திறந்து பார்த்து, "வந்திட்டியா, வா வெரசா போயிருவோம். இல்லனா ஒன்னையும் கொன்னுருவாங்க" என்று சொல்லவும் அண்ணனுக்கு இருந்த கொஞ்சநஞ்ச தைரியமும் இல்லாமல் போனது. உடனே சைக்கிளின் முன்பாரில் அக்காவை உட்கார வைத்து மார்போடு தாங்கியபடி மருத்துவமனைக்கு சைக்கிளை மிதித்தான். அரை குறையாகத் தப்பி வருபவர்களை முழுமையாகப் போட்டுத் தள்ளி விட வேண்டும் என்ற எண்ணத்தில் மருத்துவமனை வாசலிலிருந்த கடையில் அவர்கள் காத்திருந்தனர். நூறடி தூரத்தில் வந்து கொண்டிருந்த அண்ணனுக்கு மனசு கண்ணாடியாக நொறுங்கியது.

அக்கா முனகலுடன் பாரில் உட்கார்ந்திருந்தாள் என்பதைவிட கிடந்தாள். "ஏம்மா, தலையைப் போத்திக்கோ" என்றான். அவளால் கையைத் தூக்க முடியாததை உணர்ந்தவன், முந்தானையை எடுத்து முக்காடு போட்டுவிட்டான். சேலையில் கசிந்திருந்த ரத்தம் கையில்பட்டுப் பிசுபிசுத்தது. ரத்த கவுச்சை அண்ணனை நிலை குலைய வைத்தது. பெட்டிக்கடையில் கள்ளச்சாராயத்தை சர்பத் கிளாஸில் ஊற்றிக் குடித்துக்கொண்டிருந்தது கும்பல். என்ன

ஆனாலும் பரவாயில்லை என்ற துணிவோடு சைக்கிளை மிதித் தான். பஸ் குறுக்கே கடக்கவும் மருத்துவமனைக்குள் நுழைந்து விட்டான்.

மருத்துவமனை வளாகத்தில் மருத்துவ அதிகாரியுடன் மருத்துவப் பணியாளர்களும் இருந்தனர். இவ்வளவுக்கும் காரணமான தேர்தல் கட்சி வேட்பாளரும் அங்கே இருந்தார். அவர் நாளைய சட்டமன்ற உறுப்பினர், பின்பு அமைச்சராகப் போகிறவர் என்று தெரிந்து கொண்டவர்கள்போல அவர் கட்டளைக்கு தலையசைக்கக் காத் திருந்தது அந்த மருத்துவக் குழு. "ஏய் டாக்டர், இந்த கொற நாய்க எவன் வந்தாலும், டிரிட்மெண்ட் கொடுக்கக் கூடாது. கொடுத் தீங்கன்னா அப்புறம் ஒங்களுக்கு ஒரு டாக்டர் வேணுங்கற மாதிரி பண்ணிப்புடுவேன்."

அண்ணன் உள்நுழையாமல் பக்கவாட்டில் உள்ள எக்ஸ்ரே ரூம் பின்புறம் பார்த்தீனிய செடிகளுக்குள் அக்காவைப் படுக்க வைத்து விட்டு யோசித்தான். மருத்துவமனையில் வேலை செய்பவர்களில் இரண்டு மூன்று நபர்கள் சொந்தக்காரர்கள். அவர்களில் யாரேனும் தென்படுகிறார்களா என நின்று பார்த்தான். ஒருவரும் இல்லை. அவள் சத்தம் அண்ணனைத் துரத்தியது. விறுவிறுவென்று வார்டுக் குள் நுழைந்து பார்த்தான்.

காலொடிந்து காலைத் தூக்கி ஸ்டாண்டில் வைத்திருந்த நபருக்கு டிரிப் போட்டுக்கொண்டிருந்தார் மாமாமுறை கொண்டவர். அண் ணனைக் கண்டதும் விபரமறிந்தவராக தள்ளிக்கொண்டு வந்து கழிப்பறையில் வைத்து, "என்ன?" என்று விசாரித்தார். "தங்... தங்கச்சி" என நடுநடுங்கினான். "நா முன்னே போறேன், அந்தப் புள்ளையை வண்டியிலே வச்சிக் கட்டுப்போடுற இடத் துக்குக் கொண்டார்ந்துரு, யென்ன."

"எப்படி?" எனக் கேள்வியோடு பார்த்தான். "செரி நீ இரு, எங்கே அந்த புள்ளே?" திசையைக் காட்டினான். அவரே சக்கர நாற்காலியைத் தள்ளிக்கொண்டுவந்து அக்காவை எழுப்பினார். கையில் எறும்பு ஏறிக்கொண்டிருந்தது. தலையில் ஒரு கை கொடுத்து "எழுந்திரும்மா" என்றவுடன், சோர்வாக எழுந்திருக்க முற்படுகையில் தள்ளாடவும் அவரே தூக்கி அமரவைத்துத் தலையைக் கவிழ்த்திவிட்டுப் பிரசவ வார்டுக்குள் கொண்டுவந்து சில செவிலியர்கள் உதவியுடன் முதலுதவி அளித்துப் பழைய இடத்துக்குக் கொண்டுவந்துவிட்டார்.

செடி மறைவிலிருந்து அண்ணன் எழுந்தான். "ஏய் பாப்பாக்குத் தையல் போட்டாச்சு. ஆனா ரத்தம் நிறைய போயிருக்கிறதுனால ரத்தம் ஏத்தணும். இன்னும் நெறையா பாக்கணும். அதுக்கு இங்க முடியாது. எப்படியாவது ஒங்க ஊருக்குக் கூட்டிட்டுப் போயிரு. எதுல வந்தே?"

"சைக்கிள்ல."

"செரி இப்படியே போயி குவார்ட்டர்ஸ் பின்னாடி வேலிய ஒதுக்கி இருப்போம். அந்த வழியா போயிருங்க சிக்குனிங்கன்னா காப்பாத்த முடியாதப்பா."

அண்ணன், அக்காவைச் செடி மறைவில் படுக்கவைத்துவிட்டு சைக்கிளைக் கொண்டுபோய் வேலியைத் தாண்டி நிறுத்திவிட்டுப் பின்பு அக்காவை அலாக்காகத் தூக்கிச் சென்றான். ஒரு ஆள் போகுமளவிற்கு வேலி வளைக்கப்பட்டிருந்தது. அதனுள் அவளை முதலில் நுழைத்துவிட்டுப் பின்பு இவனும் நுழைந்து சைக்கிளில் பழையபடி முன்பாரில் வைத்துக்கொண்டு நகர்ந்தான்.

மூன்று பர்லாங் கடந்து தேசிய நெடுஞ்சாலை முக்குக்கு வந்து அங்கே செக் போஸ்டில், நின்று அங்குள்ள அதிகாரியிடம், "நாங்க அவருடைய பிள்ளைக" என்று நடந்தவைகளைச் சொல்லவும், அவர் பதைபதைத்துக்கொண்டு உதவினார். கடந்து செல்கின்ற ஒரு லாரியில் ஏற்றிவிட்டுச் செலவுக்குப் பணமும் கொடுத்து, "ஏய் நம்மளுக்கு வேண்டியவரு பிள்ளைக. திருமங்கலம் ஆஸ்பத்திரியில சேத்திட்டு எனக்கு போன் போடணும்" என்றார்.

15

பிரேத பரிசோதனை முடிந்து பிணத்தைச் சவப்பெட்டியி லிட்டுப் பார்வைக்கு வைத்தனர். உறவுகள் கத்தி அழுதன. பின்பு கட்சிசார்ந்த கொடியை வேட்பாளர் போர்த்தவும் ஏற்பாடு செய்யப் பட்ட வாகனத்தின் மேல்பகுதியில் ஏற்றி ஊர்வலமாக எடுத்துச் சென்றனர். தொடர்ந்து வந்த ஆயுதமேந்திய கும்பலொன்று வடக்கு நோக்கித் திரும்பியது. எதிரே வந்த லாரியின் கண்ணாடி யைக் குறிபார்த்து அரிவாளை வீசினான் ஒரு இளைஞன். கண்ணாடி உடைந்தது. நிலைதடுமாறிய லாரி ஓரத்திலுள்ள சுவரில் இடித்து நிற்கவும் அதிலிருந்த டிரைவரும் கிளினரும் எங்கே போனார்கள் எனத் தெரியவில்லை. லாரிக்குத் தீயிட்டனர். எரியும் லாரியை விட்டுவிட்டு அப்பாவின் வீடுநோக்கி விரைந்தது அந்தக் கும்பல்.

தெருவுக்குப் பக்கத்திலுள்ள வேலிகளில் பன்றி எரு பொறுக்கிக் கொண்டிருந்த ஒரு பெண் தூரத்திலிருந்து வரும் கூட்டத்தைப் பார்த்தாள். வெயிலின் உக்கிரம் கண்ணை இருட்டியது. ஒரு கையை இரு இமைகளுக்கும் நெற்றியின்மேல் மத்தியில் பந்தல் போட்டதுபோல் வைத்துப் பார்க்கவும் வருவது அந்தக் கும்பலே தான் என்று தெரிந்தது. எரு பெட்டியை அப்படியே போட்டுவிட்டு ஓடிச்சென்று தெருவுக்குள் கூக்குரலிட்டாள். அம்மா பன்றிக்கு இரைபோட்டுக் கொண்டிருந்தாள். ஆகையால் அவள் அதைக் கவனிக்கவில்லை. காரணம், இரவில் நடந்தது எதுவும் அவள் காதுக்கு வரவில்லை. மகள் ஊரில் இருப்பாள், புருஷன் வெளி யூருக்கு தேர்தல் வேலையாகப் போயிருப்பார், மகன் எங்கயாது சுற்றிவிட்டு வந்துசேர்வான் என்று அசமந்தமாக இருந்தாள்.

“டேய் அவளப் போடுங்கடா” என்றான் ஒருவன். மற்றொருவன் பின்னால் அரிவாளை ஓங்கினான். பன்றிகள் தேங்காய்களாகச் சிதறின. அம்மா ஓடினாள். அதைப் பார்த்த சின்ன அக்காவும் ஓடினாள். சின்ன அக்காவை ஒருவன் பின்தொடர்ந்தான். சின்னக்கா ஓடையில் இறங்கி சதக்பொதக் என்று பாவாடை முங்க

குதித்தோடினாள். வந்தவன் நின்றுவிட்டான். சந்து வழியாக அம்மா வெளியே வந்து அக்காவைக் கையைப் பிடித்துக்கொண்டு தனது மதினி வீட்டுக்கு வந்து கதவைத் தட்டினாள். “மதினி மதினி.” சிறிது நேரத்திற்குப்பின், “என்ன?” என்றாள் ஐம்பதைத் தாண்டிய அத்தை. “ஊரா பூத்தைக கொளும்ப வாரங்க” என்றாள் அம்மா. “வந்தா வரட்டுமே, ஏறியடிச்சி எரவாரம் தேடுனா அப்படித்தான் வரும். கட்சியாம், கட்சி, போங்கடி” என கதவை அறைந்து சாத்தினாள்.

இரு நபர்கள் தூரத்தில் வருவதைப் பார்த்தவுடன் அம்மாவும் சின்னக்காவும் மறுபடி சந்துக்குள் நுழைந்துகொண்டனர். வந்தவன் அத்தைவீட்டைத் தட்டினான். அவள் வந்தவுடன், “சாமி, எங்களே ஒன்னும் செய்யாதீங்க. அந்தப் பயலுக்கும் எங்களுக்கும் எந்த சம்பந்தமும் கெடையாது.”

“என்னடி ஒத்தாளாக்க நடிக்கிறே.”

“வாங்க சாமி வந்து பாருங்க ஒங்க வீடு மாதிரி” என்றதும்,

மற்றொருவன், “ஏய் வாடா, எங்க போயிரப் போறாளுக” என்றான்.

இருவரும் நகர்ந்தனர். ஒரு கோனார் வீட்டில் அம்மாவும் சின்னக்காவும் தஞ்சம் கேட்டனர். அந்தம்மா மாட்டுக் கொட்டத் தைக் காட்டியது. இரண்டு காளை மாடுகளுக்குப் போக மீதி யிருந்த இடத்தில் வைக்கோல் படப்புக்குப் பின்னால் பதுங்கிக் கொண்டனர். சிறிது நேரத்துக்குபின், “ஏம்மா, ஏன் நம்மளே வெரட்டுராங்க.”

“எல்லாம் ஒங்கப்பேனாலதான், பாவம் அந்த மனுஷன் எங்க சிக்கிச்சோ?”

வாலைத் தூக்கிக்கொண்டு காளை மாடு மூத்திரம் பெய்தது. அது கல்தரையில் பட்டு முகத்தில் தெறித்தது. அக்கா முந்தானை யால் துடைத்தாள். பாவாடையெல்லாம் சாக்கடைச்சகதி. காலில் ஒரு பழைய முள் குத்தி இருந்தது. அம்மா அக்காவைப் பார்த்து, "எம்மா, யெம் புள்ளையே விட்டுருந்தா சின்னா பின்னம்மாலே ஆக்கிருப்பாங்க.

ஆளைக் காணவில்லை என்ற ஆத்திரத்தில் அடுப்படியிலிருந்த சோறு, குழம்புச் சட்டியை தூக்கி நடுரோட்டில் போட்டுடைத்தது வந்திருந்த கும்பல். ஒருவன் கூரையைப் பிய்த்தெறிந்தான்.

மற்றொருவன், மண்ணெண்ணையை ஊற்றிப் பற்றவைத்தான். அடுப்பில் மலம் கழித்த பிறிதொருவன் மேல்கூரை எரிவதைப் பார்த்து வீட்டிலிருந்து குதித்தோடினான்.

"ஒன்னப்பன் கட்சிக்கு வேல பாத்ததுலே அந்த மனுஷனே நக்க முடியலைன்ட்டு நம்மள வெறட்டுறாங்க."

"சத்தமா பேசாதே."

"ஏய் போடி, ஜான் போனாயென்ன, மொழம் போனாயென்ன, ஒனக்காத்தான்டி பாக்குறேன். அந்த மனுஷன் எங்கிட்டு திரியுதோ."

அந்த உஷ்ணக்காற்றும் தீப்பற்றி எரியும் வீட்டின் தீஜுவாலை களும் அடுத்தடுத்த இருந்த பதினைந்து வீடுகளைப் பதம் பார்த்தன. இரவில் கொளுந்துவிட்டு எரிந்த தீநாக்குகள் மெல்ல துழாவித் துழாவி அடங்கின.

அப்பா வால்பாறை எஸ்டேட்டில் பதுங்கிருயிந்ததாக அம்மா வுக்குத் தகவல் கிடைத்தது. அம்மாவும் வேலைக்குப் போக வில்லை. வேறு இடத்தில் தங்கியிருந்து நாட்களை நகர்த்தினர். தனியார் வேலைக்கும் அம்மாவால் செல்லமுடியவில்லை. ஊருக்குள் சென்று வேலை செய்ய பயம். "நீங்களெல்லாம் பொழைக்கனும்னா அந்தக் குடும்பம் ஊருக்குள்ள வரக் கூடாது" என்று எதிரிகள் சொன்னதை மற்றவர்கள் அம்மாவிடம் வந்து சொல்வார்கள்.

ஓரிரு நாட்களில் வீட்டின் நிலையறிந்து சின்னக்கா வயதுப் பெண்ணாக இருந்தாலும் "நான் போயி வேலையைப் பார்த்து வாரேன்" என்று தைரியமாகச் சென்று தனியார் வேலை செய்து குடும்பத்தைக் காப்பாற்றி வந்தாள். பிழைப்பையும் ஏதோ நகர்த்தி னாள்.

புறநகர் பகுதியில் சென்று கழிவறையைச் சுத்தம்செய்ய வீடு வீடாகச் சென்று அக்காவும் தம்பியும் கேட்டார்கள். ஒவ்வொரு வரும், "ஏற்கனவே ஆள் வருது" எனத் தட்டிக்கழிக்கவும் மாலை வரை கேட்டுப் பார்த்துவிட்டுச் சுட்டக் கருவாடாக வீடு வந்து சேர்ந்தனர்.

"நம்ம வேலெ செய்யுற எடத்துலெ வேறவங்கள எப்படி விட மாட்டாங்களோ அதமாதிரி மத்தவங்க எடத்துலெ நாம செய்ய முடியாது. அதுக்காண்டி நாளைக்குக் கரையெடுப்போம்னு சொல்லிக் கேப்போம். எல்லாப் பூத்தைகளும் செரிம்பா. நமக்கு வரும்படி வந்துடும்" என்றாள் அம்மா.

"கரை எடுக்குறதுனா என்னம்மா?"

"ம்... இந்த பாத்திரக் கடையிலே ஈயத்தே காய்ச்ச வைச் சிருப்பாங்கலெ."

"ம்... எது?"

"அதாண்டி அன்னக்கி கல் சட்டியை அடைக்கப் போனேம்லெ, அப்போ ஈயத்தே திராவகத்திலே போட்டு காய்ச்சி ஊத்தி அடச்சாருலே இராவுத்தரு."

"ஆமா ஆமா."

"அத வாங்கியாந்து கக்கூஸ்லே, ஊத்தி தேய்ச்சா பளிச்சுன்னு போகும், இதே நான் மதுரைக்குப் போயிருந்தப்போ பாத்தேன். அங்க குலுமாயி மய்னி அத வெச்சி பத்து பதினைஞ்சு கோப்பையே கழுவினா. ஒவ்வொரு வீட்டிலேயும் காசும், கஞ்சியும் குமுஞ் சிருச்சி. அப்பத்தான் இனிமே நம்மளும் இதச் செஞ்சாத்தான் பொழைக்க முடியுமுன்னு நெனச்சேன்."

"அதெ நம்ம கேட்டா குடுப்பாங்களா?"

"குடுப்பாங்க."

"விடிஞ்சதும் எவன் கண்ணுலையும் படாம வெள்ளனையெ போயி பொழப்பப் பாக்கணும்" என்றவாறு அடுக்களையை நோக்கினாள். மண்பானையில் முந்தாநாள் ஆக்கிய பழஞ்சோறு இருந்தது. ஆளுக்கு இம்புட்டுக் கஞ்சியக் குடிப்போம் என்று மகனை நோக்கினாள். அவன் கவிழ்ந்துகவிழ்ந்து விழுந்து கொண்டு இருந்தான். "டேய், ஏலேய்" என்றதும் திடுக்கென்று விழித்தெழுந்தான். "இம்புட்டு கஞ்சியே குடுச்சிப்புட்டுப் படுடா."

"ம்... வேணாம்."

"நைட்டுலெ கொலப்பட்டினியா கெடக்கக் கூடாதுடா, வாப்பா. வா சாமி" எனத் தலையை வருடினாள்.

மூன்று பீங்கான் கோப்பையில் கஞ்சியை ஊற்றிவைத்தாள். நினைவு வந்தவளாக அக்கா, "எம்மோவ், அரசளெப் பெட்டிலெ இத்துனுண்டு துண்டு கெடக்குச் சுட்டுக்கிருவோமா?"

"சுடு" என்றாள் அம்மா. உடனே அரசளெப்பெட்டியைக் கீழே இறக்கித் துழாவினாள். எறும்புக்குப் போக அம்பதுகாசு சவ்வு மிட்டாய் அளவில் இருந்தது. அதை எடுத்துக் கடித்து ஒட்டிக் கிடந்த எறும்பைத் தட்டிவிட்டுக் கூடையில் சொருகியிருந்த

சினுக்கொளியை எடுத்துக் கருவாடுத்துண்டில் குத்திவைத்துவிட்டு வெளியே வந்து மஞ்சணத்தி மர ஓரத்தில் ஏற்கனவே வெட்டி வைத்திருந்த முள்சுள்ளிகளை அள்ளி வந்தாள்.

கும்மிருட்டில் பலத்த சப்தத்தோடு வெள்ளிக்கோடு கிழித்தது வானம். அக்கா 'அர்ச்சுனன் மேல் பத்து' என்றவாறு வீட்டுக்குள் ஓடிவந்தாள். அம்மா, "சனியன் புடுச்ச மழை, நேரம் காலம் தெரியமே வர்றதெ பாரு" என முனகினாள். பாலன் மீண்டும் கழுத்தைத் தொங்கபோட்டுக்கொண்டு குலுங்கினான். "இங்க பாரு பக்கி, சொல்லச் சொல்ல தூங்குறான், ஏலேய் ஏலேய்" "போமா தூங்கவும் விட மாட்டுறே சாப்பிடவும் வுடமாட்டுறே" "கொஞ்சம் பொறுடா அதெ சுட்டதும் கஞ்சியைக் குடிச்சிட்டுப் படுத்துகிருவே" என்றாள். இரண்டு மூன்று குச்சிகளை வீணாக்கி விட்டு டின் பேக்டரியிலிருந்து அள்ளி வந்த எண்ணெய்த் துணி களை எடுத்து அடுப்புக்குள் திணித்துப் பற்றவைத்தாள்.

பெருங்காற்று கூரையைப் பிய்த்தெடுத்துக் கொண்டிருந்தது. இடையில் செருகியிருந்த தகரம் மேலே தூக்கவும் பின்பு மடங்கவுமாக இருந்தது. மாணிக்கம் வீட்டுவாசலில் நின்ற புங்கை மரம் வேரோடு பெயர்ந்து விழுவதுபோல் ஆவேசமாக ஆடிக் கொண்டிருந்தது. சுட்டு முடித்த கருவாட்டை அம்மாவிடம் ஒரு அலுமினியத் தட்டில் வைத்து நீட்டினாள் அக்கா. அதை அம்மா வாங்கி மூன்று பங்காகப் பிட்டுக் கொடுக்கவும் புளித்த கஞ்சிக்குக் கருவாடு சூட்டிப்பாக உள்ளிறங்கியது. காற்றின் உந்துதலால் பரணில் வைத்திருந்த பத்தல் பறந்து போய்விழும் சத்தம் காதைக் கிழித்தது.

"அங்கேபாரு பத்தல தூக்கிப்போட்டிருச்சி" என்றாள் அம்மா. பத்தலை எடுத்து வீட்டின் பின் சந்துக்குள் வைத்துவிட்டு வீட்டுக் குள் ஓடினாள். மழையின் வேகம் சூடுபிடிக்க ஆரம்பித்தது. மழைத்துளிகள் இற்றுப்போன கூரையைத் துளைத்துக்கொண்டு வீட்டுக்குள் சொட்ட ஆரம்பித்தது. சொட்டுச்சொட்டாக இறங்கிய நீர் அடுப்புக்கு நேராக விழவும் அம்மா வடைச்சட்டியை எடுத்து வைத்தாள். முகட்டிலிருந்து நடுமையமாக ஒழுக ஆரம்பிக்கவும் ஒரு பிளாஸ்டிக் கோப்பையை வைத்தாள். உள்வீட்டுக்கும் வெளி வீட்டுக்கும் நடுவில் இடைச்சுவர் மத்தியிலும் ஒழுகியது. அதற் கொரு கல்சட்டியை வைத்தாள்.

சிதறிய நீர் மூலையில் முடங்கி கிடந்த பாலன் மீது தெறிக்கவும் படக்கென்று எழுந்தான். அம்மாவும் அக்காவும் ஓடி ஓடி ஒழுகும் இடங்களில் பாத்திரங்களை வைக்கவுமாக இருந்தனர். பேரிறைச்ச லுடன் வானம் குமுறியது. மூன்று பேரும் கோரஸாக, "அர்ச்சுனன் மேல் பத்து" எனக் கத்தினர். தாக்குப்பிடித்த புங்கைமரம் சடசட வென்று முறிந்து தெரு விளக்கு மின்கம்பியின் மேல் விழவும் விளக்குகள் அணைந்தன.

"நாசமா போற மழை லைட்டையும் ஒக்குட்டு புடுச்சா."

"ஏய்... உள்ள வீட்டுக்குள்ள பாருடி. அங்க எதும் ஒழுகுதா, ம்..." என்று போக நினைத்தவள் திரும்பி வந்து, "நா போ கூடாது... செரி டேய் நீ போயி பாருப்பா, அக்கா சாமி வீட்டுக்குள்ள போகக் கூடாது" என்றாள். அவன் சிணுங்கினான்.

"போமா, நீயே போமா."

"நான் இன்னும் குளிக்கலடா, போ சாமி."

"ம்..." என்றவாறு உள் நுழைந்தான். மெழுகிய தரை அரிகேன் விளக்கில் கோடுகோடாகக் கோலம் போல் அழகாக இருந்தது. மேலே பார்த்தான். கூரை இடுக்குகளிலிருந்து ஏதும் ஒழுகுகிறதா என்று பார்த்தான். ம்.. கூம்... எதுவும் இல்லை. 'அந்த வீடும் இந்த வீடும் ஒன்றுபோலதானே மேய்ஞ்சது' என யோசித்தான்.

"என்னடா, ஏத்தனம் வேணுமா" அம்மா கத்தினாள்.

"வேணாம். இங்கென ஒழுகலெ மோவ்."

எப்படி என யோசித்தான். மேல பரணில் அப்புச்சியின் கோடாங்கி குலதெய்வத்துக்குண்டான சாமி சாமான்கள் அடங்கிய பெட்டி, காணிக்கை கொட்டான் இருந்தது. அதைப் பார்த்து தெரிந்துகொண்டான் சாமி வீட்டுலெ ஒழுகாததுக்கு என்ன காரணம் என்று.

"எம்மொவ், நா இங்கே படுத்துக்கிடவா?"

"செரி செரி" ஒரு பாயும் தலகாணியும் சேலையும் தூக்கி போட்டாள். அதை வாங்கி விரித்துப் போர்த்திப் படுத்து கொண்டான். திடீரென, "எம்மோவ் லைட்டெ எறக்கி விடாதே. அப்புறம் நா அங்கெ வந்துடுவேன்" என்று சொன்னான். "செரி" என்று மழை இரைச்சலை மீறிக் கத்தினாள் அம்மா.

பஞ்சவர்ணம் வீட்டில் ஒரே சத்தம். "ஏய், இங்கிட்டு வாடா அங்கனெ போவாத. ஏய், சொவர் விழுந்துரிச்சே" எனக் கத்தினார் பஞ்சவர்ணம். சுவரோரத்தில் மழைக்கு ஒதுங்கிய சினை மட்டம் இடிந்து விழுந்த சுவரின் கீழ் மாட்டிக்கொண்டு கத்தியது. சிறிது நேரத்தில் எல்லோர் சத்தமும் அடங்கியது. ஆனால், மழையின் சத்தம் கேட்டுக்கொண்டே இருந்தது. "ஏம்மா என்னாச்சிமா?"

"என்னாச்சோ. நம்ம செவரும் இப்பவோ பெறவோன்னு ஊறிப்போயிக் கெடக்கு."

"கீழk கெடக்குற பொட்டுப்பொடி சாமான்களெல்லாம் பரணை யிலே தூக்கிப் போடும்மா."

"அந்த வீட்டுக்கும் போக முடியாது. சே... அந்த மனுஷன் இருந்துச்சுன்னா மேல ஏறிக் கூரையை அடைக்கும். சுவத்துக்கு மண்வெட்டி போடும். இந்த நேரத்துல பாத்து மழைச்சனியன் நம்மள உசுரெ வாங்குது" என்று சொல்லிக்கொண்டே பாத்திரம் பண்டங்களைப் பொறுக்கி மூட்டைகட்டினாள் அக்கா. கூடையில் செருகியிருக்கும் கரண்டி, சுவர் மதிலிலிருக்கும் பெரியாஸ்பத்திரி மாத்திரை, இருமல் மருந்து பாட்டில், ஈருவளி, பேன் சீப்பு போன்றவற்றை அம்மிமீது ஏறி நின்று எடுத்து அம்மாவிடம் கொடுத்து அதை ஒரு பெட்டியில் போடவும் அந்தப் பெட்டியையும் துணிமணிகளையும் மூட்டைக்கட்டி அந்த மூட்டையையும் பரணில் தூக்கிப் போட்டாள்.

"நாம இம்புட்டு வேலையே பாக்குறோம். அவன் சொக்காரமா தூங்குறான் பாரு."

"சும்மா இருடி சின்னப்பய தூங்கட்டும், அந்தாளு இல்லாத நேரம் சத்தம் போட்டோம்னா ஏங்கிப் போவான்."

"ஆமா பெரியகொட்டு ஏங்கிப் போவான்" என்றதுபா அவன் காதில் விழுந்தது.

"ஏய் சப்ப வாச்சி வந்தேன்னு வைச்சிக்கோ" என்று அதட்டி னான்.

"ஏய் போடா சப்ப வாயா பெரிய தூங்கிறவென் மாதிரி நடிக்கிறே. மருவாதிய எந்திரிச்சு வாடா."

"நா வர மாட்டேன்."

"ஏய் விடுடி, சின்னப் பையெ கூடவா வம்பிழுப்பெ."

அவள் எரிச்சலுடன் கையிலிருந்த செம்பை தொம்மென்று போட்டாள். அது அம்மியில் பட்டு டிரிங் என்ற சத்ததோடு சுத்தி நின்றது. அம்மா கோபம் வந்தவளாக அக்கா மொகத்தில் குத்த வந்தாள். அவள் தடுத்துவிட்டாள்.

"ஓம் புருஷன் வீட்டுப் பொருளுன்னா இப்படிப் போட்டு ஒடைக்குறே சக்களத்தி."

"ம்... ஓம்... புருஷன் வீட்டுச் சொத்துதான் வைச்சிக்கோ, ஓம் மவன ஒழுங்கா இருக்கச் சொல்லு, இல்லே வெளக்குமாரு பிஞ்சுபோகும்."

"ஒய், ஒழுங்கா இரு இல்லாட்டி இங்கருந்து கல்லு வரும்" என்றான்.

"எங்கடா எறிடா, எறிஞ்சே ஓம் மூக்கு மொகரையே ஒடச்சிப் புடுவேன்."

"வா பாப்போம், சப்பவாச்சி" என அவன் சொல்லவும் இவள் கோபம் வந்தவளாக அடுப்படிக்குக் கிட்ட கிடந்த ஊதாங்குழலை எடுத்து குறுக்குச்சுவரில் ஏறி கரெட்டாக அவன் காலில் எறிந்தாள். அவன் "அம்மா" என்று கத்தியவாறு காலைப்பிடித்தான். உடனே உள்வீட்டிலிருந்து ஓடி வந்து கரண்டியை எடுத்து அக்காவை அடிக்க ஓடினான். அம்மா ஓடிவந்து பிடித்துக்கொண்டு, "விடுடா, விடுடா" எனக் கத்தினாள். அவன் திமிறிக்கொண்டு, அவளை அடிக்கணும் என்றான். மூன்று பேரும் அவரரவர் பலம்கொண்ட மட்டும் மல்லுக்கட்டிக்கொண்டிருக்கையில் குளிர்ந்த நீர் காலை வருடியது. அம்மா திடுக்கென கீழே பார்த்தாள் மழைத் தண்ணீர் வீட்டுக்குள் மடைதிறந்த வேகத்தில் வந்துகொண்டிருந்தது. அம்மா கத்தினாள். "கடவுளே தெய்வமே தாயே ஈஸ்வரி எம் புள்ளைகளே காப்பாத்து." அக்கா அம்மாவை இறுக்கிப் பிடித்துக்கொண்டாள். பாலன் அக்காவைப் பிடித்துக்கொள்ள, கீழே கிடந்த சாமான்கள் மிதக்கவும் அதை அம்மா பொறுக்க ஆரம்பித்தாள்.

யோசித்தவள் மகனைத் தூக்கி பரணையில் விட்டாள். அவன் மேலிருந்து கைகொடுக்க அக்காவையும் அம்மா தூக்கிவிட்டாள். இருவரும் முழித்தனர்.

"ஏ புள்ளே அக்கா நாம செத்துபோயிடுவோமா."

"ஏன்?"

"தண்ணீயா வருதுலே."

"சாக மாட்டோம், சாமி வீட்டுக்குள்ள போவமா?"

"நா வரக் கூடாதுல்லே."

அம்மா விளக்கொளியின் உதவியோடு வெளியே சென்று மண்ணை வெட்டி எடுத்துவந்து வாசல்படியில் கொட்டினாள். அதையும் மீறி உடைத்து உள்ளே நுழைந்தது தண்ணீர். வீட்டுக்குள் அம்மாவின் இடுப்புக்கு மேல் உயர ஆரம்பிக்கவும், "டேய் மெல்ல எறங்குடா. வெளியே போயிடுவோம். இல்லாட்டி சாவெ வேண்டியதுதான்" எனச் சொல்லிக் கையை உயர்த்தி அவனை எறக்கினாள். அக்கா பளிச்சென்று குதித்துவிட்டாள். கையில் கிடைத்ததைப் பொறுக்கிக்கொண்டு, ஆளுக்கொரு கோணிச் சாக்கைப் போர்த்திக்கொண்டு அம்மாவின் இரு கைகளையும் பற்றிக்கொண்டு இடுப்பளவு தண்ணீரை விலக்கிக்கொண்டு எங்கு போவது என்று பார்த்தனர். வழக்கமாகச் செல்லும் கோனார் வீட்டுப் பாதை ஓடைத் தண்ணீரால் நிரம்பி ஓடிக்கொண்டிருந்தது. அப்பாவின் அக்கா வீட்டைப் பார்த்தாள். அவர்கள் மழை நீரைப்பிடித்து வீட்டுக்குள் டிரம்மை நிரப்பிக்கொண்டிருந்தனர். இவர்கள் வந்துவிடுவார்களோ என நினைத்த மச்சான் கிரில் கேட்டை சாத்தினான். அந்தச் சத்தம் மழைச் சத்தத்தையும் மீறிக் கேட்டது. மேட்டுப் பகுதியான கிழக்குப் பக்கம் தண்ணீர் குறை வாக ஓடிக்கொண்டிருந்தது.

உடனே இரு பிள்ளைகளையும் இறுகப் பற்றிக்கொண்டு, "தண்ணீ இழுத்துச்சுனா என்னையே நல்லா புடுச்சிக்குங்க" என்று சொல்லித் தண்ணீரை விலக்கி நகர்ந்தாள் அம்மா. அது மூவரையும் பின்னோக்கித் தள்ளியது. கிழக்கிலிருந்துதான் தண்ணீர் வந்து கொண்டு இருக்கிறது. இருபிள்ளைகளுக்கும் குலை நடுங்கிப் போனது. அம்மா தன் குலதெய்வங்களை மனதில் வேண்டியபடி முன்னேறினாள். எதிரே வந்த தண்ணீரின் வேகம் மூவரையும் தள்ளாட வைத்தது. கையில் வைத்திருந்த பொருள்களைத் தண்ணீரில் போட்டுவிட்டுத் தங்களைக் காப்பாற்றிக் கொள்வதில் மும்முரமாக நடந்தனர் என்பதைவிட மிதந்தனர். தண்ணீருக்கு எதிராக நடக்க இயலாமல் ஒருக்களித்துச் சென்றனர்.

மாணிக்கம் வீட்டைத் தாண்டியதும் பொதுபொதுவென பாலன் வீட்டின் சுவர்கள் ஒன்றன் பின் ஒன்றாக விழத் தொடங்கின. "அம்மா" என அவன் கத்தினான்.

“இன்னாரம் அங்குன்ன இருந்தா என்னாகியிருக்கும்?” எப்பா எம் புள்ளைகளே பறிகொடுத்திருப்பேனே, இந்தப் பாதகத்தி”, என்றபடி இரு பிள்ளைகளையும் அணைத்துக்கொண்டாள்.

வீடு விழாதவர்கள், வீட்டிற்குள் தண்ணீர் புகாதவர்கள் இவர் களை வேடிக்கை பார்த்தனர். ஏற்கனவே குமராயி காம்பவுண்ட்டில் குடியிருப்பவர்கள் சென்றுவிட்டார்கள் என்பது வேடிக்கை பார்க்கும் ஜனங்களின் பேச்சிலிருந்து தெரியவந்தது. காளியம்மன் கோயிலைத் தாண்டிய சங்கரபாண்டியன் கடைக்கு வந்ததும், இடுப்பளவுத் தண்ணீர் கரண்டைக்கு வந்தது. அதைத்தாண்டி பட்டைசாமி வீட்டைக் கடந்ததும் தண்ணீர் இல்லை.

அம்மா மூச்சு வாங்கினாள். மூவரும் சிறிதுநேரம் நின்றனர்.

“ஏம்மா எங்கம்மா போறது?”

“ம்...”

“பெணிக்கள்தூலுசுரேஎடத்துக்குப்போனாகொலக்காரப்பயல்க வந்துருவாங்க” என்றாள்.

“அப்ப எங்குட்டுப்போறது?” என்று அம்மாவைப் பார்த்தாள் அக்கா.

பெட்டிக்கடையில் நின்ற ஒரு பெரியவர், “ஏம்மா புள்ள குட்டிகளே கூட்டிக்கிட்டு அந்தப் பக்கம் போவாதம்மா, பாலத் துக்கு மேல தண்ணீர் போவுது. பேசாம கூரைப் பள்ளிக் கொடத்துக்குப் போ. அங்கதான் எல்லாரையும் தங்கவச்சுகிட்டு இருக்காங்க” என்றார். அம்மா யோசித்தாள்.

‘அங்கே போனா காலிப்பயல்க இந்தச் சாக்கவச்சி வயசுப்புள்ளே பக்கத்துலே படுத்துக்கிருவாங்க’ என்று யோசிக்கையில் அக்கா கேட்டுவிட்டாள். “ஏம்மா அங்கே போவோமா பருக்காலெ இருசூ பூத்தே, வேணுச்சாம் செரி” என்றபடி தலையாட்டினாள் அக்கா. பாலன் நடுங்கினான். அம்மா முந்தானையை முறுக்கிப் பிழிந்து விட்டுத் தலையைத் துவட்டினாள். அவன் பற்கள் டைப் அடித்தன. மறுபடியும் பிழிந்துவிட்டு அக்காவுக்குத் துவட்டினாள்.

தெருமுக்குத் திரும்பியதும் பாலத்தில் சகட்டு மேனிக்குக் கூட்டம் இருந்தது. எல்லாப் பக்கமிருந்தும் குடிசை வாசிகள் குவிந்திருந்தனர். எளவட்ட பயல்கள் கடமையாகவும் குதூகல மாகவும் ஒவ்வொருவரையும் தாங்கலாக அழைத்துச்சென்று கரை சேர்த்தனர். பெண்களை இரண்டு மூன்று பேர் சேர்ந்து சங்கிலிக்

கோர்வையாகத் தாங்கலாக அழைத்துச் சென்று கரைசேர்த்தனர். ஒவ்வொரு மழைக்காலமும் இந்தப் பாலத்தில் தண்ணீர் மேலேறி மக்களை மேற்குப் பகுதிக்கோ கிழக்குப் பகுதிக்கோ போக விடாது. வடக்கில் காட்டுப்பகுதி ஓடையிலிருந்து வரும் அனைத்துத் தண்ணீரும் இங்கு வந்துதான் சேரும். அந்தப் பாலத்தை உயர்த்தினால், இரு பகுதி மக்களும் சுபிட்சம் பெறு வார்கள். ஆனால், அது கனவு.

மூவரும் கரையேறி வெளியே வந்துவிட்டனர். அருகே இரண்டு பள்ளிக்கூடங்களில் பாதிக்கப்பட்ட மக்களைத் தங்கவைத்திருந் தனர். ஒன்று உயர்நிலைப்பள்ளி, மற்றொன்று ஆரம்பப்பள்ளி. உயர்நிலைப் பள்ளிக்குப் போகலாம் என்று பாலன் சொல்ல அதை மறுக்காமல் அங்கே நடந்தனர். கூட்டம்கூட்டமாக மக்கள் நனைந்து நடுங்கிக்கொண்டே சென்றுகொண்டிருந்தனர்.

வாசலில் இவர்கள்முறை வந்து உள்ளே செல்ல நினைக்கையில் அவள் மீது கொலைவெறித் தாக்குதலில் ஈடுபட்ட அந்த நபர் வாசலில் நின்று ஒவ்வொருவராக உள்ளே அனுப்பிக்கொண்டு இருந்தான். அம்மாவுக்குக் குடல் வாய்வழியாக வந்து விழும்போல் பயம் உண்டாகியது. அவன் கவனிப்பதற்குள் கூட்டத்தில் பதுங்கி வெளியேறிவிட்டாள். வெளியே வந்ததும் பாலன், “ஏம்மா, எனக்கு தூக்கமா வருது சே” எனச் சிணுங்கினான். “ஏய் கத்தாதடா. அந்த தூமயேகுடிக்கி அங்கே நிக்கிறான், வா வெறசா. அக்கடே பிச்சிடுவோம்” என்று நடையை விரட்டினாள். அவன் சிணுங்கிக் கொண்டே பின்தொடர, தான் வேலைசெய்யும் வேணி வீட்டுக்கு வந்து அங்குள்ள திண்ணையில் மகனைப் படுக்கப்போட்டாள். அவன் கால்களுக்கிடையில் கைகளைக் கொடுத்து சுருண்டுகொண் டான். அக்கா அவனருகில் படுத்துக்கொள்ள, அம்மா இருவருக்கு மிடையில் அமர்ந்து இருவரையும் வருடிக்கொடுத்தாள்.

“என்ன செய்யலாம், காலையிலே இங்கனயே இருக்குறதா, இல்லாட்டி பேசாம ஊருக்குப் போவம்மா” என யோசித்தாள். ஊருக்குப் போனா மச்சானும் மச்சான் பொண்டாட்டியும் மானம் கெட வைய்யுவாங்க. செரி வசவு வாங்குனாலும் புள்ளகளெ காப்பாத்தணும். இங்கே இருந்தா வீடும் இல்லாமே பொழப்பும் இல்லாமே கெடந்து சாக வேண்டியதுதான். இந்த நாரப் பயல் கிட்ட சிக்கிச் சீரழியனும். அங்கபோனா அந்தாள எப்படியாவது கூட்டி வரச் சொல்லிடலாம்.”

16

"டேய் ஒங்கப்புச்சி இருக்காரான்னு கேளுடா", என்றாள் அம்மா. அவன் கச்சேரிக்குள் நுழைந்து பார்த்தான். உள்ளே இரண்டு மூன்று காக்கிச்சட்டைகள் மேஜையைச் சுற்றி அமர்ந்திருந்தனர். அவர்களுக்கு நேரே நல்ல ஆறடி உயரத்துக்கு வாட்ட சாட்டமாய் முகப்பொலிவோடு சினிமாக் கதாநாயகன் போல் ஒருவர் நாற்காலியில் சாய்ந்தபடி ஏதோ உத்தரவு விட்டுக்கொண்டிருந்தார். அதை மிகக் கவனமாக இருகாக்கிகள் கேட்டுக்கொண்டிருந்தனர். பாலன் உள்ளே போகவும் திரும்பி வருவதுமாக இருப்பதைப் பார்த்து ஒரு கான்ஸ்டபிள் எழுந்துவந்து, "ஓய் யாருடா, யாரப் பாக்கணும்?"

"ந... எங்க அப்புச்சி."

"ஒங்கப்புச்சினா யாரு" என அதட்டினார் அவர். அவனுக்குச் சொல்ல வரவில்லை. "எம்மோவ்" என்று கத்திவிட்டான். அம்மா ஓடிவந்து, "எய்யா", என்று கைகட்டிக்கொண்டு, "எங்க மாமாவே பாக்கணும்."

"மாமனா, அது எவன்?"

"இங்கதான் சாமி வேலை செய்யுது."

"யாரு சொல்லுரா, ஒன் அப்புச்சி பேரே,"

"ம்... குட்டராமன்."

"ஒ... பெருசா... நீ யாரு?"

"நா, அவரு மவென் பொஞ்சாதி."

"செரி, செரி... இந்த விருதுபட்டிக்காரியா, அவரு சாயா வாங்க வெளியே போயிருக்காரு, அங்கிட்டு ஒக்காரு இல்லாட்டி வெளியே நில்லு."

"செரிங்க எசமான்" என்று அம்மா தலைசொறிந்தபடி வெளியேறினாள். பாலனுக்கு வெளியே வரவும்தான் இதய ஓட்டத்தின் வேகம் குறைந்தது. அம்மா தெரிந்தவர்கள் யாராவது வாருகிறார்களா அல்லது மச்சான் பொண்டாட்டி தெருவுக்குப் போவதா என்று

சாலையைப் பார்த்தாள். தெரிந்த முகம் எதுவும் இல்லை. கொத்து வேலைக்கு ஆள்எடுப்பு முனியாண்டி விலாஸ் கிளப் கடைக்கு முன் நடந்தது. கிழக்கிலிருந்து மேற்காகத் தேநீர்க்கடையில் உசிலை பஸ் கடந்துசென்றது. கூட்டம் அலைமோதியது. அங்கு சூடாகப்போடும் முட்டைகோஸ் மணம் பாலனின் பசியைத் தூண்டியது. அம்மாவைப் பார்த்தான். அம்மா என்ன சொல்வது என்று முழித்தாள். எதிரே அப்புச்சி தூக்கில் அய்ந்து சாயாவுடன் நடந்து வந்தார். அவரைப் பார்த்ததும் அம்மா கோ என்று அழுக ஆரம்பித்துவிட்டாள். அதைக்கண்டதும் பிள்ளைகளும் கத்த ஆரம் பித்துவிட்டன. "மாமா என் கதியே பார்த்தீங்களா? பிள்ளைகள் கொலப்பட்டினியா கெடக்கு. நல்ல சோறு தின்னு ரெம்ப நாளாச்சி. வீடும் போச்சி மாமா."

"சே கழுதே, அழுவாதம்மா, இந்தா அழுவாத, நாங்க கெளுத்தி குட்டியா இருக்கோம். ஒருவார்த்தே எந்தப் பயட்டையாவது சொன்னா ஒரு எட்டுலே வராமையா இருப்பேன்? தெறம் கெட்டபயே, பொண்டாட்டி புள்ளையே விட்டுப்புட்டு கட்சியாம் கட்சி, டேய் அழுவாதடா" என்று தன் உருமாக் கட்டை அவிழ்த்து முகத்தைத் துடைத்துவிட்டு அக்காவையும் பாலனையும் அப்புச்சி மடியோடு அணைத்துக்கொண்டு சிறிது கண்ணீர்விட்டார். பிறகு "செத்த நில்லுமா, ஊராங்களுக்கு இதே குடுத்துட்டு வந்துறேன்" என்று சொல்லிவிட்டு உள்ளே சென்றார். அம்மா கண்ணீரைத் துடைத்துவிட்டு மூக்கை உறிஞ்சிக்கொண்டாள். "அந்தக் கடை யிலே பசியமத்தும்மா. போம்மா."

"வேணாம் மாமா."

"சொன்னா கேளு கழுதே, போ, பசியமத்தும்மா."

"எனக்கு சாயா போதும், புள்ளைக சாப்பிடட்டும். நா பெறவு சாப்புட்டுக்கிறேன்" என்றாள். தண்ணீகார் கடையில் சென்று, "யோவ் கருவு, எம் பேரனுக்கும் பேத்திக்கும் கேக்குறதே குடுய்யா" என்றார். அந்த நபர், "நீ சாப்பிடலையா ராமா?"

"நா என்னக்கி காலங்காத்தாலெ தின்னேன், என்ன ஏத்தமா, ரெண்டு சாயா வட்டாலெ போடுவியா" என்றார். அவன் உள்ளே சென்று இருவருக்கும் இலை விரித்து ஆளுக்கொரு குழாப்புட்டு வைத்தான். வைத்துவிட்டு சாயா போட்டுக்கொடுத்தான். அதை வாங்கி அம்மாவுக்கு அப்புச்சி கொடுத்துவிட்டுத் தானும்

அருந்தினார். முறுக்கு மீசையில் சாயாபட்டதும் பிரவுன் கலரில் இருந்தது. அதைத் துடைத்து, கலைந்துபோன மீசையைச் சரிசெய்து நுனியை முறுக்கிவிட்டார். அவருடைய உருமாக் கட்டும் முறுக்கு மீசையும் காண்போரை மிரளவைக்கும். கச்சேரியில் வேலை பார்ப்பதால் அப்புச்சிக்கு அனைவரும் பயப்படுவார்கள்.

புட்டை வாயில் மென்றுகொண்டே அக்கா இலை எடுத்து பெட்டியில் போட்டுக் கை அலம்பினாள். அவனும் அதைப் போலவே செய்தான். வெளியேறி அப்புச்சியிடம் நின்றனர். "வேறேதும் வேணுமாடா?"

"ம்... முட்டக்கோசு" என்றான். அக்காவைப் பார்த்து, "நீம்மா" என்றதும் தலையாட்டினாள். ஆளுக்கொரு முட்டைக்கோஸை எடுத்துக்கொண்டனர். "எம்புட்டுய்யா?" அவன் கணக்குப் பார்த்து விட்டு, "நாலு ரூபா அறுபது காசு" என்றான்.

"என்னய்யா கணக்கு?"

"ரெண்டு புள்ளைகளுக்கும் முக்கா ரூபாய்க்கு ரெண்டு செட்டு புட்டும் மூனு ரூபா, ரெண்டு முட்டகோசு எம்பது பைசா, ரெண்டு சாயா எம்பது பைசா, நாலு அறுபது" என்றான்.

உடனே அப்புச்சி மடியில் உள்ள சுருக்குப் பையை எடுத்தார். சுருட்டி இருந்ததை அவிழ்த்தார். நீண்ட பை, உள்ளே துழாவி இரண்டு இரண்டு ரூபாய்த் தாளும் பத்துப் பைசாவிலே ஆறும் எண்ணிக் கொடுத்துவிட்டு நடந்தார். அம்மா பின்தொடர பிள்ளைகளும் வர கச்சேரி வாசல் வந்ததது. "செத்த நில்லும்மா, கருவுக்கிட்ட சொல்லிட்டு வந்தறேன். சொல்லாமே இல்லாமே போனா வஸ்ப்புவாங்க" முட்டைகோஸை வாயில் பிட்டுப் போட்டவன் அம்மாவுக்கும் கொஞ்சம் பிட்டுத் தந்தான். அக்காவும் கொடுத்தாள்.

"வேணாம்மா"

"எம்மோவ் சாப்புடும்மா. அப்புச்சி வைய்யுவாருன்னு தானே நெனச்ச, வைய்யாது" என்று வாயிலே திணித்துவிட்டனர். அம்மாவின் கண்ணிலிருந்து கண்ணீர் சுரந்துகொண்டிருந்தது.

முதல் நாள் மழை இந்த ஊரில் தூறலாகவே பெய்துள்ளது. ரோடு சொத சொதவென்று கிடந்தது. வானில் வெயிலும் இல்லை, மழையும் இல்லை.

அப்புச்சி வெளியே வந்து, “ஏம்மா இன்னக்கி சர்க்கிள் இன்ஸ் பெட்டர் வாராராம், அதாம்மா பெரிய பெருமாச்சி வருசுராரு அதான். பெறட்டுக்கு நா வர முடியாது, பச்சம்பு எடுத்துத் தாரேன், போயி காச்சும்மா” என்று நடந்தார். மார்க்கெட்டுக்குள் சென்று கசாப்புச் சந்தையில் நுழைந்தார். இருமருங்கிலும் தோலுரித்த கிடாக்கறி தொங்கியது. அப்புச்சியைப் பார்த்ததும், “ஏய் ராமா இங்க வா, ஏய் ராமா நல்ல குறுத்தாடுப்பா, ஏய் ராமா வாப்பா ஒசத்தியான கெடா, ஏய் வாப்பா கிராக்கி பண்ணாதே.”

“ஆமா நான் கிராக்கி பண்ணுரம் போய்யா, போனவாட்டி ஒன்ட்டே வாங்கி பூராவும் கவுலு வீச்சம், ஓக்காளி செம்பறி கெடாவ போட்டுருக்க.”

“ஏய் பொய் பேசாதே, வேணுமுன்னா வாங்கு இல்லாட்ட போ சும்மா நொனனாட்டியம் சொல்லாதே.”

மூலையில் தாளமுத்துக்கோனார் நல்ல கிடாவைத் தொங்க விட்டிருந்தார்.

“என்ன ராமா, இது யாரு விருந்தாளியா?”

“தெரியாதாய்யா நடுவுள்ளவன் பொஞ்சாதி, புள்ளைக.”

“யாரு வைகாசித் திருவிழாவுலே பொம்பளப் புள்ளைகளெ வம்புளுத்தவங்களெ பிச்செடுத்தானே அவெென் பொஞ்சாதி, புள்ளைகளா?”

“ஆமா ஆமா காணாம் அதெ ஏன்யா கேக்குறே. அவன் ஊருல ஓட்டு அன்னக்கிச் சண்டையிலே...”

“ஆமா ஆமா ஒருத்தனைகூட வெட்டிபுட்டாங்க, அப்புறம் ஏகப்பட்ட வீடுகளெ தீ வைச்சிட்டாங்களே, அதுலே ஒம் மவெனுமா?”

“ம்மய்யா, அய்யா எங்க போனாருன்னு தெரியலெ. பாவம் புள்ளைக தட்டளிஞ்சி வந்திருக்கே, மொதவெ ரெண்டு புள்ளைக வந்துருச்சுங்க. ஆனா ஒன்னுய்யா, அந்தப் பயெ எந்தத் தப்பும் செய்ய மாட்டான்.”

“ஏ எனக்குத் தெரியதா ராமா. நல்ல பயெப்பா, புள்ளைகளெ பாரு. கூசுவத்தி வீட்டுப் புள்ளைக மாதிரிலெ இருக்கு. ஒஞ்சாதி சனமுன்னு சொல்ல முடியாது.”

“செரி, ஒன்னா ரெண்டா, ஏம்மா, எம்முட்டு எடுக்க.”

“நீங்க எடுங்க மாமா.”

“எம்மா கூச்சப்படாமே கேளும்மா, புள்ளைகளுக்கு வயிறாற காய்ச்சுக் குடு. அந்த ரெண்டு பயெ புள்ளைகளே கவனிக்க மாட்டேன். அதுகே பக்கிக, இதுக ஒழுக்கமான புள்ளைக. ஒரு வீச கறியும் அரவீச நெஞ்செலும்பும் ஈரலும் குடுய்ய.”

“இம்புட்டு எதுக்கு மாமா.”

“சும்மா கெடம்மா. பச்ச மதளைக எத்தனை நாளாச்சோ”, கறிக் காரர் கேட்டதை நறுக்கி, துண்டம்துண்டமாகத் தனித்தனியாக இலையில் வைத்து நாரால் கட்டிக்கொடுத்தார். “அப்புச்சி எம் புட்டு” என்று கேட்டுப் பார்த்தார்.

“இருக்கட்டும் ராமா. மொத்தமா வாங்கிக்கிறேன். ஒங்காசு எங்க போப்போது?”

“செரி” என்று, ஒரு சிரிப்புடன் தலைப்பாகையை அவிழ்த்து முனைப்பாகத்தில் மூன்று இலைபார்சலையும், வைத்துகட்டி முதுகுக்குப் பின்னால் போட்டுக்கொண்டு தக்காளி, பச்சமிளகாய், உப்பு, புளி வாங்கி துண்டின் மறுமுனையில் கட்டி முடித்துக் கொண்டு, “இந்தாம்மா, எண்ணெய் வாங்க சீசா இல்ல, பெறட்டுலெ எப்பிமொட்டிக்கொ” என்றார். “இந்தா”, என்று ஒரு அஞ்சு ரூபாய்த் தாளைத் தந்து, “அங்குட்டு போயி ஏதாச்சும் தின்னும்மா, புள்ளை குட்டிகாரப்புள்ளே. நீ தெடம்மா இருந்தாதான் இதுகளெ வளக்க முடியும். மனசு நொஞ்சலெமில்லாமே இரும்மா, எங்க போயிரேப் போறான்? நாங்க கெளுத்தியா இருக்குறப்பே, நீ ஏம்மா மசங்குறே” என்று சொல்லவும் அம்மா அழுதுவிட்டாள்.

“செரி செரி, போயி பெருமாச்சி வீட்டுலெ பனிக்கலெ தூளிஸ் சிட்டு வெறசா வந்துறேன். அந்தக் கொம்பிப்பல்லி ஏதாச்சும் கேட்டான்னா வெளக்குமாரு பிஞ்சுபோகும்முன்னு சொல்லு” என்றார்.

அப்புச்சி கம்பீரமாக நடந்து முன் செல்ல அம்மாவும் பிள்ளை களும் கடைத்தெருவை வேடிக்கை பார்த்துக்கொண்டு நடந்தனர். அன்று மார்க்கெட்டில் கூட்டம் அதிகமாக இருந்தது. செக்கில் ஆட்டிய தேங்காய் எண்ணெயின் நெடி நாசியைத் துழாவியது. கடைத்தெருவைக் கடந்து அப்புச்சியின் வீட்டை நோக்கி நடந் தனர். தெருவுக்குள் நுழைந்ததும் துக்கம் விசாரிக்க கூட்டம் கூடிவிட்டது.

அம்மா அப்புச்சியின் குடிசைக்குள் நுழைந்து சோறு குழம்பு ஆக்கி இறக்கினாள். அதுவரை பாலன் பெரியப்பா வீட்டில் தங்கச்சியுடன் விளையாடினான். அக்கா அம்மாவுக்கு அரைத்துக் கொடுத்தாள். மத்தியானம் பெரியப்பாவும் சின்னம்மா, அண்ணன், பெரியக்கா சகிதமாக வந்து அம்மாவை விசாரித்து ஆறுதல் கூறி அன்றைய இரவைக் கழித்தனர். தேர்தல் கலவரத்தில் குத்துப்பட்ட பெரியக்காவின் காயம் ஆறியிருந்தது. ஆனால், வடு மறைய வில்லை.

அண்ணன் பெரியப்பாவுக்கு ஒத்தாசையாக வேலை செய்து கொண்டிருந்தான். அக்கா அப்புச்சியோடு சென்று அதிகாரி வீடுகளில் வீட்டுவேலை செய்து வந்தாள். எப்போதும் அம்மாவிடம் தகராறுக்கு நிற்கும் சின்னம்மா தற்போது ஏனோ தெரியவில்லை, சண்டை இழுப்பதில்லை. அப்பா சீர்காழி, சிதம்பரம், மாயவரம், கும்பகோணம், மஞ்சகுப்பம், பெரியகுளம் எனச் சுற்றியலைந்து விட்டு இறுதியில் வால்பாறை எஸ்டேட்டில் தங்கியிருந்து அங்கு நடந்த கட்சிப் பொதுக்கூட்டத்தில் தன் கட்சித் தலைவரைச் சந்தித்துத் தனது வழக்கு விபரம் பற்றி மைத்துனர் உதவியுடன் மனுகொடுக்கவும், தலைவர் தான் தங்கியிருந்த பயணியர் விடுதிக்கு வரவழைத்து நேரடியாக விபரம் கேட்டறிந்தார்.

தேர்தல் கலவரத்தில் நடந்த கொலையில் தன்மீது முதல்குற்றம் சுமத்தப்பட்டது முதல் ஒரு புறம் காவல் துறையின் தேடல், மறுபுறம் ஆளுங்கட்சியின் தேடல், தன் குடும்பமும் தன் மக்களும் பாதிக்கப்பட்டது பற்றியெல்லாம் கட்சித் தலைவரிடம் அப்பா நேரடியாக எடுத்துரைத்தார். அப்பாவைக் கட்சி வழக்கறிஞர் மூலம் மதுரையில் வைத்து ஜாமீன் பெற்று அந்த வழக்கிலிருந்து விடுவிக்கவும் உடனே வேலையில் சேரவும் தேவையான உதவியும் பாதுகாப்பும் உள்ளூர்க் கட்சி பிரமுகர்கள் வழங்கவும் மதுரை மாவட்டம் மூலம் அனைத்து ஏற்பாடுகளும் செய்திட தலைவர் உத்தரவிட்டார். அனைத்தும் முடிந்து அப்பா மீண்டும் வேலையில் சேர்ந்து குடும்பத்தை ஊருக்கு அழைத்துச் சென்றார். இத்தனைக்கும் காரணமான பயலுக்குத்தான் இன்றைக்கு மந்திரிப் பதவி.

17

அப்பா வருவதை கவனித்துவிட்டு, “ஏய் ஒப்பேன் வருதுடி, வெறசா வா மருக்கம் மெட்ட பிச்சனும்” என விரட்டினாள். அதைக் கண்ட அக்கா கூட இரண்டு எட்டு வேகமாக வைத்தாள்.

பேக்டரி கதவைத் தட்டியதும் கூர்க்கா கதவைத் திறந்து, “என்னம்மா?” என்றார்.

“அலசுனுய்யா.”

“ரெண்டு மூனு நாளா வரல” என்றார் கூர்கா.

“என் மாமேன் எறந்து போச்சுய்யா. அதான் வரலே.”

“செரி தொட்டி பூராம் துணியாக் கெடக்கு. ஒன்னு விடாமெ அள்ளிப்போட்டுரு. நாளைக்கு மொதலாளி வராரு, . மூனு நாளைக்கும் வரலேன்னு போட்டுறட்டா?”

“ஆமய்யா. குடுக்குறே அறுபது ரூபாலே, மூனுநா, நாலுநான்னு கழிச்சுட்டா, என்னத்தே சம்பளம் கிடைக்கும்.”

“சரித்தாம்மா.”

“மாசம் மாசம் இப்படி செஞ்சா எப்படி? மேனஜரு பார்த்தாரு எம் வேலைக்கு வெனே வந்துரும். இல்ல நீதான் சம்பளம் வாங்குன்னா என்னையே ஏதும் கவனிக்கிறியா?”

“செரிய்யா, இந்த மாசம் குடுக்குறேன். வந்தேன்னு போட்டுக்க” என்றதும் கூர்க்கா பல் இளித்தார்.

அம்மாவும் அக்காவும் ஆளுக்கொரு திசையாகப் பிரிந்து அம்மா ஆண் கழிப்பறைக்கும் அக்கா பெண் கழிப்பறைக்கும் சென்றனர். கழிப்பறைக்குள் நேரத்தைக் கழிக்க வந்திருந்த தொழிலாளர்கள், அம்மா வந்ததும் முகச்சுழிப்போடு வெளியேறினர். “சே, அரை மணி நேரத்தே கெடுத்துப்புட்டாளே” என்று காதுபட ஒருவன் சொல்லிக்கொண்டே சென்றான். குடித்துப்போட்ட பீடித் துண்டு களைக் குச்சிமாறால் அகற்றிவிட்டு நடையில் தண்ணீர் ஊற்றி

நடையைக் கழுவிவிட்டுவிட்டுக் கோப்பையைப் பார்த்தாள். பொங்கப்பானையாகக் காட்சியளித்தது.

“சீ... நீசப் பயல்க, தண்ணி எதுக்கு இருக்கு” என்று வசவுகளை இறக்கிக்கொண்டு இரும்பு வாளியில் தண்ணீர் பிடித்துச் சரட்சரட் என்று வேகமாக ஊற்றவும் மிதந்தவை கோப்பைக்குள் பதுங்கிக் கொண்டன. ஜன்னலிலிருந்த வாசனைப் பவுடரைக் கொட்டி நுரைபொங்கத் தேய்த்தாள். அந்த நுரை குமிழ்களில் அம்மாவின் முகம் நூற்றுக்கணக்காகத் தெரிந்தது. நன்கு தேய்த்துவிட்டு மீண்டும் தண்ணீர் பிடித்து ஊற்றினாள். இதேபோல் அக்காவும் முடித்துவிட்டு அங்கிருந்த குருதித் துணிகளை ஒரு பெட்டியில் போட்டு நிரப்பித் தலையில் தூக்கிக்கொண்டு பின் வெளியேறிக் குப்பை மேட்டில் போட்டுவிட்டுத் திரும்பி வரும்போது பாலன் நின்றான்.

“என்னக்கா, கஞ்சி வாங்கியாச்சா?”

“ஆ, இதுகெள முடிக்கவே நேரம் இல்ல, அதுக்குள்ளயும் ஒனக்குக் கஞ்சி கேக்குதாக்கும்.”

“அதானே, நீ வந்தாலே ஒன்னும் வெளங்காது.”

“செருப்பு பிஞ்சுப் போகும், மருவாதியா போயிரு.”

“ஏ... சப்பவாச்சி நீ மட்டும் நல்லா தின்னுப்புட்டு, கெளுத்திக் குட்டியாட்டம் போறே.”

உடனே அவள் பல்லைக் கடித்துக்கொண்டு தலையில் உள்ள இரும்புபெட்டியைக் காட்டி, “இப்படி போட்டேன்னு வைச் சிக்கோ, மண்டே தாராப் பொளந்துரும்” என்று கத்தினாள்.

பாலன், “எங்க போடு பாப்போம்”, என்று ஒரு எத்து விட்டான். குப்புற விழப்போனவள் சுதாரித்துக்கொண்டு நின்றாள். ஆனால், தலையிலிருந்த டிரம் விழுந்தோடி முன்னும் பின்னுமாக உருண்டது. விரட்டி வந்து அவன் சட்டையைப் பிடித்து ஓங்கி ஒரு அறை விட்டாள். அவன் வாள்வாள் என்று கத்திக்கொண்டே, தூரத்தில் வரும் அய்யாவை அழைத்தான். “எய்யோவ், எய்யா. இங்க பாரு அடிக்கிறா சப்பவாச்சி”, என்று கத்தினான். பேக்டரிக்குள்ளிருந்து வந்த அம்மா மரப்பெட்டியைத் தலையில்வைத்தபடி விடுடி, “ஏய் விடு, அந்தப் பக்கியே, ஏய் மருவாதியா போறியா ஒங்கப்பன்டே சொல்லவாடா”, என இருவரையும் அரட்டினாள். அம்மா. அவன் அவளோடு மல்லுக்கட்டினான். “ஏய் இங்க பாரு, ஓம் மவெ

பொட்டச்சிகிட்டே மல்லுக்கட்டுரான்" என்று கத்தவும், தெற்கு பக்கம் விழுந்து ஓடிவிட்டான்.

"எதுக்குடி வம்பிழுத்தான் ஒன்ட்டே?"

"ம்... திங்க போடலையாம். அதான் வெளமெடுத்துத் திரியிறான்."

"வச்சுக்கிறேன்" என்று சொல்லிவிட்டு அம்மா குப்பை மேடு சென்று பெட்டியைத் தட்டினாள். ஏற்கனவே அக்கா போட்ட துணியையும் அவள் போட்ட துணியையும் சேர்த்துவைத்துத் தீவைக்க ஆயத்தமானாள்.

"நா இதெ தீ வைக்கிறேன். நீ போயி துணிகளே அள்ளிட்டு வாமா", என்றதும் பேக்டரிக்குள் நுழைந்தாள். அப்பா, அம்மா விடம் "என்னழா? என்ன சண்டே?"

"ம்... அவனத்தான் கேக்கணும். அவளக் கண்டா காங்க கதவடைக்கிறான் ஒன் மவென்."

"எங்கவனே?"

"ஓடிட்டான்."

ஜோப்பிலிருந்து தீப்பட்டி எடுத்துத் துணிகளைப் பற்றவைத்தார். ஜம்மென்று எரிந்தது. பற்றிய துணிகளிலிருந்து கருவாட்டு நாற்றம் மூக்கடைத்தது. அம்மா குறுக்கைப் பிடித்தாள். முகம் சுழித்து நிமிர்ந்தாள்.

"இன்னும் எம்புட்டு கெடக்கு?"

"ம்... மூனுநா சீண்டரம் மொத்தமா கெடக்கு. அந்த வாச்சு மேனய்யா, மூனு நாளைக்கும் சம்பளத்தைப் புடிக்கச் சொல்லிப் புடுவேன்ங்கிறாரு. எங்குட்டு சுத்தியும் நாமத்தான் மொத்தம்மா சாகுறோம்" எனச் சலித்துக்கொண்டாள்.

"சம்பளத்தே வாங்கி அவன் கையுலெயே குடுத்துருழா. பாவம் ஒன்னுமில்லாதவன்."

"அப்ப மருக்கம்மெட்ட போட முடியாதுல இன்னேரம் கீமாருலெ சேங்கிருப்பாளுங்கெ ஊராத்திக."

"செரி நா போய்யி எலும்பு, கிலும்பு எடுத்துட்டுவாறேன். வெறசா முடிச்சிட்டு வாரிங்களா?"

"ஊம்", தலையாட்டினாள் அம்மா.

"காசு குடு."

இடுப்பிலிருந்து பை எடுத்து ஒரு பத்து ரூபா குடுத்தாள்.

"இம்புட்டு தானாழா?"

"அப்புறம் வெளஞ்சுகிட்டேவ்வா இருக்கும்" எனச் சலித்துக் கொண்டாள்.

குடுத்ததை வாங்கிக்கொண்டு ஏற்கனவே உட்கார்ந்திருந்த இடத்துக்குச் சென்றார் அப்பா. அக்கா எண்ணெய்த் துணிகளைத் தூக்கி வந்து தட்டினாள். அம்மா அதைப் பொறுக்கி ஒரு சணலால் கட்டிவைத்துவிட்டுச் செடிமறைவில் ஒழித்துவைத்தவைகளில் மீதியைச் சேகரித்தாள். இந்தத் துணியால்தான் அடுப்பை எந்தச் சாமமும் சிரமமின்றிப் பற்றவைப்பாள். மீந்த துணிகளைச் சேர்த்து வைத்துச் சலவைகாரர்களிடம் வெள்ளாவிக்கு அஞ்சு பத்துக்கு விற்றுவிடுவாள். சோடாப்புட்டிக் கண்ணாடி போட்ட நடுத்தர வயதுடைய ஒருவர் அப்பாவை அழைத்தார்.

"ஒன்ன மொதலாளி கூட்டிவரச் சொன்னாருப்பா."

"எதுக்குய்யா?" என சைக்கிளை அவர் பக்கம் திரும்பியபடி கேட்டார்.

"அடச்சிருக்காம். வந்து நெறஞ்சிருச்சானு பாரு."

"செரி சாய்ந்திரமா வாரேன்னு சொல்லுய்யா."

"இல்ல, கையோட கூட்டிவரச் சொன்னாரு மொதலாளி."

யோசித்தவராக, "செரி, வா போவோம்" என்று அரை பெடலாக இருந்ததில் மிதித்து ஏறினார். சக்கரம் சுழன்று தெற்குப் பக்கம் போனது. அந்த சோடாபுட்டி கண்ணாடியும் முன்சென்று பஞ் சாலைக்குள் நுழைந்தார். அப்பாவும் பின்தொடர்ந்து பஞ் சாலைக்குள் நுழைந்தார். கேட் திறந்தே இருந்தது. நீள்வடிவ தகரசெட் இருபக்கத்திலும் நீண்டிருந்தது. அதனுள் மலைக் குவியலாகப் பஞ்சு கிடந்தது. பெண்களும் ஆண்களும் அதை அள்ளிஅள்ளிக் கொடுக்க ஒருவன் ஆளுயர அளவிலுள்ள சாக்கில் பஞ்சைப்போட்டு ஏறிஏறி மிதித்தான். முதலாளி அறை முன் அப்பா நின்றார். கூட்டி வந்தவர் உள்ளே சென்று வெளியேவந்து, "வா" என்றார். அப்பா சிறிய படிக்கட்டுகளைக் கடந்து வாசலில் நின்றார்.

அறையில் தெய்வங்களுக்கு விடிவிளக்கு எரிந்துகொண்டிருந்தது. நடுவே ஒரு வயதானவர் நாற்காலியில் ராஜாதோரணையில்

அமர்ந்து வருவோரை வரவேற்பதுபோல் ஒரு புகைப்படம். அந்தப் படத்துக்கு சந்தனமாலையும் விடிபலுப்பும். முதலாளியின் முதுகுக்குப் பின்னால் லாபம் என்று மஞ்சளால் எழுதப்பட்டிருந்தது.

அப்பா தலையில் உள்ள துண்டை இடது மணிக்கட்டில் போட்டு நின்றார். முதலாளி கவனித்துவிட்டு டெலிபோனில் பேசிக்கொண்டிருந்தார். கூட்டி வந்தவர் இடதுபுறம் உள்ள பாய் விரித்த தரையில் அமர்ந்து அவருக்கு முன் உள்ள சின்ன மேசையின் மேல் நோட்டுகளை வைத்து எழுத ஆரம்பித்தார். வேலையாட்கள் ஒருவரை ஒருவர் கேலிசெய்துகொண்டே விளையாடியபடி வேலையை மும்முரமாக இருந்தனர். ஒவ்வொருவரும் பெரிய தாட்களாகத் தலையில் தூக்கிச்சென்று வலதுபுற தகரச் செட்டுக்குள் நுழைந்துகொண்டிருந்தனர். ஆ... ஆ... என்ற ராகத்தில் பதி னோருமணி சங்கு ஊதியது. முதலாளி போனில் வியாபாரத்தை முடித்த சந்தோசத்துடன் அப்பாவைப் பார்த்து, “ஏ என்னப்பா, உன்ன பாக்கணும்முன்னா தேதி வாங்கணும்போலே.” அவருக்கு இந்த முதலாளிகளின் சூட்சுமம் தெரியும். ஆளை உயர்த்திக் கூலியைக் குறைப்பவர்கள் அவர்கள்.

“சொல்லுங்க மொதலாளி.”

“ஆங்கா, வீட்டுலே ரெண்டு நாளா தண்ணி போகாமே அடச்சிக் கெடக்கு. போயி என்னான்னு பாரு.”

“பாக்கறது என்ன மொதலாளி நெறஞ்சிருக்கும்.”

“இப்பத்தானே எடுத்தே, அதுக்குள்ளவா நெறஞ்சுப்போச்சு.”

“என்ன மொதலாளி என்னேரமும் பொழங்கிட்டே இருந்தா நெறம்பாமே எப்படி இருக்கும். அதும்போக அத எடுத்து அஞ்சி ஆறு வருஷம் இருக்கும்” என்று ஏற்கனவே எடுத்ததை நினைவு படுத்தினார்.

“செரி, ஒடனே போயி பாத்துரு.”

“செரி மொதலாளி.”

“ஏய் கூட போய் பாத்துட்டு அப்படியே பராசக்தி செட்டுக்குப் போயிட்டுவா ராஜேந்திரா” என்றார் முதலாளி. கால்குலேட்டரை மேசை டிராயர் மீது வைத்துவிட்டு எழுந்தார் சோடாபுட்டி கணக்கர்.

இருவரும் வெளியேவந்து அந்த வீட்டை அடைந்தனர். கணக்கர் அழைப்பு மணியை அழுத்தினார். ஒரு பத்து வயது

வேலைக்காரப் பெண் வந்து கதவைத் திறந்தாள். கணக்கர் உள்ளே நுழைந்தார். அப்பா பின் தொடர்ந்தார். வீட்டிலிருந்து மெழுகு பொம்மைபோல் ஒரு நாற்பது வயது பெண் வந்தாள், "என்ன ராஜேந்திரா?"

"எக்கா, அண்ணாச்சி அனுப்பிவச்சாரு, லெட்டினு அடைச்சி கிடக்குன்னு."

"உம் உம்" என்றபடி வடக்கு மூலையில் உள்ள கழிப்பறையைக் காட்டினாள். அப்பா உள்ளேசென்று எட்டிப் பார்த்தார். மிதந்தது. வெளியே வந்து உலோகத்தகடால் மூடி உள்ள ஜங்ஷனைத் திறந்தார். குப்பென்று ஆவி முகத்தில் அடித்தது. அதனுள் கரப்பானும் பாச்சாவும் நிரம்பிக் கிடந்தன. தண்ணீர் நிரம்பி மலம் செம்மிப்போய்க் கிடந்தது. எட்டத்தில் நின்ற அந்த இருவரும் மூக்கைப் பொத்திக்கொண்டு முகம் சுழித்து நின்றனர். அப்பா தலையையாட்டிக் கொண்டு நிறைந்திருப்பதை உறுதிப்படுத்தி விட்டு மூடிவிட்டார்.

சோடாபுட்டி கேட்டார், "நெறஞ்சுருச்சா?"

"நான்தான் அங்கேயே சொன்னேல்லேய்யா."

"செரி. வா போவோம்" என்றார் சோடாபுட்டி.

அவரைப் பின்தொடர்ந்த கணக்கரை அந்தப் பெண், "அண் ணாச்சி சாப்பாட்டுக்குப் போயிட்டு வரும்போது ரெண்டு கிலோ சோயா பீன்ஸ் வாங்கி வாரிங்களா?"

"சரிங்க அக்கா."

ஏற்கனவே வாசலில் வைத்திருந்த வயர்கூடையையும் ஒரு அம்பது ரூபாய்த் தாளையும் கொடுத்தார். கணக்கர் வாங்கிக் கொண்டு வெளியே வந்து சைக்கிளின் கிளிப்பை விடுவித்து ஏறி மிதித்தார். சைக்கிள் ரயில்வே கேட்டருகில் இறங்கியது. அப்பாவும் அவரோடு சரிசமமாக மிதித்தார். வெயில் கொடுமையால் வியர்வை வடிந்து எரிந்தது. பசி வேறு. கேட்டைக் கடந்து வடக்குப் பக்கம் திரும்பினார்கள். பஞ்சாலைக்குள் தொழிலாளிகள் கைகால் அலம்பிக்கொண்டிருப்பது தூரத்தில் தெரிந்தது. மதிய உணவுக்கு ஆயத்தமாகிக்கொண்டிருந்தார்கள். கணக்கர் அறையில் நுழைந்து, "அண்ணாச்சி நெறஞ்சு கிடக்கு" என்றார். "அவனை கூப்பிடு" என்றார் முதலாளி. அப்பா அதை எதிர்பார்த்தவராகத் தலைகாட்டினார்.

“என்ன, எடுத்துருய்யா.”

“சரிங்க மொதலாளி, பிளேட்டே பேத்தெடுத்துப்போடச் சொல்லிருங்க. அப்பத்தான் ஆவி போகும் இல்லைனா நாங்க வேல பாக்க முடியாது.”

“ஏய், தெறந்து போட்டுட்டா வீட்டுல எப்படி இருக்குறதாம். நீ வந்து திறந்து கையோட முடுச்சுடுப்பா.”

“பகல்லே திறந்து போட்டா எப்படி? அய்யோ முடியாது மொதலாளி. வெக்கை தாங்காது, ஒரு நிமுசம்கூட வேல பாக்க முடியாது.”

“செரி, ஏய் ராஜேந்திரா, அண்ணாச்சி சண்முகத்தே வைச்சி திறந்திரு. வீட்டுலே அக்காவே அவங்க அம்மா வீட்டுக்குப் போகச் சொல்லிடு.

“சரிங்க அண்ணாச்சி.”

“செரி, எவ்வளவு கேக்குறே?”

அப்பா தலையைச் சொறிந்துகொண்டே, “குடுங்க மொதலாளி உங்ககிட்டே என்னத்தே கேட்கபோறேன்.”

“போனவாட்டி எவ்வளவு குடுத்தோம்?”

“நானுத்தி அம்பது அண்ணாச்சி.”

“அப்படியா? செரி, கூட அம்பது வாங்கீக்கோ.”

“இல்ல மொதலாளி, போன தடவே ரெம்ப கொறச்சுக் குடுத்துட்டிங்க. வந்தவங்க பாதி வேலயப் போட்டுட்டு போயிட் டாங்க. நாப்பது அடி இருக்கும். தலைக்கு நூறு ரூபா குடுத்தாதான் ஆள் வரும். இல்லைனா நான்மட்டும் பாத்துகிட முடியாது.”

“அப்போ எவ்வளவு தான் கேட்குறே?”

“ஆறு பேரு மோக்கனும் ரெண்டு டிரம், தள்ளு வண்டி மொதலாளி.”

“இந்தா வளவளன்னு பேசாதே. அய்நூத்தி அம்பதா வாங்கிக்கொ. சுத்தமா முடிச்சுரு.”

“இல்ல மொதலாளி கோவிச்சுகிடாதீங்கே. கட்டாத கூலி, வண்டி டிரம்க்கே நூறு ரூபா போயிரும். இதுலே இருட்லே சாயாத்தண்ணி அது இதுன்னு குடிப்பாங்க. கட்டாது ஒரு அரநூறா குடுத்துருங்க.”

“உன்ட்டே பேரம் பேச நேரம் இல்ல வாங்கிக்கொ. சுத்தமா இருக்கணும்.”

“தரையே தொடச்சி எடுத்துறேன் மொதலாளி. எண்ணெய், சோப், பினாயில் வாங்கி வைச்சிருங்க.”

“அது எவ்வளவு?”

“அர லிட்டரு எண்ணெய், ரெண்டு வாசனே சோப், ரெண்டு பாட்டுலு பினாயில்.”

“செரி, எப்ப வருவே?”

“கரெட்டா பத்து மணிக்கு வந்திருவேன் மொதலாளி. தயவு செஞ்சி மதியமே திறந்துபோட்டுருங்க.”

“ஆட்டும் ஆட்டும். ஏய் ராஜேந்திரா, அவனுக்கு செலவுக்கு ஒரு அம்பது ரூபா குடு.”

உடனே கணக்கர் இரும்புப்பெட்டியைத் திறந்து மேலடுக் கிலிருக்கும் பிளாஸ்டிக் டப்பாவில் பத்து ரூபாய்த் தாள்களை எண்ணி முதலாளியிடம் தொடுத்தார். அதை வாங்கி முதலாளி எண்ணிவிட்டு, “இந்தா” என்று கொடுத்தார்.

அப்பா இரு கைகளையும் தாமரை பூவாக மலர்த்தி வாங்கிக் கண்களில் ஒத்திக்கொண்டு “வாரேன் முதலாளி” என்றார்.

“ஆ... ஆம்”, என்று சொல்லிவிட்டுக் கையில் கட்டியிருந்த கடிகாரத்தில் உள்ள மணியைப் பார்த்தார். முள் ஒரு மணியை காட்டியது.

“ராஜேந்திரா.”

“அண்ணாச்சி.”

“பராசக்தி செட்டுக்குப் போகல?”

“சாப்பிட்டு வரும்போது போயிட்டுவந்துறேன் அண்ணாச்சி. அக்கா வேற காய் வாங்கிவரச் சொல்லியிருக்காங்க.”

“என்ன காய்?”

“பீன்ஸ் வேணுமா?”

“சரி வாங்கிட்டு செட்டுக்குப் போயிட்டு வாரபோது அந்தச் சண்முக கொத்தனே கூட்டியாந்து சிலாப்பே ஒடச்சுறாமே துறந்து போட்டுரு. நீ பக்கத்துலேயே நில்லு, அவன் ஒடச்சுப்புட்டுத் திருப்பி வேல வைச்சுராமே.”

“சரிங்க அண்ணாச்சி.”

18

பாலனும் குமரனும் தள்ளுவண்டியில் இரண்டு பேரல், மூன்று வாளி, நாலுகயிறுப் பந்து சகிதமாக வண்டியின் பாரைப் பிடித்து பள்ளமேடுகளுக்கு ஈடு கொடுத்துத் தள்ளிக்கொண்டு வந்தனர். தட்தட்தட் தடாங் தடாங் ஒலியோடு இரும்புச் சக்கரம் குதித்துகுதித்து ஓடியது. அதன் அசைவுகளுக்கு ஏற்ப வண்டியில் உள்ள பேரல், வாளிகளும் சேர்ந்து குதியாட்டம் போட்டன. பாலன் குடும்பத்தோடு சேர்ந்து குமரனும் மலக்கிணறு எடுப்பதில் கில்லாடி. இறைக்க ஆரம்பித்தான் என்றால் நிமிர மாட்டான். வாளி வாங்கி ஊத்துபவனுக்குக் கை காப்புக் காய்ந்து குறுக்கு ஒடிந்து போகும். மற்ற மூன்று பேர் பின்தொடர வண்டி ஓடியது. அப்பாவும் அம்மாவும் ஏற்கனவே வேலை பார்க்கப்போகும் இடத்தில் ஆஜராகிவிட்டனர்.

தடாங்தடாங் சப்தத்தோடு வேலை பார்க்கவேண்டிய இடத்தின் வாசல் தள்ளி இடதுபுறமாக வண்டியைக் குமரன் நிறுத்தினான். பாலன் வீட்டுக்குள் நுழைந்து பார்த்தான். அம்மா தலைகவிழ்ந்து கொண்டு கிடந்தாள். அப்பா பீடி சுண்டிக்கொண்டிருந்தார். மலக் கிணறு மூடி திறந்திருந்தது. மூன்று தொட்டிகள். குண்டுபல்பு வெளிச்சத்தில் மலக்கிணறு நன்கு தெரிந்தது. அப்பா இவனைப் பார்த்ததும் எழுந்து வந்தார். மற்ற மூவரும் தூரத்தில் வந்து கொண்டிருந்தனர். மீண்டும் உள்ளே நுழைந்து அம்மாவை அழைத் தார். திடுக்கிட்டு தலைநிமிர்த்தி நீட்டியகால்களை மடக்கி னாள்.

“ஏய் வாழா, வந்தாச்சி.”

அம்மா எழுந்து வந்தாள். வந்த மூவரும் உள்ளே நுழைந்து உடைகளை அவிழ்த்து ஒரு மூலையில் போட்டுவிட்டுக் கால் காக்கி டிராயருடன் நின்றனர். அதில் ஒருவன் அருகில் சுவரில் சாத்தி வைக்கப்பட்ட மூங்கில் கம்பை எடுத்து மலக்கிணற்றுக்குள் இறக்கினான். மூங்கில் நுனி உள்ளே செல்ல தயங்கியது. முழு வலிமையோடு கீழ்நோக்கி அமுக்கினான். பொதக் என்று சோத்துப் பானைக்குள் அகப்பை நுழைவது போல் உள்ளே சென்றது.

இறங்கிக்கொண்டே இருந்தது. முப்பது அடி மூங்கிலை முக்கால் வாசி மலவாய் விழுங்கிக்கொண்டது. வெளியே உருவினான். போரிங் போட்ட குழாயை மேல் எடுப்பது போல் எடுத்தான்.

வெளியே வந்த மூங்கிலை அப்பா பார்த்தார். "இருபது அடிடா", என்று கணக்கிட்டார்.

"பூராம் சரக்கு தலைவரே, தண்ணியே இல்லே. எப்படி மோக்குறது" என்றான் ஒருவன்.

"மண்டு மண்டு, மேலாப்புலேதான் அப்படி இருக்கும். போகப் போக தண்ணி கெடக்கும். அப்புறம் அடியிலே செம்மிபோய் கெடக்கும்" என்று தனது நீண்ட கால அனுபவத்தைச் சொல்லி விட்டு, "செரி வாளிக்கயிறே கட்டுடா, குமரா" என்றார்.

அவன் வெளியே சென்று வாளியும் கயிறும் எடுத்துவந்து உருவாம் சுருக்குபோட்டுப் போதுமான அளவு கயிற்றை விட்டான். பாலன் தனது சட்டை, கைலியை அவிழ்த்துப்போட்டான். குமரன் முன் ஏற்பாடாக கால்சட்டை பனியனோடு வந்திருந்தமையால் உடையைக் களையவில்லை. அம்மா தூக்கம் கலைய மூக்குப் பொடி எடுத்து மூக்கில் வைத்து இழுத்தாள்.

"எடுமா" என்றார் அப்பா. அம்மா மடியில் வைத்திருந்த மூன்று அகர்பத்தியையும் கற்பூரத்தையும் அப்பாவிடம் கொடுத்தாள். அதை வாங்கி மூன்று பத்தியையும் பாலனிடம் கொடுத்துப் பிடிக்கச்சொன்னார். அவனும் ஒன்றிணைத்துப் பிடித்தான். அப்பா பற்ற வைத்தார். பத்தியின் சுகந்த வாசனை மலநாற்றத்துக்குத் தடவி கொடுத்தது போல் இருந்தது. பாலனிடம் பத்தியை வாங்கி நான்கு திசைகளிலும் காட்டித் தனது இஷ்ட தெய்வங்களை வணங்கிவிட்டு மூன்று மலக்கிணறுகளின் மூலை விளிம்பில் பத்தியைப் படுக்க வைத்துத் தொட்டிக்குள் விழுந்துவிடாமல் இருக்க சிறுகற்களை அண்டக்கொடுத்தார். அதன் நுனி எறிந்து வாசனை பரப்பிக் காற்றுக்கு ஏற்றபடி நெளிந்துநெளிந்து சென்றது. தூக்கு வாளி மூடியில் கற்பூரமிட்டு ஏற்றினார். அதை ஏந்திய அப்பா முன்போல திசைகளில் காட்டி வணங்கிவிட்டு ஈசான மூலையில் போட்டார்.

கட்டிய வாளியைத் தொட்டுக் கும்பிட்டுவிட்டு மலக் கிணற் றுக்குள் டொப் என்று போட்டு அங்குமிங்குமாகக் கயிறை ஆட்டினார். கனமில்லாத வாளி மலத்தைப் பிரித்து எடுக்க

முடியாமல் மிதந்தது. உடனே குமரன் மூங்கிலைக்கொண்டு வாளியின் உள்தட்டில் வைத்து அழுத்தினான். மனிதவலிமைக்கு ஈடுகொடுக்க முடியாமல் மலம் விரிந்தது. மூழ்கிய வாளி கருநிறம் செம்மிய மலத்தைத் தன் வயிற்றில் நிரப்பிக்கொண்டது. உடனே அப்பா கயிறை இறைத்து வாள்யை வெளியே எடுத்தார். குமரன் வாளியை வாங்கினான். பாலன் மூங்கிலால் குத்தினான். மூழ்கியது. வாளியைத் தூக்கி வெளியில் உள்ள வாளியில் ஊற்றினான். கொத கொத என்று குழம்பு கொதிக்கும் சத்தம். அதை ஒருவன் தூக்கிச் சென்று பத்தடி தள்ளிநின்ற மற்றொருவனிடம் கொடுக்க பிறி தொருவன் வாங்கிச்சென்று வண்டி மீது நிற்கும் அப்பாவிடம் கொடுக்க அதை வாங்கி அப்பா பேரலில் பொத, பொத என்று ஊற்றினார். மல நாற்றம் ஆவியாகக் கிளம்பியது. அனைவரின் உடலிலும் கொதிப்பு ஊட்டிக் கண்களைச் சிவக்கவைத்தது. செம்மிய மலக் குவியல் கலங்கலாக இளகி நீர்க்கோர்த்து கரும் மஞ்சளாகக் காட்சியளித்தது. தண்ணீர் முழுவதுதையும் உறிஞ்சி உதிர்ந்த வத்தல் விதைகள் தூவிவிட்டதுபோல் கிடந்தது. இதுபோக ஆணுறைகள் வேறு வாளியின் கைப்பிடிகளிலும் விளிம்பிலும் சிக்கிக்கொண்டு ஊசல் ஆடின. அதைப்பார்த்துக் குமரனும் பாலனும் இளித்துக்கொண்டே வேலை பார்த்தனர். அம்மா தரையில் சிந்திய நீரைப் பெருக்குமாரில் தள்ளிவிட்டுக்கொண் டிருந்தாள். குமரனுக்கும் பாலனுக்கும் வெக்கையால் உடலெங்கும் சுட்டகோழிக்கு நெய் வடிவது போல் வியர்வை வழிந்து கொண் டிருந்தது.

முன் போல் வாளியை மூங்கிலால் அழுத்தி மோக்க வேண்டிய தில்லை. மலம் இளகியிருந்தது. இரண்டு மணிநேரத்திற்குப் பின் இரண்டு பேரலும் நிறைந்துவிட்டது.

“போதும்டா.”

அப்பா வண்டியிலிருந்து வாசல்படிக்கு இறங்கினார். சுமந்து ஊற்றிய மூவரும் வெளியேவந்து காதில் வைத்திருந்த பீடியை எடுத்தனர். வாயில் வைத்துத் தீப்பெட்டியை அப்பாவிடம் பெற்றுப் பற்றவைத்து உள்ளிழுத்தான் ஒருவன். பற்றவைத்த இன்னொருவன் வாங்கி இவன் பீடியில் ஒற்றவைத்து உள்ளிழுத்துப் பற்றவைத்தான். பின்னவனும் முன்னவன்போல் பற்றவைத்துக் கொண்டு எதிர்வீட்டு வாசற்படியில் மூவரும் ஒருவனுக்குக் கீழ் ஒருவனாக வாசற்படிகளைப் போலவே அமர்ந்துகொண்டனர்.

குமரன் பாலனைப் பார்த்தான். புரிந்துகொண்டவனாக அவன் வாசல் கதவில் தொங்கிய அப்பாவின் சட்டையை நெருங்கிப் பையில் கிடக்கும் சொக்கலால் கட்பீடியில் இரண்டை உருவிக்கொண்டு டவுசர் பையில் போட்டுக்கொண்டு வெளியே வந்து, “ம்... இங்க வாங்க” என்றழைத்தான்.

அமர்ந்திருந்தவர்கள் எழுந்து வண்டிக்கு வந்தனர். வழக்கப்படி பாரைக் குமரன் பிடிக்க அவனுக்கு அடுத்தாற்போல் பாலன் பிடிக்க மற்றவர்களும் வண்டியின் தள்ளுபிடியைக் கைகளில் பற்றி முன்கால் அழுத்தி வண்டியை உந்தித் தள்ளினர். மலத்தண்ணீர் சொலக், சொலக் என்று அலம்பி அருகே நின்றிருந்த ஒருவன் முகத்தில் தெரித்து வழிந்தது.

அவன் பனியனால் துடைத்துவிட்டு, “ஏய் மெதுவா தள்ளுங் கப்பா. போறதுக்குள்ள எல்லாத்தையும் குளிப்பாட்டிருவீங்க போல” என்றான்.

“மெதுவா தள்ளுடா” என்று பாலனும் ஒத்து ஊதினான்.

”அப்ப நீ தள்ளு.”

“நானா டிரம்முக்கு அள்ளி ஊத்துனேன். டிரம்முலே நெறையா ஊத்துனா அப்படி தான்டா சிந்தும்” என்றான் குமரன்.

இவர்களுக்குக்கட்டுப்படாத டிரம் தண்ணீர் கூத்தாடிக்கொண்டே இருந்தது. வண்டி இறக்கத்தில் வேகமாக இறங்கியது. அதன் போக்கில்விடாமல் பாலன் கைப்பிடியை இழுத்துப் பிடித்தான். அவனுக்கு அடங்காமல் வேகமாக இறங்க ஆரம்பிக்கவும் அனை வரும் ஒன்றிணைந்து இழுத்து நிறுத்தி உந்தினர்.

ரயில் தண்டவாளம் வந்தவுடன் நான்கு பேரும் அதி தீவிரமாகப் பின்நோக்கி இழுத்து மெதுவாக இறக்கினர். வண்டியின் சக்கரம் தண்டவாள முதுகில் ஏறி டொடக் என்ற ஒலியோடு அடுத்த லயனைக் கடந்து மேடேறியது. வண்டி மேடேற மறுத்தது. நரம்புகள் புடைக்க நான்குபேரும் ஒரே தம்மில் தள்ளினர். ம்... நகர மறுத்தது. உடனே ஒருவன் வண்டியின் முன்சக்கரத்தை இழுக்க இழுக்க மேடேறியது. பின் சமதளமான சாலைக்கு வந்துசேரவும் மூச்சை இழுத்து ஆசுவாசமானார்கள்.

அந்தக் குளிர்ந்த நேரத்திலும் உடலில் வியர்வை வழிந்தது. வண்டி மிகச் சாதுவாக அதே நேரத்தில் வேகமின்றியும் தளராமலும் அவர்கள் போக்குக்கு ஈடுகொடுத்துச் சென்றது.

“டேய் இரு தம் போட்டுட்டு போவமா” என்றான் குமரன்.

"வேணாம் ஊத்திட்டு அடிப்போம்" என்றான் பாலன்.

மற்றவன், "நமக்கும் இருக்குமா" எனக் கெஞ்சலாகக் கேட்டான்.

"ரெண்டு பீடிதான் இருக்கு. ஆளுக்குப்பாதி அடிப்போம்" என்றான்.

"இல்லைனா நான்போயி முக்குக் கடையிலே வாங்கிட்டு வாறேன்" என்றான் மற்றொருவன்.

"இல்லே ரெண்டு பீடிய பாதி பாதி அடிப்போம், அடுத்த நடை வரத்துலே டீயப் போட்டுட்டு சிகரெட்டு அடிப்போம். இப்போ போனா வேல ஓடாது, இன்னும் எத்தன நட வருதோ."

அதை கேட்க மற்றவர்களுக்கு சங்கடமாக இருந்தாலும் எத்தனை நேரம் டிமிக்கி கொடுத்தாலும் நாம் தான் செய்தாக வேண்டும் என்ற எண்ணத்தில் பாலன் பேச்சுக்கு மறுப்புச் சொல்லாமல் வண்டியின் வேகத்தை அதிகப்படுத்தினர்.

மழைபெய்ய ஆரம்பித்தது. ஆண்களும், பெண்களும் ஏன் குழந்தைகளும்கூட பாத்திரங்களைத் தூக்கிச் சென்று கூரைகளிலும் ஓடுகளிலும் மச்சு வீட்டு மடைகளிலும் தண்ணீர்பிடிக்க ஆரம்பித்தனர். இரவு ஒரு மணியானாலும் தூக்கம் போனாலும்சரி, சட்டி, பானை, லோட்டா என வீட்டில் காலியாக இருந்த பாத்திரங்கள், மண்முட்டிகள், தொட்டிகளில் தண்ணீர் நிரப்ப ஆரம்பித்தனர்.

வண்டியின் சக்கரம் மண்ணில் புதைந்தது. பாலனும் மற்றவர் களும் வண்டியை முடிந்த அளவு தள்ளிப்பார்த்தனர். நகரவில்லை. மேலும் மேலும் மண்ணுக்குள் புதைந்துகொண்டிருந்தது. கற் சாலைக்கு வரும்வரையில் மிக எளிதாக வந்த வண்டி கரம்பைச் சாலைக்கு வந்தவுடன் ஒரு அடி கூட நகரவில்லை.

வழக்கம் போல் முன்சென்று ஒருவன் முன் சக்கரத்தைப் பிடித் திழுக்க அவன் இழுப்புக்கு மற்றவர்கள் தள்ள வண்டி மெல்ல மெல்ல பதிந்த இடத்திலிருந்து மேலேறியது. முன் இழுத்தவன் பிடிதளரவும் மீண்டும் மண்ணில் இறங்கியது. குமரன் கடும் கோபத்தோடு அவனைத் திட்டினான். உடனே அவனை விலக்கி விட்டு இவன் இழுக்க ஒருவழியாக வண்டி சொதக் பொதக் என்ற சப்தங்களோடு நத்தையாக ஊர்ந்தது. ஒரு வழியாகக் கழிவுநீரை ஊற்ற வேண்டிய பெரிய கால்வாய்க்கு வண்டியைக் கொண்டுவந்து சேர்த்தனர்.

குமரன் டிரம்மைத் தள்ள மற்றவன் உதவிட இன்னொருவன் பாரம் தாளாமல் வண்டி தூக்குவதைத் தடுக்க, வண்டியை அழுத்தி பிடித்துக்கொள்ள பாலன் முன்சக்கரத்தை மிதித்து நிற்க கழிவு நீரை ஊற்றினர். வெறும் டிரம் வண்டியை இழுத்து மேற்குப் பக்கம் திருப்பி உருட்ட ஆரம்பித்தான்.

மழையின் வேகத்தில் நீர் பாய்ந்து திறந்து கிடந்த மலக்கிடங்கில் இறங்கிக்கொண்டிருந்தது. இரண்டு டிரம் மோந்து காலி செய்த கிடங்கில் மழைநீர் மீண்டும் நிரம்பியது. உடனே அப்பா தனது அனுபவத்தைப் பயன்படுத்திப் பழைய சாக்குப்பைகளைப் பெரிய பந்துகளாகச் சுருட்டி வாய்க்காலின் ஒருபகுதியை அடைத்துத் தண்ணீர் வரவிடாமல் தடுத்துவிட்டு, தண்ணீர் கொண்டுவந்து சேர்த்த குரு மணலை மண்வெட்டியால் வெட்டி எடுத்து அம்மா விடம் கொடுக்க அவள் மண்தட்டில் சுமந்து சென்று மலக்கிடங்கை சுற்றிப் போட்டுத் தடுப்பு ஏற்படுத்தினாள். பின் மழைநீர் கிடங்கில் இறங்காமல் வாசற்படி வழியாக ஏறிச் சாலைகளிலும் மடை களிலும் புகுந்தோடியது. அப்பா சாக்கு அடைப்பை எடுத்துவிட்டு மலநீரை இறைத்து வெளியேற்ற, அதை அம்மா சுமந்துசென்று வாய்க்காலில் கொட்ட, அது மழைநீரோடு கலந்து ஓடியது. மழை யால் வேலை தடைபட்டாலும் டிரம்மில் சுமக்க வேண்டிய வேலை மிச்சமானது. மேலும் வாய்க்காலில் ஊற்றுவதை யாராவது பார்த்தால் அடிகொடுக்க தயங்கக்கூட மாட்டார்கள். ஆனால், மழை பெய்ததாலும் நள்ளிரவாக இருந்ததாலும் யாரும் பார்க்காத தால் மலநீர் வாய்க்காலில் கலந்து ஓடத் துவங்கியது. டிரம் வண்டியை நிறுத்திவிட்டுத் தொட்டியைக் காலி செய்ய ஆரம் பித்தனர். முட்டிக்கால் தண்ணீர்அளவில் குமரன் மலக்கிடங்கில் இறங்க ஆரம்பித்தான் . மேலிருந்து இருவர் கைகொடுக்க அவர்கள் குமரனைத் தொங்கலாகப் பிடித்து உள்ளே இறக்க அவன் பாதத் துக்குக் கீழ் மூன்று அடி ஆழத்தில் மலம் உறைந்து கிடந்தது. மேலே இருவரும் பிடியைவிட கீழே குதித்தான் குமரன். சொதக் என்று முட்டி அளவு அவனை மலமாய் விழுங்கிக் கொண்டது. பின் மேலிருந்து இறக்கப்பட்ட வாளியில் மோந்து தலைக்கு மேல் தூக்கித்தர மேல் இருப்பவர்கள் கடவாய் போன்று இழுத்து மற் றொரு வாளியில் ஊற்றி அதை பாலனும் மற்றவர்களும் பழையபடி ஒருவர் கையிலிருந்து மற்றவர் கைக்கு மாற்றிக்கொடுக்க டிரமுக் குள் பொதபொதவென்று விழுந்தது மலம். உறைந்த சிமெண்ட்

கலவை போலிருந்த அதை வாய்க்காலில் ஊற்றினால் தண்ணீர் போகாமல் தேங்கிக் கொள்ளும். எனவே டிரம்மில் ஊற்றினார்கள். வெளியில் மழை பெய்து குளிர்ந்தாலும் மலக் கிடங்குக்குள்ளிருந்த குமரனுக்குத் தீக்குழிக்குள் அமிழ்ந்து கிடப் பது போன்று இருந்தது. உடல் வேர்த்து கண்கள் எரிய உடலெங்கும் மிளகாய் தடவிய எரிச்சல். இதுவே மழை பெய்யாமல் மட்டும் இருந்திருந்தால் இன்னும் அதிகமாகக் கொதித்திருக்கும். மலக் கிடங்கில் இறங்கி வேலை செய்கையில் எத்தனையோ பேர் இறந் திருக்கிறார்கள். அப்படி இறந்தவர்களை முதலாளிமார்கள் குடித்து விட்டு இறங்கி மூழ்கிவிட்டான் என்று கட்டுக்கதை கட்டி உடன் வேலைக்கு வந்தவர்களுக்குப் பேசிய தொகையைவிட இரண்டு மடங்கு அதிகம் கொடுத்து வாயை அடைத்துவிடுவார்கள்.

இரண்டு டிரம் நிறைந்தது. இதுபோக மலக்கிடங்கில் இரண்டு வாளி அளவுக்கு ஒட்டிக்கிடந்த மலத்தைக் குமரன் கையால் வழித்துவழித்து அள்ளி வாளியில் போட்டான். பக்கவாட்டுச் சுவர் களில் ஒட்டி வழிந்துநின்ற மேப் போன்ற கழிவை அகற்ற மேலே நின்றவர்களிடம் பெருக்குமாறு கேட்டு ஜாடைகாட்டினான். உடனே கழிப்பறையிலிருந்து கட்டைமாரை பாலன் எடுத்துவந்து கீழ்நோக்கிக் குமரனிடம் கொடுத்தான். கீழிருந்து குமரன் எக்கிப் பார்த்தான். பெருக்குமாறு இவன் கைக்கு எட்டவில்லை. உடனே பாலன் வலது கால் பெருவிரலிலும் பாம்புவிரல் இடுக்குகளிலும் பெருக்குமாறைக் கவ்விக்கொண்டு தொட்டியின் இருபக்க மேல் தளத்தில் கைகளால் தாங்கிக்கொண்டு உடலை உள்ளிறக்கி புல்லப்ஸ் எடுப்பதுபோல அதைக் குமரனுக்குக் கொடுக்க அவன் வாங்கிக்கொண்டவுடன் ஒருகை பலத்தால் உடலைத் தாங்கிக் கொண்டு வலது கையை மற்ற நபர்களிடம் கொடுக்க அவர்கள் தண்ணீர் இறைப்பது போன்று பாலன் கரத்தைப் பிடித்து இழுத்து மேலே தூக்கினார்கள்.

மலத்தொட்டி மூன்று பிரிவாகப் பிரித்துக் கட்டப்பட்டிருக்கும். கழிவறையிலிருந்து வரும் கழிவு முதலில் ஒரு தொட்டியில் விழுந்து அதில் திடப் பொருள்கள் தங்கிக்கொள்ளும், அதற்கு அடுத்த தொட்டியில் பாதி திடப்பொருளும், மூன்றாவது தடுப்பில் திரவப் பொருளும் தங்கிக்கொள்ளும். தடுப்பாக இருக்கும் குறுக்குச் சுவர்கள் உலோகக் கம்பிகளாலானவை. அதில்தான் மேலே உள்ளவன் விழவேண்டி வரும். ஏதாவது ஒரு தடுப்பில்

அடிபட்டு உள்ளே விழுகின்ற சமயத்தில் கீழிருப்பவன் குனிந்த நிலையில் இருந்தால் அவன் மீதும் மோதி அவனுக்கும் மயக்கம் ஏற்படும். அடிபட்டால் எதிர்பாராத அதிர்ச்சியில் மூச்சுத்திணறி உடனடியாக மரணத்தைத் தழுவவேண்டி வரும்.

மெதுவாக பாலன் மேலே ஏறினான். குமரன் மொசைக் தரையைத் துடைத்து எடுப்பது போல் கையைக்காட்டினான். வாய் திறந்து பேசினால் மூச்சடைத்துக் கொள்ளும். காற்றை நிமிர்ந்து நிமிர்ந்து சுவாசித்துக்கொண்டே வேலைபார்த்துமுடித்துக் கைகாட்டினான். பாலன் முன்போல் புல்லப்ஸ் செய்வதுபோல உள்ளிறங்கிக் காலைத் தொங்கவிட, அதைக் குமரன் பிடித்துக்கொள்ள, மேலிருந்து அனைவரும் சேர்ந்து பாலனைத் தூக்க, அவனைத் தொடர்ந்து குமரனும் மேல்வர ஒரு சங்கிலித் தொடர் போல் இருவரும் மேலே ஏறினார்கள். வெளியேவந்த குமரனுக்கு மறு பிறவி கிடைத்த சந்தோஷம்.

19

குமரனும் பாலனும் சைக்கிளில் வந்து திருமண மண்டபம் முன்பு இறங்கினர். மண்டபவாசல் இருபுறத்திலும் விருந்தினர்களின் வாகனங்கள். முற்றத்தின் இருமருங்கிலும் உள்ள மரங்களில் சீரியல் பல்புகள். மணமகன், மணமகள் பெயர்கள் அணைந்து எரிந்து வித்தை காட்டின. இடதுபுறம் சைக்கிளை நிறுத்திய பாலன், கேரியரில் உள்ள நார்க்கூடை, அதனுள் உள்ள அலுமினிய தேக்சா ஆகியவைகளைக் கட்டவிழ்த்து இறக்கினான். குமரன் பண்ணப்பெட்டி மற்றும் ஹேன்பாரில் தொங்கிய தூக்கு வாளிகளை இறக்கினான்.

"டேய், கூட்டமா இருக்கு. எப்படி போவோம்?"

"போவாமெ இருந்தா நமக்குவந்து ஊட்டிவிடுவாங்கடா. ஏன்னா, நாம அவங்களுக்கு மாமன் மச்சுனன் பாரு."

"ஓய் நா மொத போறேன், என் பின்னாடியே வா" எனச் சொல்லி நார்க்கூடையைத் தோளில் வைத்துக்கொண்டு தலை கவிழ்ந்தபடி பாலன் செல்ல, குமரனும் சென்றான். மைய அறை யைத் தாண்டி ஒருவித தயக்கத்தோடு இருவரும் நுழைந்தனர். இடதுபுறம் நீண்ட சமையல் கட்டில் பெரிய அண்டா குண்டாக் களில் இரவுக்கான உணவு தயாரானபடி இருந்தது. அதிலிருந்து தூக்குகளில் ஒருவன் கோரி வைக்கவும் இருவர் அண்டாவைத் தூக்கிச் சோற்றுக் கூடையில் கவிழ்க்க, அதிலுள்ள நீர் கீழிறங்கி ஓட, பின்பு நீண்ட ஓலைப்பாயில் அதைக் கவிழ்க்கவும், ஆவி பறந்துகொண்டிருந்தது. மறுதினத்துக்குத் தேவையான பதார்த்தங் களுக்கு மசால் மற்றும் சேர்ப்புச் சாமான்களைச் சில சித்தாள் பெண்கள் ஆட்ட, அரைக்க, குத்த, சித்தாள் ஆண்கள் தேவையான காய்கறிகளை நறுக்கிச் சிறு குன்றுகளைப் போல் குவிக்க கொத்தனார், தொழிலாளர்களைச் சில நேரம் அதட்டவும் அனு சரணையாகப் பேசவுமாகத் தன் ஆளுமையை நிலைநாட்டிக் கொண்டிருந்தார்.

பாலனின் அம்மா இடதுபுறச் சமையலைறையில் நுழைந்து சிதறுண்டுகிடக்கும் பதார்த்தக் கழிவுகளைக் கூட்டி வலது மூலை யிலுள்ள இலைக்கிடங்கில் தள்ள, அப்பா ஆளுயர மாறால் பக்க வாட்டுப் பகுதிகளைக் கூட்டி அம்மா போட்ட இடத்தில் போட குப்பை மேடு இடுப்புயரத்துக்கு இருந்தது. குமரனும் பாலனும் கொண்டுவந்த பாத்திரங்களைச் சந்துக்குள் வைத்துவிட்டு, குப்பை மேட்டருகே வந்து நிற்க அப்பா அருகில் வந்து, “என்னப்பா, இப்பத்தான் விடுஞ்சுதா, ஒங்களுக்கு?” என்றார். “எப்பெ வந்தா என்ன நாங்க தானே அள்ளணும்”

“செரிடா மவனே, செத்தெ முந்தியிருந்தா இம்பூட்டு சேர்ந் திருக்குமா? இப்பெ சாப்புடுறது வேறே விழும். செரி, அங்குட்டு போயி ஒக்காருங்க, வளயல் போடப்போனதும் கூப்புடுறேன். ஒருமூச்சுல் அள்ளிருங்க.”

அவர்கள் இருவரும் மஹாலின் மொட்டைமாடிக்குச் சென்று விட்டது அப்பாவுக்குத் தாமதமாகவே தெரிந்தது. “ஓடிட்டாங்களா, கறி வலிச்செ பயக” எனச் சலித்தவாறு பண்ணப்பெட்டியை எடுத்துக் காய் நறுக்கி அவரவர் பங்கு என ஒதுக்கி வைத்திருந்த தோல்களை அள்ளிப்போட்டார். அம்மா அடுக்களைக்குள் கூட்டி விட்டுவிட்டு அண்டாக்களைத் தேங்காய் நாரால் தேய்த்துக் கழுவினாள். அப்பா தோல்களை அள்ளிப்போட்டுவிட்டுச் சிதறிய துகள்களை மீண்டுமொருமுறை பெருக்கி அள்ளிப்போட்டார். குண்டாக்களில் அடியில் ஒட்டியிருந்த பருப்புகளையும் ரசமண்டி களையும் சிறிய வாளியில் வழித்துவிட்டாள் அம்மா.

பெரும்பாலும் கல்யாணத்துக்கு முந்திய இரவு விருந்தில் கிடைப்பது அரிதுதான். ஒரு சிலர் மீந்ததைப் போட்டுவிடுவார்கள். ஒரு சிலர் வீட்டுக்கு எடுத்துச் செல்வதற்கும் மறுதினம் பந்தியில் வைப்பதற்கும் பத்திரப்படுத்திக்கொள்வார்கள். சிலர் மறுநாள் புளித்து ஊசிப்போன பிறகுதான் அதைப் போடுவார்கள். ஒரு சிலர் பந்தி முடிந்ததும் கொதிக்க கொதிக்க கொட்டிவிடுவார்கள். இந்த மஹாலில் திருமணம் வைப்பவர்கள் பெரும்பாலும் லட்சாதி பதிகளும் கோடிஸ்வரர்களும்தான். ஆனால், சில முதலாளிகள் உண்டு போட்ட இலையைக்கூடக் கழுவி அடுத்த பந்திக்கு விரித்து விடுவார்கள்.

மாடியிலிருந்து உள்ளே வருவோர் போவோரைக் கவனித்துக் கொண்டிருந்த குமரன், “டேய் எல்லாரும் போறாங்கடா, வா போயி ஒரு புடி புடிப்போம்.”

"செருட்டுலே அறவிட்டேன்னா எப்படி இருக்கும் தெரியுமா? மலபோல குமிஞ்சிக் கெடக்கு, அத முடிக்காமெ திங்கணுமா."

"ஓய் பசிக்குதுலெ."

"பசிக்கும் பசிக்கும். மொத திங்கனும்பெ, அப்புறம் ஒரு தம்மபோட்டா நல்லாருக்கும்பெ, கடைசியிலெ எங்கயாவது போயி பம்மிக்கிடுவெ."

"என்னமொ ஒன் சோத்தே போடுரது மாதிரிலெ பேசுரே. இந்த மாதிரிலாம் சொன்னா நாளப்பின்னே நா வரமாட்டேன்டா."

"டே, டேய் அழுவாதடா, வீட்டுக்காரங்களே இன்னும் சாப் படலெ, நாமே மொத திங்க முடியுமா சொல்லு, வா, எங் கம்மாட்டே காசு வாங்கிட்டுப் போயி, ஒரு டீயும் தம்மயும் போட்டுட்டு வருவோம். இன்னம என்னடா."

"டேய் ஒன்னாளு..." எனக் கண் சிமிட்டினான்.

"டேய் ஒன்னாளு என்டெ பேசுணாடா."

"எப்படா?"

"போய்க்கிட்டே பேசுவோம்" என்று அவன் சொல்ல படியிறங்கி அடுக்களைக்குள் வந்தார்கள். அம்மா கழுவிக்கொண்டிருந்தவள். இருவரையும் பார்த்து நிமிர்ந்தாள். குறுக்கு வலிக்கவும் வலது இடுப்பில் கை வைத்து நிமிர்ந்தாள். "அம்மா?" என்றான் பாலன்.

"என்னப்பா?"

"இவனுக்குப் பசிக்குதாம்."

"இருடா, எல்லாம் போவட்டும், கொத்தனாருக்கிட்டே கேப் போம். இந்தா இதுல ரசமண்டி இருக்கு, இம்புட்டு சோத்தெப் போட்டுச் சாப்புடுங்கோ."

"வேணாம்மா காசு இருந்தா குடு, நாங்க போயி சாயா குடிச் சிட்டு வாரோம்."

"டேய், பசிலே சாயா குடிக்காதீங்கடா. வேறே ஏதாச்சும் வாங்கித் தின்னூட்டு வாங்க" என்று மூன்று ரூபாய் கொடுத்தாள். பாலனும் குமரனும் கடைக்குச் சென்றுவிட்டு வந்து மைய ஹாலில் உள்ள நாற்காலிகளை மடக்கி மூலையில் சாத்தி வைத்துக் கொண்டிருந்தனர்.

அம்மா கழிவறையில் தண்ணீரைத் திறந்துவிட்டு அலசினாள். அப்பா சமையலறையில் சிந்தியவைகளையும் கழுவி ஊற்றியவற் றையும் அலசிக் கால்வாயில் இறக்கிவிட்டுத் திட்டு மேலிருந்த

அகப்பையை எடுத்துக் கால்வாயைத் தள்ள ஆரம்பித்தார். கால் வாயில் உணவுப் பதார்த்தங்கள் அடர்த்தியாகக் கிடந்தன. அதை ஒரு சாக்குப்போட்டு அகப்பையால் உந்தித் தள்ளினார். ஆளுக் கொரு பெருக்குமாறை எடுத்துக்கொண்டு குமரனும் பாலனும் மைய ஹாலைப் பெருக்க ஆரம்பித்தனர்; பெருக்கி மையத்தில் சேர்த்து வைத்தனர். ஸ்பீக்கர் அலறிக்கொண்டிருந்தது. உணவறை யிலிருந்து அவியல் பொறியல் சாதம் சாம்பார் எனப் பல வாசனைகள். இதுவரை நிரம்பி வழிந்த மண்டபம் வாட்ச்மேன், சமையல்காரர்கள், துப்பரவாளர்களைத் தவிர வேறு யாருமின்றி இருந்தது. பாலனும் குமரனும் பாடல்களைக் கேட்டபடி அது என்ன படம் இது என்ன படம் என்றும் அதன் கதைப்போக்கு, சுவராசியமான காட்சிகள் பற்றியும் பேசிக்கொண்டே கூட்டி னார்கள். சமையலறையில் பெண்களுக்கு நீண்ட பாய், ஆண் களுக்கும் வயதானவர்களுக்கும் டேபிள் சேர் போட்டுக்கொண்டு மிருந்தனர். அப்பா அந்தக் குறுகிய சந்தில் ஒத்தையா, ரெட்டையா விளையாடும் பருவப் பெண்களைப் போல் காலகற்றிக் கசடுகளை உந்தித் தள்ளி வெளியிலுள்ள பெரிய கால்வாயில் இறக்கினார். அது பொதுபொதுவென வழிந்து ஓடியது.

மைய ஹாலை முடித்துவிட்டுக் குமரன் மணமகள் அறைக்கும் பாலன் மணமகன் அறைக்கும் சென்றனர். பலவித வாசனை பாலன் மேல் படர நன்கு சுவாசித்தவாறு சுற்றிலும் பார்த்தான். ஆளுயரக் கண்ணாடி முன் ஒப்பனைப் பொருள்கள். பாலன் ஸ்பிரேயை எடுத்துத் தன் அக்குளுக்குள் அடித்துவிட்டுக் கண் ணாடியில் முகம் பார்த்தான். எண்ணெயில் போட்ட அப்பளமாக இருந்தது முகம். இருந்தாலும் அவன் முகம் அவனுக்கு அசிங்க மாகத் தெரியவில்லை.

திடீரென்று குமரன் உள்ளே வந்தான். “டேய், எனக்குத் தெரியும்டா. நீ எதாச்சும் செய்வேன்னு. எனக்குக் கொஞ்சம் அடிடா நல்ல வாசமா இருக்கு.”

“ஏன் அந்த ரூம்லே இல்லையா? அதுயென்ன பொண்ணுவீடா அங்க இருக்க, நெறைய பொம்பளைகளா இருந்தாங்கடா.”

“இருந்தா?”

“அவ அவ பேக் எதுக்கு வைச்சுருக்கா? ஆபீஸ் போகவ? அதுலே கொண்டாந்துட்டுத் திருப்பிக் கொண்டுபோயிற மாட் டாங்க.”

“சரி, சரி அதை எனக்குக் கொடு.”

“இந்தா” என்று கொடுத்துவிட்டுக் கூட்ட ஆரம்பித்தான் பாலன். உடனே குமரன் தன்னைத்தானே கண்ணாடியில் அளந்து விட்டு ஸ்பிரேயை அடிக்க ஆரம்பிக்கவும், வாட்ச்மேன் வரவும் சரியாக இருந்தது.

உடனே பாலன் நிமிர்ந்து, “என்னய்யா” என்றான்.

“சும்மா வந்தேன்” என்றார். உடனே அதை அங்கேயே வைத்து விட்டான் குமரன்.

“இத முடிச்சிட்டு வாசலையும் ஒரு கூட்டு கூட்டிறு”, என்றார்.

“சரிய்யா” என்றான் பாலன். குமரன் பேயறைந்தவனாக முழித் தான்.

உடனே சமாளித்துக்கொண்டு அடுத்த அறைக்குச் சென்று விட்டான். வாட்ச்மேன் வாட்ச் பண்ணுவது இருவருக்கும் தெரிந் ததால், வேலையில் மும்முரம் காட்டினர்.

சமையல்காரர்கள், ஓர் அடிவிட்டு ஓர் அடி அளவாக இலையைப் போட்டு அதன் மேல் டம்ளர் வைக்க ஒருவன் தண்ணீர் ஊற்றிக் கொண்டே வந்தான். அம்மா கழிவறையை முடித்துவிட்டு ஏற் கனவே பெருக்கிவைத்த குப்பைக் குவியலைப் பண்ணப்பெட்டியில் அள்ளிஅள்ளிக் குப்பைமேட்டில் போட்டாள். அப்பா மடக்கி வைத்த சேர்களை மீண்டும் அமர்வதற்க்கு வசதியாகப் போட்டார். குமரன் மணமகள் அறையைவிட்டு வெளியே வந்ததும் பாலனும் வெளியே வந்தான். குமரனைக் கண்டதும் தன்மீது வீசும் வாச னையை முகர்ந்து ஆசுவாசப்பட்டான். இதைக்கண்ட குமரனுக்கு, “இவனை வெளக்குமாத்தால் ஒன்னு போடணும்” என்று தோன்றியது. ஆனால், அடக்கிக்கொண்டு, “இந்த வாட்ச்மேனுக்கு சும்மா இருக்கமுடியாது போல. பெரிய, காப்பாத்துரா மாதிரிலே திரியுரான்” என்றான்.

“என்ன தம்பி மாப்பிள்ளை ஜோக்கு பண்ணவிடலயா?”

“சொல்வடா, நீ மட்டும் அடிச்சிட்டலோ” என்றான் குமரன். உடனே பாலன் சிரித்தான்.

“கவலைப்படாதே, அது எங்க போயிட போகுது, உனக்கு நான் எடுத்து குளிப்பாட்டிவிடுறேன்” எனச் சொல்லி வாசலைப் பெருக்க ஆரம்பித்தான் பாலன்.

குமரன் மாறைக் கீழேபோட்டுவிட்டு சாலையைக் கடந்துசென்று எதிரே இருக்கும் பெரிய வீட்டுத் திண்ணையில் போய் அமர்ந்து கொண்டான். பாலன் அவனைக் கண்டுகொள்ளாமல் வேலையில் மும்முரம் காட்டினான். தூரத்தில் கல்யாணக் குழுவினர் இன்னும் அதிகமான கூட்டத்தை அழைத்துக்கொண்டு பரிவாரங்கள் புடை சூழ மண்டபத்தை நெருங்கிக்கொண்டிருந்தனர். அப்பா மைய ஹாலில் சேர்களை வரிசைப்படுத்தி மணமேடையில் உள்ள தூண் மற்றும் இருக்கைகளைத் துணியால் தூசி தட்டினார். தூரத்து சத்தம் கேட்ட வாட்ச்மேன் ஓடிவந்து வாசலில் நின்றுகொண்டார். பாலன் வேலையை முடித்துவிட்டு எதிரே இருந்த குமரனை அழைத்தான்.

அவன் சுண்டி இழுத்த பீடியைப் போட்டுவிட்டுத் திண்ணை யிலிருந்து குதித்து உள்ளே சென்றான். கல்யாணக் கூட்டம் மண்டபத்தில் நுழைந்து இருக்கைகளில் அமர ஆரம்பித்தது. அப்பா குப்பை மேட்டருகே நின்றிருந்தார். இருவரும் அவர் அருகே சென்றனர்.

“ஏன்டா, சொன்னா மூஞ்சியே தூக்குனே, இப்ப பாரு போன கூட்டம் திரும்பிருச்சி. இனுமே எப்ப அள்ளிட்டு எப்ப போறது. இதுவே உதறாம வேற கெடக்கு.”

இதைக் காதில் வாங்காமல் இருவரும் நின்றனர்.

“டேய் உன்னத்தான்டா. சொல்லுறது காதுலே விழுகுதா?”

“விழுகுது.”

“செரி, சாயங்காலம் குட்டிகளுக்குத் தண்ணீர் ஊத்துனியா?”

“ம்...”

“அந்த வெங்கா மட்டம் வந்துச்சா”, என்றார் அப்பா. அவன் குட்டிகளைக் கண்முன் கொண்டு வந்து கணக்குப்பார்த்தான். தாலி சலவான் ஆறு, வெங்கா குட்டி எட்டு, மூளி பன்னி, ஒன்பது அள்ளைமறை பதினொன்னு, கா குட்டி சலவான் ஆறு, பொட்டை குட்டி எட்டு, ஆமா, வெங்கா மட்டம் வல்லயே. காலில் வெள்ளை உள்ளது. வெங்கா கழுத்தின்கீழ் இரு துண்டு கறியாக இருப்பது, தாலி குட்டி அள்ளைமறை வயிற்றில் குறுக்காக வெள்ளையாக உள்ளது. மூளி பன்னி இரு காதுகளும் அறுக்கப்பட்டது. கா குட்டி பிறந்த மூன்று மாதக் குட்டிகள், மட்டம் என்பது பெரியதும் இல்லாமல் சிறியதும் இல்லாமல் இருப்பது. பொட்டமட்டம் கருவுறுவதற்கும் சலவான் இறைச்சிக்கும் உதவும்.

பெரும்பாலும் பாலன் வீட்டுப் பன்றிகளுக்கு முழுக்காது அறுக்கப்பட்டதுதான் அடையாளக்குறி. மற்றவர்கள் காதில் ஓட்டை போடுவது, நுனிக்காதைக் கிள்ளிவிடுவது, காதில் வளையம்போடுவது, வாலை மொட்டையாக வெட்டிவிடுவது, காலில் சூத்தியால் கீறிக் கோடுபோட்டு வைப்பது இப்படி அடை யாளங்கள் போடுவார்கள். மூளிப்பன்றிதான் முதலிலிருந்து இருந்தது. இதற்கு பிறந்தவைகள்தான் மற்ற அனைத்தும். அதனால் அதன் நீண்ட உடல் கொளுத்த மேனி அந்தப்பகுதியில் மற்ற வர்களின் பன்றிகளுக்கு இல்லை. எனவே அடுத்துப் ப்பிறக்கும் குட்டிகளுக்கு அடையாளம் போடுவதை அப்பா நிறுத்திவிட்டார். எங்கிருந்தாலும் கூப்பிட்ட குரலுக்கு வந்துவிடும். மற்றவர்கள் அழைப்புக்குச் செவிசாய்க்காது. தெரியாமல் பிடித்துச் சென்று அவர்கள் இடத்தில் கட்டிப் போட்டாலும் நிற்காது. ஒன்று அறுத்துக்கொண்டு ஓடிவந்துவிடும் அல்லது அவிழ்த்துவிட்ட வுடன் வந்துவிடும். ஆகையால், பாலன் வீட்டுப்பன்றிகள் பற்றிக் கவலை இல்லை. அவற்றை எளிதாகக் கண்டுபிடித்துவிடலாம். அந்த எண்ணத்தில் சுதந்திரமாக விட்டுவிடுவார் அப்பா. ஒரு பன்றியைப் புதியதாக விலைக்கு வாங்கி மற்றொரு இடத்தில் பழகும்வரை நல்ல உணவு வைத்துக் கட்டிப்போடவேண்டும். அவை உடையவர்கள் குரல் பழகும்வரை கட்டிவைத்திருக்க வேண்டும். இல்லையெனில் அங்கிருந்து வேறு எங்காவது ஓடி விடும் அல்லது பழைய இடத்துக்கே திரும்பிவிடும். எனவே பெரும்பாலும் வெளியூர்க்காரர்கள் இறைச்சிக்கு மட்டுமே பன்றி களை விற்பார்கள்.

மனதில் கணக்குப்போட்டுப் பார்த்த பாலன் அந்த மறை மட்டம் விடுபட்டதைக் கண்டுபிடித்தவனாக, "மற மட்டம் வந்த மாதிரி தெரியல."

"சபாஷ்டா, தூக்கிட்டாங்களா, இல்லே எங்கயும் போயி குட்டி போட்டு கெடக்கா. முந்தாநாளு கஞ்சிகுடிச்சப்பவே மடு இறங்கி யிருந்துச்சி. ம்... சனியன், எங்க போயி தொலஞ்சுச்சோ."

"டேய், நாளைக்கு நீயும் குமரனும் போயி சுத்தி அடிச்சிப் பாத்துவிட்டு வாங்கடா. மண்டபத்துக்கு வராட்டியும் பரவால, நாளக்கழிச்சித்தானே அலசனும். இன்னப்பா போய் பாருப்பா ஒக்காளி எவன்னாலும் குட்டியோட தூக்கிட்டானா அதுபேசாமே நின்னுகிடும்."

“சரி நா போயி பாக்குறேன்.”

“டேய் குமரா, ஆளுங்க சாப்பிடப் போறங்க, மொத பந்தி முடிஞ்சதும் ரெண்டு பேரும் போயி உக்காருங்கடா” என்றார் அப்பா.

அவன் தலையசைத்துவிட்டுப் போகிறவர்களைக் கவனித்தான். விருந்தினர்கள் உணவறையில் குழுமினார்கள். அவர்களுக்குப் படைப்பதற்கு சமையல்காரர்கள் பச்சைவண்ண உடையில் போட்டிக்கு தயாரானது போல் ஒவ்வொருவரும் ஒவ்வொரு பதார்த்தங்களோடு வரிசையாக நின்றிருந்தனர். சிலர் மாறி மாறி உட்காருவதும் அவர்களுக்கு நெருங்கியவர்கள் வேறு இடத்தில் அமர்ந்தால் அவர்களிடம் போய் உட்காருவதுமாக விளையாட்டுக் காட்டிக்கொண்டிருந்தனர். வீட்டுக்காரர் இடங்களைச் சுட்டிக் காட்டிக்கொண்டிருந்தார். பெரியவர்கள் வரவேண்டிய பதார்த் தங்கள் சரியாக வருகிறதா என்று கவனித்தபடி இருந்தனர்.

அப்பா கழிவறைக்கு வலதுபுறம் உள்ள தடுப்புச்சுவர்ப் படிக் கட்டில் போய் உட்காந்தார். மடியில் உள்ள பீடிக்கட்டை எடுத்து ஒரு பீடியை உருவி வாயில்வைத்துப் பற்ற வைத்திருந்தார். அம்மா பண்ணப்பெட்டியை எடுத்து இலை போட வசதியாக உணவு அறை வாசலில் வைத்தாள்.

அமர்ந்தவர்களுக்கு ஒருவன் சிறு நாழியால் கைகளில் தண்ணீர் ஊற்றிக்கொண்டு சென்றான். அதைப்பிடித்து அவரவர் இலைகளில் தெளித்து தோசம் விலக்கினார்கள். மற்றொருவன் டம்ளரில் தண்ணீர் ஊற்றினான். இன்னொருவன் அரைக்கரண்டி பாதாம் அல்வா வைக்க, பிறிதொருவன் தக்காளிக் கொச்சி வைக்க, இன் னொருவன் ஏத்தம் பழ சிப்ஸ் வைக்க, அப்புறம் ஒருவன் புடலங் காய் அவியல் வைக்க, இன்னொருவன் மாங்காய் ஊறுகாய் பூவம் பழம் இரண்டும் வைத்துச் செல்ல, சித்தாள் பெண் சாதம் வைக்க அடுத்தவள் சாம்பார் ஊற்ற எல்லாம் செவ்வனே நடைபெற்றது. ஒரு வழியாக முதல் பந்தி முடிந்து வெளியேறினார்கள். அம்மா இலையை எடுக்க ஆரம்பித்தாள். பத்து இலைக்கு ஒரு முறை அண்டா மூடியை நகர்த்தி நகர்த்தி இலையெடுத்து மூடி நிறைந் தவுடன் வந்து பண்ணப்பெட்டியில் தட்ட, அதை எதிர்பார்த்து வந்த அப்பா பெட்டியைத் தூக்கிச் சென்று மேட்டில் போட, இப்படியே ஐந்து ஆறுமுறை முடிந்தவுடன் பெருக்குமாறை எடுத்து உணவறையைத் பெருக்கிவிட்டு அடுத்த பந்திக்குத் தயார் செய்துவிட்டு வெளியேறினாள் அம்மா.

இரண்டாம் பந்தி. சொன்னது போல் குமரனும் பாலனும் அந்தக் கூட்டத்தோடு கலந்து போய்க் கீழே உட்காருவதா டேபிள் நாற்காலியில் உட்காருவதா என எத்தனித்துக்கொண்டு இருக் கையில் அனைவரும் அமர்ந்துவிட்டனர். அந்த நேரத்தில் வீட்டுக் காரர் இருவரையும் பார்த்துவிட இருவரும் புரிந்து வெளி யேறினார்கள். முகம் சுண்டிய இருவரும் வெளியே வருவதைப் பார்த்தார்கள் அப்பாவும் அம்மாவும்.

"ஏன்டா ஒக்காரலையா?"

"ஆமா, ஒக்காருவாங்க, நீ சொல்லலாமில்ல, நீ பாட்டுக்கு வெளியே வந்திட்டே."

"என்ன கோவீக்கிறே, புடுச்சா உக்காரச் சொல்வாங்க, தானா ஒக்காரனும். செரி செரி அடுத்த பந்திக்குக் கூட்டம் இருக்காது. நான் நிக்கிறேன், ரெண்டு பேரும் ஒக்காருங்க. வீட்டுக்காரரு நல்ல மனுஷன்டா, ஒன்னும் சொல்லமாட்டாரு, கூசாம ஒக்காருங்க."

முதல் பந்தி முடிந்தவர்கள் மைய ஹாலில் அமர்ந்து வெற்றிலை பாக்குப் போட ஆரம்பித்தனர். வாட்ச்மேன் வாசலில் நின்ற பிச்சைக்காரர்களைச் சத்தம்போட்டுவிட்டு உள்ளே வந்து பசியைப் போக்க உணவறையை பார்த்தார். அங்கு முடிக்கும்தறுவாயில் பழம் உரித்துக்கொண்டிருந்தனர். உணவறைப் பக்கம் வாட்ச்மேன் வந்து நின்றுகொண்டார். அப்போது உணவறை வாசலில் உள்ள டியூப் லைட் எரியாமலிருந்தது. உடனே ஸ்டோர்ரூமுக்குப் போய் ஒரு நாற்காலியை எடுத்துவந்து போட்டு அந்த பல்பைத் திருகி விடவும் வெளிச்சம் காட்டியது. கீழிறங்கி மீண்டும் உணவறையைப் பார்த்தார். அப்போது வீட்டுகாரரும் அதைப் பார்த்துவிட்டார். உடனே வாட்ச்மேன் எதிர்பார்த்தபடி, "போங்க, போய்ச் சாப் பிடுங்க", என்றார்.

இதை கவனித்த அம்மா, "அய்யா, வாட்ச்மேன்யா."

"என்னம்மா?"

"இந்தச் சின்னப் பயலையும் கூட்டிக்கிட்டு போங்களேன்."

"ஆமா அழைச்சிக்கிட்டு போவாங்க, பின்னால வரச்சொல்லு... இல்லம்மா... எதுக்கும் வீட்டுக்காரங்கிட்ட ஒரு வார்த்தை கேட் டுக்கோ", எனச் சொல்லிக்கொண்டு வாட்ச்மேன் உணவறைக்குள் நுழைந்தார்.

“நாசமா போற பய, அப்பன் வீட்டுச்சோறு மாதிரி பேசுறானே”, என அம்மா திட்டிவிட்டுப் பண்ணப்பெட்டியை எடுத்துக்கொண்டு உணவறையில் நுழைந்தாள். அவள் பின்னாடியே சென்ற பாலனும் குமரனும் வேலைகளை முடித்துவிட்டு ஓரமாக ஒதுங்கி நின்றனர்.

மூன்றாவது பந்திக்கு ஆட்கள் வரலாயினர். இருவரும் இருப்புக் கொள்ளாமல் மளமளவென்று வெளியேறி குப்பைப் பக்கம் வந்தனர். அப்பா இலையை உதறிவிட்டு வெற்று இலையை வட்ட மாக அடுக்கி அதன்மீது மீந்த எச்சில் உணவுகளை உதறிக் கொண்டே, “என்னடா சாப்டலையா?”

“ஆமா அவீங்க சாப்பாட்டை அவங்களே சாப்டட்டும்.”

“செரி செரி, செத்த பொறு பார்ப்போம்” என்றபடி உதறுவதில் கவனம் செலுத்தினார். இலையில் வைத்த உணவுப்பண்டங்கள் ஒரு சில இலைகளில் அப்படி அப்படியே இருந்தன. ஒரு சில இலைகள் கழுவி எடுத்ததாக இருந்தன. அந்த மணம் அவர்களை மேலும் தொந்தரவு செய்தது.

அம்மா ஒரு சிறிய வாளியில் பால்சட்டியைக் கழுவும் போது வடித்த பாலை எடுத்துவந்து, “இந்தாங்கடா குடிங்க”, என்றாள், “டேய் அங்குட்டுப் போயி மோச்சுங்கே பூத்த தூளிசினா வசும்பும்” என்றாள். அதன்படி மறைவிடத்தில் வைத்து இருவரும் மாறி மாறிக் குடித்துவிட்டு ஒருவரை ஒருவர் பார்த்துச் சிரித்தனர்.

உடனே தெம்பு வந்தவனாகக் குமரன், “டேய் வாடா அள்ளிப் போடுவோம்”, என்றான்.

“ஆமா, எங்க சுத்தியும் நாமதான் அள்ளியாகணும்”, என்று குப்பை மேட்டுக்கு வந்தனர். அப்பா பாதி இலையை உதறிவிட்டு நிமிர்ந்தார்.

பாலன், “நீ போ, நாங்க பாக்குறோம்” என்று குனிந்தான்.

அப்பா, “ஏலேய், நா உதரறேன், நீங்க அள்ளுங்க” என்றார்.

“வேணாம். நீ போயி உக்காரு இதலாம் நாங்க பாக்குறோம்” எனச் சொல்லி பாலன் உதற, உதறிய இலையை குமரன் ஒதுக்கி, வெத்து இலை மற்றும் காய்கறித் தோல்கள் உள்ளதை ஒரு சாக்கு மூட்டையிலும் எச்சில் இலையை இன்னொரு மூட்டையிலும் அள்ளி, வாழை மட்டை நாரை உரித்து, சாக்கு மூட்டையின் இரு நுனிகளைக் குமரனைப் பிடிக்கச்சொல்லிக் கட்டினான். இரு மூட்டைகளையும் கட்டிய பிறகு ஒன்றைப் பாலனுக்குத் தூக்கி

விட்டு மற்றொன்றைத் தூக்க அப்பாவை அழைத்தான் குமரன். அவர் வந்து தூக்கிவிட மைய ஹாலில் நுழைய நினைத்தனர். அங்கே அனைவரும் அமர்ந்திருந்தனர். அப்படியே விலக்கிக் கொண்டு செல்ல முடியாது, எச்சில் ஒழுகும். எனவே திரும்பி கழிவறைச் சந்துப்பகுதிக்கு வந்து அந்த வழியாகச் சென்றால், கழிவறையில் பெண்கள் நின்றுகொண்டிருந்தனர், பார்த்தால் ஒன்றும் நடக்காது, என்றபடி குறுக்காகப் புகுந்து வாசலுக்கு வந்து மரத்தடியில் நின்ற சைக்கிள் கேரியரில் மூட்டையை வைத்தான். பாரம் தாளாமல் முன்வீல் குதிரை போல் தூக்கியது. ஒருகையால் ஹேன்பாரை அமுக்கி ஸ்டான்டை ஸ்டெடி பண்ணிக்கொண்டு ஒரு கை மூட்டை மீதும் மறுகை ஹேன்பார் மீதும் வைத்து உருட்டிக்கொண்டே தொட்டியை நோக்கி நடந்தார்கள். தொட் டியை நெருங்கியவுடன் மூட்டையைத் தள்ளிவிட்டான். அது தொப்பென விழுந்தது.

எங்கிருந்து வந்ததோ தெரியவில்லை நாயும் பன்றியும். மூட் டையை முண்ட ஆரம்பித்தன. பாலன் மூட்டை நுனியை அவிழ்த்துவிட பன்றிகள் அவன் காலடியை மிதித்துக்கொண்டு அவனைத் தள்ளிவிடும் அளவுக்கு முட்டி மோதின. பொறுத்துப் பார்த்து அவன் வலது காலால் வயிற்றோடு ஒரு எத்துவிட்டான். அந்தப் பொட்டை புரண்டு ஓடியது. நாய்க் குட்டியை வவ்வெனக் கவ்விவிட்டு இடத்தை ஆக்கிரமிக்க, குமரன் நாய்க்கு ஒரு உதை கொடுத்தான், சிதறி ஓடியது.

சாக்கின் அடியைப் பிடித்து இருவரும் தூக்க, இலை கீழே விழுந்து குவிய, ஒருவன் வந்து குத்தவைத்தான். அவன் இலை களைக் கலைத்துவிட்டு இருவரையும் பார்த்து, “ஏய், என்னப்பா ஒன்னத்தையும் காணாம்” என்றான்.

அதற்கு, “இரு, வீட்டுகாரன்ட்ட சொல்லி தலவாழை இலை போடச்சொல்லுறேன். போவீய்யா?” என்றான் குமரன். உடனே அந்த ஆள் நிமிர்ந்தான். இருவரையும் பார்த்தான். அந்த முகம் அவர்கள் முகத்தைவிடவும் மிக அதிகமான பசியைக் காட்டியது. அந்த நபர் உள்ளே சென்று சாப்பிட முடியாது. அதே நேரத்தில் வெளியே நின்று கேட்கவும் மாட்டான். ஏனெனில் கேட்டுக் கிடைக்காமல் ஏமாறுவதைவிட கேட்காமலே கிடைக்கக்கூடிய எச்சில் சோறு அவனுக்கு அமிர்தம். ஒவ்வொரு கல்யாண மகால் குப்பைகளையும் கிளறி எடுத்து உண்பது அந்த நபரின் வழக்கம்.

ஆனால், மண்டபத்தில் வைத்தே அனைத்து இலையையும் பன்றிக்கு உதறி எடுத்துவிட்டால் ஒன்றும் மிஞ்சாது, வெறும் இலை மட்டுமே கிடக்கும், இப்போது அப்படித்தான் நடந்திருக் கிறது. ஒரு சில நேரம் எச்சில் உணவு எடுக்காமல் அப்படியே எடுத்துப் போட்டுவிட்டால் அந்த நபருக்குக் கொண்டாட்டம்தான். பாலன் "அடுத்தவாட்டி கொண்டுவந்துபோடுறேன்" என்றான்.

"ஏன்டா, இவன் இப்படியாவது சாப்பிட்டு பசியே கொறச் சுறான். நாமே என்னடானா நல்லா வக்கனையா திங்க அலை யுறோம்", என்றான் குமரன்.

"வக்கனையா ஏன் திங்க அலையுறே? உள்ளயே ஒக்காந்து உதறி சாப்பிடு. மீதியே அவனுக்கும் குடு. நான் வேணா நறுக்கா எடுத்துத் தாறேன். ஏத்தம்டா, ஒனக்கு ஏத்தம், எங்களப் பாத்தா எச்சக்கல திங்கிற மாதிரியா தெரியுது?"

"அப்புறம் என்ன, திங்கிறது பத்தியே பேசுனா, வாடா" என்ற படி மண்டபத்துக்குள் நுழைந்தான். பாலனும் குமரனும் அதற்கு மேல் பேசவில்லை. வந்தவழியாகச் சென்றார்கள். மண்டபக் கூட்டம் கொஞ்சம் கொஞ்சமாகக் குறைந்துகொண்டிருந்தது. மறு படி பாலன் உதற, குமரன் அள்ள இரு சாக்குமூட்டைகளை நிரப்பிக்கொண்டனர். அதில் ஒருமூட்டை உதறியது. மற்றொரு மூட்டை உதறாமல் அள்ளியது. இருவரும் தூக்கிக்கொண்டு நடந் தனர். பாட்டியேலி உண்ட களைப்பில் சொக்கியபடி வெளி யேறினார்.

நான்கு ஐந்து பந்திகளுக்குப் பின் சமையல்காரர்கள் நின்றனர். வந்த கூட்டத்தில் முக்கால்வாசி பேர் போய்விட்டனர். மீதி இருந்த வர்கள் மாப்பிள்ளையின் நண்பர்கள், வீட்டுக்காரர்கள், நெருங்கிய சொந்தம் மட்டும் மைய ஹாலில் அமர்ந்தபடி பேசிக்கொண்டிருந் தனர். அவர்களை மாப்பிள்ளையின் அப்பா சாப்பிட அழைத்துச் சென்று உட்கார வைத்தார். மீண்டும் பந்தி தொடங்கியது. வீட்டுக்காரர்கள் சாப்பிட்டு முடிந்து வெளியேறியவுடன் சமையல் காரர்கள், மேளக்காரர்கள் மற்றும் ஒலிஒளி அமைப்பாளர்கள் அமர இறுதிப் பந்தி நடந்துமுடிந்தது.

அப்பா உதறிய உணவுகளை ஒரு பண்ணப்பெட்டியிலும் இன் னொரு இலை அடுக்கிய நார்க்கூடையிலும் அள்ளிப்போட்டு நிரப்பியவுடன் அதைத் தூக்கிச்சென்று ஓர் ஓரத்தில் வைத்துவிட்டு

அந்த இடத்தைக் கூட்டி அள்ளிச் சாக்கில் போட்டுவிட்டுத் தண்ணீர் மோந்துவந்து அந்த இடத்தைச் சுத்தமாகக் கழுவிவிட்டு நிமிர்ந்தார். பாலனும் குமரனும் கொண்டுவந்த சாக்கைத் தண்ணீரில் அலசி ஓர் ஓரமாகப் போட்டுவிட்டு உணவறைப் பக்கம் பார்த்தனர். அங்கு அம்மா கூட்டி அள்ளிக்கொண்டிருந்தாள். சமையல்காரர்கள் காலி யான பாத்திரங்களை வெளியே அனுப்பிக்கொண்டிருந்தனர். அப்பா கை, கால் அலம்பிவிட்டுத் தலைப்பாகையை அவிழ்த்து ஈரத்தைத் துவட்டினார்.

அம்மா வெளியே வந்து கடைசி குப்பையைப் பெட்டியோடு வைத்துவிட்டு அவளும் கை, கால் கழுவிவிட்டுக் கொத்தனாரிடம் சென்று, "அய்யா எல்லாம் முடிச்சாச்சி, மிச்சம் மீதியே போடுங்க" என்றாள். அவர், "எனக்கென்னம்மா, மொதலாளி சொன்னா போட்டுறேன். ஒருவார்த்தை அவருட்ட கேளு." உடனே மைய ஹாலுக்கு வந்து அவள் முதலாளியிடம் கேட்டாள். அவர் சமையல் அறைக்கு வந்து கொத்தனாரிடம் கேட்டார். அவர் சம்மதிக்க அதைப் புரிந்துகொண்ட அம்மா சட்டிகளை எடுக்கச் சென்றாள்.

உடனே மீந்த சாம்பார் மற்றும் ரசம் சோறுகளைப் பெரிய அண்டாவில்போட்டு இரண்டு நபர் கலக்க, அதை இருவர் சென்று அலாக்காகத் தூக்கிச் செல்வதைப் பார்த்த அப்பா விறுவிறுவென வந்து, "மொதலாளி, இடுப்பு ஒடிய வேல பாக்குறவங்களுக்குப் போடாமே வெளியே போடப் போறிங்களே", என்றார். "என் னப்பா நீயும் போயி வாங்கு, வெளிய காத்துக் கெடாக்கங்களே. உனக்குப் போட்டுட்டா அவர்களுக்குப் போட ஒன்னும் இருக்காது. போப்பா போயி வாங்கிக்கோ."

"வேணாம் மொதலாளி, உங்க சோறே வேணாம். இப்படி பண்ணுரதே நான் ஒரு நாளும் பார்த்ததில்லே. பச்ச மதளைகூடச் சாப்பிடல. இப்படி பண்ணுறீகளே."

"ஏ, உங்கள யாரு சாப்பிடவேணாம்முன்னு சொன்னது. ஆளோட ஆளா ஒக்காரணும், உங்கள என்ன வெத்தல பாக்கு வைச்சா அழைப்பாங்க."

"சந்தோஷம் மொதலாளி, ஒங்கலை மறக்கவே மாட்டோம். நாளைக்கெல்லாம் வெளியே நின்னவங்களே வச்சி வேலையே பாத்துக்கிங்க, ஏய் வரியா, ஈரக்கொலையிலே மிதிக்க, வாழா" என்று அம்மாவை அதட்டினார். உடனே கோபம் வந்தவராக

முதலாளி, “அவளச் சொல்லுறியா, என்னையச் சொல்லுறியா? என்றார்.

“ஏய் போயா, என்ன உனக்கெலாம் கோபம் வருது. ஒக்காளி உங்க எச்சி பிய்யி எல்லாம் அள்ளிச் செமந்திட்டு கொலப் பட்டினியாப் போறம், மொனப்பு வருது மொனப்பு, ஒன் ஞாயத்த யாருட்டையாவது சொல்லிப்பாருய்யா.”

“ஏ, நீ ரொம்பப் பேசுனே மண்டப முதலாளிட்டச் சொல்லி உன்னையே கழுத்தப் புடுச்சித் தள்ளச் சொல்லிடுவேன்.”

“நீ என்னய்யா சொல்லுரது நானே போறேன். எங்களுக்கு என்ன இந்த மண்டபத்துலே ஆயிரம், ரெண்டாயிரம் சம்பளம் குடுத்தா வைச்சிருக்காங்க. இம்புட்டும் பாக்குறது சோத்துக்குய்யா சோத் துக்கு. சும்மா பேசாதே நான் மொதவே நெனச்சேன். இந்தக் கண்டார ஒலி கேக்காமே என்னை இழுத்திட்டு வந்துட்டா.”

உடனே கொத்தன், “ஏய் நாளைக்குக் கூட கொஞ்சம் போட்டு மிச்சப்பட்டா போட்டு விடுறோம்ப்பா, போப்பா.”

“போயா ஒன் சோறு, என் கெண்ட காலு மயித்துக்குச் சமானம், கல்யாணம் வைக்கிறாங்களாம் கல்யாணம், டேய் வாடா தூக்குடா குமரா, இந்தக் கூடையே. ஒக்காளி பன்னிக்காவுது எலையிலே விட்டுவச்சாங்களே, பாவிங்க”, என்றபடி துண்டை உதறித் தோளில் போட்டபடி வெளியேற குமரன் நார்க்கூடையையும் பாலன் பண்ணப்பெட்டியையும் தூக்கி நடக்க அம்மா காலியான பாத்திரங்களைத் தலையிலும் இடுப்பிலும் வைத்துக்கொண்டு வெளியேற மையஹாலில் உள்ள அனைவரும் பார்த்தனர். அவர் களைக் கண்ட பாலனுக்கும் குமரனுக்கும் கும்பி கொதித்தது. வெளியே அத்தாள சோறு வாங்கிக்கொண்டு பிச்சைக்காரர்கள் சந்தோஷமாகச் செல்ல இவர்கள் வெறுமனையாக வெளியே செல்லவும் சரியாக இருந்தது. பாலனும் குமரனும் கூடையையும் பெட்டியையும் சைக்கிளில் வைத்துக் கட்டிக்கொண்டு நகர்த்த, அம்மாவும் அப்பாவும் பின்தொடர, மண்டபக் குப்பைமேட்டைக் கடக்கையில் ஒரு நபர் துண்டில் எச்சில் சோறு எடுத்துப் பந்துபோல் கட்டி தோளில் தொங்கவிட்டுக்கொண்டு நடக்க ஆரம்பித்தான்.

20

பாலனும் குமரனும் வீட்டுக்குள் வெயில் அடிப்பதுகூட தெரியாமல் நன்றாகக் குறட்டை போட்டுக்கொண்டிருந்தனர். வாசலில் பன்றிகள் உர் உர்ரெனச் சத்தமிட, குட்டிகளுக்கு மூளி பன்றி ஒருக்களித்துக் கிடந்து பால் கொடுக்க, சில குட்டிகள் காம்பில் வாய்வைத்து உறிஞ்சுவதும் முதுகுமேல் ஏறிக் குதிக்கவுமாக இருக்க, சலவான் மூளியின் பின்புறத்தை மோந்துமோந்து பார்க்க, மூளி மிகவும் சுகமாகக் கண்ணயர்ந்து கிடக்க, மற்றொரு மட்ட சலவான் பொட்டை மட்டத்தின் அடிவயிற்றை முண்டி முன் முகத்தை நக்கி அதைச் சரிக்கட்டிவிட்டு முன் இரு காலையும் தூக்கிப் பொட்டைமீது போட்டுத் தன் குறியை அதன் குறிக்குள் செலுத்த, சுருள் கம்பியைப் போன்ற நீண்ட குறிக்கு இடம் கிடைக்காதபடி பொட்டை ஓட, சலவான் அதன்மீது தொற்றிக் கொண்டு இழுபடுவதும், இதைக் கண்ட இன்னொரு மட்ட சலவான் முன்னதைக் கடித்துவிட்டு இதைக் கைப்பற்ற, இதுவரை பொறுத்த பொட்ட மட்டம், சலவான் இரண்டையும் தூக்கிக் கவ்விவிட, சத்தம்கேட்டு மூளிப்பன்றி எழுந்தது. குட்டிகள் விடாமல் சிணுங்கிக் கொண்டு காம்பு முனைகளைக் கவ்வித் தொங்கிக் கொண்டே செல்ல, மூளி கருவேலத் தோப்புக்குள் சென்று படுத்துக்கொண்டது.

இந்நிலையில் வெங்கா மட்டம் வந்து உர்உர்ரென வீட்டு வாசலைப் பார்த்துவிட்டுத் தொழுவுக்குள் சென்றது. என்ன நினைத்ததோ தெரியவில்லை, மீண்டும் வெளியே வந்துநின்று சோற்றுத் தொட்டியை எக்கிப் பார்த்தது. தொட்டி உயரமாக இருந்தது. உரிந்த ஓலைகளாலான கொல்லையைப் போய் முண்டி முண்டி ஓலைப்பாயைப் பிய்த்து வாயில் கவ்விக்கொண்டு பாலன் வீட்டுக்குப் பின்புறம் உள்ள கால்வாயைத் தாண்டி தீப்பெட்டி ஆபீஸ் பின்புறம் சென்று மூன்றாவது தெருவைக் கடந்து நீண்டு அகன்ற முள்புதருக்குள் சென்று நடுமையத்தில் பாயைப் போட்டு விட்டுத் திரும்பிவந்தது. கழிவுநீர் ஓடையில் இறங்கி எதையோ

தேடியது, கிடைத்துவிட்டது. ஆம், தண்ணீரில் வந்த பழைய துணிகள், பிய்ந்து போன தலையணை கிடக்க, அதையெல்லாம் ஒன்று திரட்டி வாயில் கவ்விக்கொண்டு சென்று முட்புதரின் மையத்தில் போட்டுவிட்டு வந்தது. ஓடைமேல் பொட்டலிலிருந்த பார்த்தினியச் செடிகளை வாயால் கவ்வ முடிந்த அளவுக்குக் கவ்விப் பிடுங்கிச்சென்று அதே இடத்தில் வைத்துவிட்டுப் படப் புக்குப் பக்கம் வந்தது. சுப்பையா கோனார் தன் இரு காளை மாடுகளுக்கும் வைக்கோல் அள்ளிப் போட்டுக்கொண்டிருந்தார். இது முகத்தைத் தூக்கி, 'ஸ்... ஸ்' எனக் காற்றை வெளியிட்டபடி பார்த்தது. அவர் ஒரு கல்லை எடுத்து ஓங்கி அடிவயிற்றில் விட்டார். வயிற்றில் பட்ட கல்லால் மல்லாந்து விழுந்து வேதனைப்பட்டு உருண்டது. வைக்கோலைக் கவ்விப் போகவந்த பன்றிக்குக் கொடுத்த அடியும் அதன் துடிதுடிப்பும் அவருக்குச் சந்தோஷமாக இருந்தது.

உடனே பன்றி அவர் மீது பாய, அவர் ஓட, பன்றிக்கு உடல் முழுவதும் மயிர் ஈட்டிமுனையாக எழுந்துநிற்க, கண்கள் மிள காய்ப் பழச் சிவப்பாக மாற, கர்ஜித்துக்கொண்டு அந்த ஆளை விரட்ட, அவர் வைக்கோலைப் போட்டுவிட்டு வீட்டுக்குள் ஓடி விட்டார்.

பன்றி அதற்குமேல் ஒன்றும் முடியாமல் விழுந்து புரண்டது. சிறிது நேரத்தில் கரும் முயல்போல் சின்ன பொட்டைக் குட்டி வெளியேவர இதன்பின் ஒன்றன்பின் ஒன்றாக ஆறு பொட்டை, ஐந்து சலவான் வைக்கோல் மெத்தையிலேயே விழுந்தன. இறுதி யாக, கொடி வெளியேறியவுடன் பன்றி ஆசுவாசம் அடைந்து தன் குட்டிகளை நாக்கால் நக்கியது. குட்டிகளும் அதன் உடலோடு ஒட்டி உறவாடின. ஒரு சில குட்டிகள் நிற்க முடியால் தவறித்தவறி விழுந்தன. விழுந்த குட்டிகளைக் கவ்விக்கவ்வி எழுப்பி நிறுத் தியது. ஒருக்களித்துப் படுக்க சாய்கையில் மூன்று சலவான் குட்டிகள் பன்றியின் அடியில் சிக்கி நசிந்து போயின. மீதி எட்டுக் குட்டிகள் காம்புகளைத் தேடின. பன்றி, அவற்றுக்கு வசதியாகத் தாழ்ந்து கொடுத்துப் பால் ஊட்டவும் குட்டிகள் குடித்தும் குடிக்காமலும் அடிவயிற்றில் அண்ட, பன்றி மீண்டும் ஒருமுறை புரண்டு படுக்க, இரண்டு பொட்டைகள் நசுங்கி விங்விங் என மெல்லிய குரல் கேட்டுப் பன்றி எழுந்து பார்க்கையில் நான்கு குட்டிகள் வைக்கோல் கட்டுக்குள் அமிழ்ந்துகிடந்தன. மூன்று

தினங்களாக வாடிக்கிடந்த பன்றிக்கு இரண்டு குட்டிகள் இரை யாயின. லப் லப் எனச் சப்புக்கொட்டி உள்ளிறக்கியது. மீதியிருந்த இரண்டில் ஒன்றின்மீது வாய் வைப்பதற்குள் ஒரு குட்டி அம்மாவை விட்டு நகர்ந்து சென்று முள்ளுக்குள் மாட்டிக்கொண்டு கத்தவும் பன்றி உர்உர்ரென்று எழுந்துபோய் அதைக் கவ்வித் தூக்கிவந்து பழைய இடத்தில் போடுகையில் படப்புக்காரர் வேல்கம்புடன் வந்து பன்றியைக் குத்த ஓங்கினார். என்ன நடந்ததோ தெரிய வில்லை, அவர் வயிற்றில் ரத்தம் வழிந்தது. பன்றி சிங்கமெனச் சீறிக்கொண்டு நின்றது.

அவர் வாயில் வந்தபடி திட்டிவிட்டு பாலன் வீட்டிற்கு வந்து, "டேய், எவன்டா பன்னிக்காரன். மருவாதியா பன்னியே பத்தலே, ஒக்காளி கொலப்பழியாகிப்போகும்" என்று கத்தும் குரல்கேட்டு பாலனும் குமரனும் எழுந்துவிட்டார்கள். ஒன்றும் புரிபடாமல் அந்த நபரைப் பார்த்தான் பாலன். "டேய், சொல்லுரது சரியா காதுலே விழலயா? ஒன் பன்னி என்னையே கடிச்சிடுச்சிடா. வந்து பத்துடா இல்ல, ஒக்காளி ஒரு பயே தெருவுக்குள்ள பன்னி வளக்க மாட்டிங்க", என்று தனது ஆத்திரத்தை முழுவதும் கொட்டித் தீர்த்தார்.

உடனே ஒன்றும் பேசாமல் எழுந்து ஒரு களக் கம்பு, ஒரு கூடையை எடுத்துக்கொண்டு இருவரும் சென்று படப்பைப் பார்த் தனர். பன்றி, குட்டிகளுக்குப் பால் கொடுத்துக்கொண்டிருந்தது. சத்தம் கேட்டுப் பன்றி பாய்ந்து வந்தது .

"ஓய்... சூ... சூ... பாய்ரே, பட்டினி போட்டே கொன்னுபுடுவேன். போப்போறியா இல்லையா?" என்று கம்பை ஓங்கினான் பாலன். அவன் குரல் கேட்டு ஒடுங்கினாலும் தன் குட்டியைத் தூக்கி விடுவார்களோ என்று தன் குட்டிகளை அடைத்து நின்றுகொண்டு உறுமியது. உடனே பாலன் வீட்டுக்குச் சென்று ஒரு இரும்பு வாளியில் ஊறல் தண்ணீரும் சிறிய பத்தலும் எடுத்துவந்து படப் புக்கு வெளியே நின்றுகொண்டு 'பா, பா, பா' என்று கத்தினான். அவன் குரலுக்குச் செவிசாய்க்காமல் உர்உர் என்று அங்கேயே நின்றுகொண்டது. அவன் பத்தலைத் தட்டவும் 'கஞ்சி' என்று குட்டியைவிட்டு ஓடிவந்து பத்தலைப் பார்த்தது. வாளியிலிருந்து தண்ணீர் ஊற்றினான் பாலன். பன்றி சப்சப் எனக் குடித்தது. குமரன் கையில் உள்ள கூடையுடன் படப்புக்குள் புகுந்தான். அங்கு குட்டிகள் தவழ்ந்துகொண்டிருந்தன.

குமரன் கூடையுடன் மெல்ல நுழைந்து ஒரு குட்டியைக் கையில் பிடித்துத் தூக்கினான். அது சரியாகக் கத்தவில்லை. உடனே இருப்பதில் பெரியகுட்டி, அதாவது முதலில் போட்ட குட்டியைத் தூக்கினான். அது வீல் எனக் கத்தவும் அதைக் கூடைக்குள் போட்டான். சத்தம் கேட்டு பன்றி சீறிக்கொண்டு வந்தது. குமரன் கூடையோடு குட்டிகளைப் போட்டுவிட்டு முள் புதருக்குள் தவ்விவிட்டான். இடது காலில் முள் இறங்கி நின்றது.

உடனே பாலன் கம்போடு வந்து பன்றியை மறித்தான். அது பாலன் மீது பாய்ந்தது. அவன் முகத்தோடுசேர்த்து ஒரு போடு போட்டான். கம்பு முனையில் உள்ள கம்பி வளையம் அதன் மூக்கில் பட்டு ரத்தம் கசிந்தது. அதைக் காண்கையில் அவனுக்குப் பாவமாக இருந்தது. பன்றியையும் குட்டியையும் காப்பாற்ற வேண்டும். அதை மாறிமாறி அடித்து விரட்ட, குமரன் மீண்டும் குட்டிகளின் பக்கம் சென்று குட்டிகளைப் பிடித்துக் கூடையில் போட்டுக்கொண்டு ஓட, அவனைப் பன்றி விரட்ட, அவன் வீட்டிற்குப் பாதி தூரத்தில் நின்றுகொண்டான். பன்றி, கூடையில் குட்டிகள் இருப்பது தெரியாமல் பழைய இடத்திற்கு வந்து படப்பை முண்டிமுண்டிப் பார்த்தது. உடனே பாலன் கூடை யிலிருந்து நன்கு கத்தக்கூடிய குட்டியின் காதைப்பிடித்துத் தூக்க அது கத்த பன்றி ஓடி வந்தது. பக்கத்தில் வந்தவுடன் கொஞ்சம் தள்ளிப்போய் நின்று தூக்கிப்பிடித்துக் காண்பித்தான். மீண்டும் பாய்ந்துவர, அப்படியே கொஞ்சம்கொஞ்சமாக வீட்டிற்குக் கொண்டுவந்துவிட்டான்.

குட்டிகளைத் தூக்கித் தொழுவுக்குள் போட்டான். வீல் வீல் எனக் கத்தவும் அனைத்துப் பன்றிக் கூட்டமும் தொழுவுக்குள் ஓடிச்சென்று குட்டிகளை நக்கி, நக்கி ஆசுவாசப்படுத்தின. பன்றி தொழுவுக்குள் சென்றவுடன் கதவைக் குமரன் மூடிவிட்டான். ‘ஒரு வழியாகக் குட்டியையும் பன்றியையும் கொண்டுவந்து சேத்தாச்சி’ என்று குமரனும் பாலனும் வழக்கமாகக் குளிக்கும் ஊருணிக்குச் சென்றனர். ஊருணியில் வருடத்திற்கு எட்டு மாதம் தண்ணீர் கிடக்கும். மீதி நான்கு மாதம் காய்ந்துகிடக்கும். வடக்குப் பக்கம் மழை பெய்து ஓடையில் ஓடிவரும் தண்ணீர் ஊருணியில் நிரம்பி, பின் தெற்கு நோக்கிச்சென்று, நகர பாதாள வாய்க்கால் பாதை வழியாகத் தெப்பக்குளத்தை நிரப்பும். மழை இல்லை யெனில் ஓடிய தடமின்றிக் கிடக்கும் ஊருணி.

கரைகளில் ஒரு காலத்தில் சந்தனம், விருட்சம், சாம்பிராணி மரங்கள் இருந்ததாகச் சொல்லுவார்கள். தற்போது ஆலமரம், அரசமரம், வேப்ப மரம் இருக்கின்றன. இங்கேதான் கணேசன், குமரன், பாலன் மூவரும் பள்ளிக்கு கட் அடித்துவிட்டு மரத்தின் மீது புத்தகப்பையைத் தொங்கவிட்டுவிட்டுத் தங்களது கனவு களைப் பேசிக்கொள்வார்கள். மேற்கு மூலையில் நீர் வந்து மணல் திட்டாகக் கிடக்குமிடத்தில்தான் தரை விளையாட்டுப் போடு வார்கள்.

அன்று ஞாயிற்றுக்கிழமையாதலால் அதிகமான கூட்டம், குறிப்பிட்டு யார் யார் இருக்கிறார்கள் எனச் சொல்லமுடியாத அளவுக்குப் பெண்கள், ஆண்கள், குமரிகள், குமரர்கள், எருமை, ஆடு, காளை, பசு, நாய் என அனைவரும் நீராடிக்கொண்டிருந்தனர். ஊருணியின் மையப்பகுதியில் நல்ல தண்ணிக் கிணறு, இங்குதான் அந்தப் பகுதி மக்கள் இரவும் பகலும் தண்ணீர் எடுப்பார்கள். இரவில் விளக்கு இல்லையென்றாலும் நிலா வெளிச்சத்தில் எடுப் பார்கள். ஊரே இந்தக் கிணற்றை நம்பி வாழ்ந்த காலம் உண்டு.

பெண்கள் தண்ணீர் இரைத்துச் சருகப்பானைகளில் ஊற்றிக் கொண்டார்கள். ஒரு சில பெண்கள் வீட்டிலிருந்து எடுத்துவந்த புளியை வைத்துக் கொண்டுவந்த பாத்திரங்களைத் தேய்த்துக் கழுவினார்கள். கிளப்புக் கடைகளுக்குப் பெரியமர பேரல்களில் ஒற்றை மாட்டுவண்டியில் வண்டிக்காரர்கள் தண்ணீர் எடுத்துச் சென்று ஊற்றிக் கூலி வாங்குவார்கள். ஒருவர் தகர டின் கட்டி வண்டிக்குத் தண்ணீர் இரைத்தார். அந்த டின் ஒரு பானைத் தண்ணீர் பிடிக்கும்.

மற்ற தினங்களில் பெரும்பாலும் பத்து பேரோ ஐந்து பேரோ தான் ஊருணியில் தென்படுவார்கள். ஞாயிறு அன்று அனைவரும் ஊருணிக்கு வந்து ஒரு வாரத் துணிகளை ஒரே நாளில் துவைக்க காலை ஐந்து மணிக்கே வந்துவிடுவார்கள். இரவு பத்து வரை கூடக்கூட்டம் குறையாது. ஏனெனில், அன்றைய அவர்களின் பொழுதுபோக்கு, குளிப்பது, டூரிங்டாக்கிஸில் படம் பார்ப்பது மட்டும்தான். ஏனெனில் வாரச் சம்பளத்தில் வட்டிகட்டி, சீட்டுக் குப் பணம் கட்டி, இட்லி, தோசை, கறிவகைகள், பூக்கள் இன்னும் சின்ன சின்ன ஆசைகளை நிறைவேற்றியது போக மீதியை டூரிங்டாக்கிஸில் செலவிடுவார்கள். இருக்கும் காசை வைத்து டவுன் சினிமாவுக்குப் போக முடியாது. மாலை மூன்று முப்பது

முதல் ஏழுவரை ஒரு சோ. இந்த சோவுக்கு ஆண்கள்தான் வருவார்கள். இரவு ஏழுமணி சோவுக்கு, பத்து மணி சோவுக்குதான் குடும்பம்குடும்பமாக வருவார்கள். ஆகையால் ஞாயிற்றுக்கிழமை ஊருணியில் ஆரம்பித்து டூரிங்டாக்கிஸில் முடிவது வழக்கம்.

இந்த வாரமும் வழக்கம்போல் ஊருணி அல்லோலகல்லோலப் பட்டுக் கிடந்தது. இருவரும் கிணற்றுச் சுவருக்குக் கீழே உடையைக் களைந்து போட்டுவிட்டு ஜட்டியுடன் நின்று பார்த்தனர். ஊருணி முழுவதும் மனிதர்களின் தலைகளாகவும் கால் நடைகளின் தலைகளாகவும் மிதந்துகொண்டிருந்தன.

21

அப்பா ஓடையிலிருந்து சைக்கிளை மேடேற்றினார். அப்பாவுக்குப் பின்னால் அம்மாவும் வந்தார். சுப்பையா கோனார் காத்திருந்தவராக, "உன் பன்னிய கடிக்கறதுக்கா வளக்குறே", என்று சொல்லி முறைத்தார்.

"நீ என்னய்யா பண்ணுனே பன்னி கடிக்கிறே அளவுக்கு, ம்..."

"உனக்கு வெளக்கம் வேற சொல்லி நியாயமாக்கணும், மரு வாதிய பன்னியே அடச்சிப்போடு, இல்ல நான் என்ன செய்வேன்னு தெரியாது."

"அய்யா, நீ என்னமும் பண்ணு, வாயில்லா சீவனெ சூன்னு பத்துனா போப்போகுது, அதப்போயி அடிக்கவும் கல்ல கொண்டு எறியவும் செஞ்சா அதுக்கும் நம்மள மாதிரிதான்யா வலிக்கும்", எனத் தன் பங்குக்குச் சொல்லி முடித்தாள் அம்மா.

"ஏ வாழா, அடிச்சா அடிக்கட்டும். ஏ... அடிக்காதய்யா, வேல் கம்ப வைச்சி குத்துய்யா, உன் புண்ணியத்திலே எல்லாம் சாவட்டும்" எனச் சொல்லி விருட்டென்று வண்டியை நகர்த்தினார்.

"சும்மா போற பன்னிக, உள்ள கஞ்சியேக் குடிச்சுட்டு வீட்டுலே கெடக்காம வம்பிழுத்து விடுதுக, சே, எழவு கெட்ட பன்னிக" என்று சொல்லிவிட்டுத் தலையிலிருந்த கஞ்சிச் சட்டியை இறக்கி வாசல் பந்தலில் கிடந்த கம்பிக்கட்டிலில் வைத்துவிட்டு முந் தானையில் முடிந்திருந்த சாவியை எடுத்துக் கதவைத் திறந்தாள்.

அப்பா சைக்கிளைச் சுவற்றில் சாய்த்துவைத்துவிட்டு ஹேன் பாரில் தொங்கிய துண்டை அவிழ்த்துக் கட்டில்மேல் வைத்து விட்டு, "எந்தப் பன்னிழா கடிச்சிருக்கும்" என்றார்.

"மூளிப் பன்னியாயிருக்கும்" என்று சொல்லிக்கொண்டே கட்டிலில் உள்ள சட்டியைத் தூக்கி வீட்டுக்குள் வைத்துவிட்டு அருவாமனையையும் சின்ன ஆனட்டியையும் எடுத்துவந்து கட்டி லுக்குக் கீழே கால் நீட்டி அமர்ந்தாள். அப்பா சட்டையைக் கழற்றி அதில் உள்ள பீடிக்கட்டு, தீப்பெட்டியை எடுத்து ஸ்டூலில்

வைத்துவிட்டுச் சட்டையைப் பந்தல் மூலையில் தொங்கவிட்டு விட்டுக் கட்டிலில் அமர்ந்தார். அம்மா துண்டை அவிழ்த்தாள். அதனுள் ஒரு இலையில் சுடலைக் கோனாரிடம் வாங்கிய ஆட்டுத் தலைக்கறியும் இன்னொரு சின்ன இலையில் மூளையும் இருந்தன. அதை அம்மா எடுத்து அறுத்துச் சட்டியில் போட்டுவிட்டு இலை யைச் சுருட்டித் தூக்கிப்போட்டாள். இதை எதிர்பார்த்திருந்த பன்றிகள், ஒன்றோடொன்று இடித்துக்கொண்டு வந்து இலையை முகர்ந்தன. பொட்ட மட்டம் இலையைக் கடித்துக்கொண்டு அம்மாவிடம் வந்தது.

இதைப் பார்த்த அப்பா, "ஏ, வீட்டுலே தண்ணீ ஏதும் இருந்தா ஊத்துழா" எனச் சொல்லிவிட்டுக் கட்டிலில் மல்லாந்தார். பந்தலின் வழியாக வந்த சூரிய வெளிச்சம் அம்மா முகத்தில் அடித்து உச்சிப்பொழுதை நினைவூட்டியது. அம்மா உள்ளே சென்று ஒரு அலுமினியச்சட்டியில் பழைய சோற்றைக் கொண்டு வந்து பத்தலில் தட்டினாள். உடனே தொழுவுக்குள்ளிருந்து அனைத்தும் ஓடிவந்தன. அப்போது பாலன் வந்து கொடியில் துண்டைக் காயப்போட்டான், அவனைப் பார்த்த அப்பா, "டேய், அந்த ஓடை வீட்டுக்காரனே எந்தப் பன்னிடா கடிச்சிச்சி."

அதான், "வெங்கா மட்டம், படப்புலே குட்டி போட்டுக் கெடந் திச்சி. அதப் போயி நோண்டி இருக்காப்லே, கடிச்சிருச்சி. நானும் குமரனும் சேர்ந்து தூக்கியாந்து உள்ளே போட்டிருக்கோம். வரவே இல்லே, என்னையும் சிம்பிச்சி, மூஞ்சியோட போட்டோம், போயிடுச்சி."

"எத்தனை குட்டி கெடக்குடா?"

"ம்... பதினொன்னு போட்டு, நாலு சாகடிச்சிடுச்சி, மீதி நாலு பொட்ட, மூனு சலவான் கெடக்குது."

"கஞ்சி வைக்கிறியா?"

"எங்கே குடிக்குது?"

"அட தின்னிக் கழுதே, நாலே காலி பண்ணிரிச்சா, செரி, மொத ஈத்து தானே, உள்ளது போதும். அப்பதான் வாடாமே குட்டியே வளக்கும்" எனச் சொல்லிவிட்டு அப்பா தொழுக் கதவை மெல்ல விலக்கினார். ஒருக்களித்துக் கிடந்தபடி பன்றியிருக்க குட்டிகள் பால் குடித்தன. சத்தம் கேட்ட பன்றி உர்உர்ரென்று உருமிக் கொண்டும் லப்லப் எனக் குட்டியை மறைத்துக்கொண்டும் முடி கள் கூச்செறிந்தபடி அவரைப் பார்த்தது.

அப்பா வெளியே வந்து, "பரவால்லே, நல்ல பருசாத்தான் போட்டிருக்கு. நல்லா நீட்டுக்குட்டியா வரும்", எனச் சொல்லி விட்டு மீண்டும் கட்டிலில் மல்லாந்தார். பாலன் வீட்டுக்குள் சென்று டிரங் பெட்டியை இறக்கி அதில் உள்ள ஒரு சட்டையையும் கைலியையும் எடுத்துக் கட்டினான். அம்மா அம்மியில் அரைத்துக் கொண்டிருந்தாள். அடுப்பில் சோறு குதியாட்டம் போட்டுக் கொண்டிருந்தது. நினைவு வந்தவராக அப்பா எழுந்து, "டேய் பாலா டேய்", என அழைத்தார். "என்னய்யா, அந்த மறை சல வானுக்குக் காய் எடுத்துருவோமாடா, அது ஊரயே சுத்துது. இப்படியே விட்டா ஊரு பயலுக்குத்தான் ஆகும்" என்றார். ஆம், மட்ட சலவானுக்குக் காய் எடுக்கவில்லையெனில் ஏதாவது ஒரு பொட்டையோடு சென்றுவிடும். அது அடுத்தவர்கள் பன்றியாக இருந்தால் அந்த வீட்டிலேயே தண்ணீர் குடித்துக்கொண்டு அங்கேயே படுத்துவிடும். அதைப் பயன்படுத்திச் சலவானைத் தூக்கிச் சென்று கறியாக்கிவிடுவார்கள். "சரி", என்று சொல்லி ஊறல் தண்ணீரை எடுத்துப் பத்தலில் ஊற்றினான் பாலன். ஏற்கனவே அம்மா ஊற்றியதை நக்கி எடுத்த பன்றிகளுக்கு மறுபடி ஊற்றவும் கும்மாளமாக இருந்தது. உடனே அதன் பின்னால் சென்று பாலன் நிற்கவும் அது திரும்பிக்கொண்டது. குறி தவறியவனாக முன்னால் வந்து நின்றான். அவனைப் பார்த்து வெறித்தது.

உடனே அவன் தள்ளிப்போய் நின்றுகொண்டான். "டேய், அந்த வளை எடு, வெவரமா இருக்கு" என்றார். அவன் பந்தல் மீதிருந்த நீண்ட கம்பியாலான உருவாம் சுருக்கை எடுத்து அப்பாவிடம் கொடுத்தான். அவர் பத்தல்மீது அதை வைத்தார். சலவான் சரியாகத் தலையை உள்ளே நீட்டித் தண்ணீர் குடித்தது. பாலன் பின்சென்று காலைப் பிடிக்கவும் அப்பா வளையைத் தூக்கவும் சலவான் கழுத்தில் வளை இறுகி மாட்டிக்கொண்டது. அது கத்தவும் மற்றவை பாலனைக் கடிக்க வரவும் அம்மா கம்பு எடுத்து விரட்டினார். சலவானை பாலன் அலாக்காகத் தூக்கிக் கீழேபோட்டுத் தன் இருகால்களையும் அதன் மீது போட்டு, அமுக்கிக்கொள்ள அப்பா இடுப்பிலிருந்து சிறு கத்தியை எடுத்துச் சலவானின் பின்புறத்தில் உள்ள நொங்கு போன்ற விதையைக் குறுக்காகக் கீறிப் பிதுக்கினார். ஒரு காய் வந்தது. மறுகாயையும் கீறிப் பிதுக்கினார். காயை எடுக்கவும் ரத்தம் கொட்டி சலவான் கத்தியது. அறுத்த காயை அப்பா எடுத்து எதிரே உள்ள முள்ளுக்குள் விட்டெறிய ஒரு நாய்

வந்து கவ்வி எடுத்தது. இன்னொன்றை மின்சார கம்பியில் காத்திருந்த காகம் சல்லென்று வந்து தூக்கிச் சென்றது.

"ஏழா, சாம்ப கொண்டா", என்றார் அம்மா. அடுப்பில் சென்று ஒரு இரும்புக் கரண்டியில் சாம்பல் அள்ளிவந்து அப்பாவுக்குப் பக்கத்தில் தட்டினாள். எரிந்துகொண்டிருந்த சாம்பல் என்பதால் பொசுக்கியது. அப்பா பட்டும், படாததுபோல் கையில் அள்ளிக் குட்டியின் பின்புறத்தில் அப்பினார். இதுவரை கத்திக்கொண்டிருந்த சலவானின் சத்தம் அடங்கியது. விதை அறுத்த இடத்தில் சுடச்சுட சாம்பல் வைத்துவிட்டால் வேதனை குறையும். ரத்தமும் நின்று விடும். ஒரு வாரத்தில் அந்தக் காயம் ஆறிவிடும். இனி பன்றி எந்தப் பொட்டையையும் தேடிப் போகாது. நன்கு தின்று கொழுத்து விடும். கழுத்தில் உள்ள கம்பியை எடுத்தார். பின் பாலன் காலை எடுத்துவிட்டான். அது தப்பித்து ஓடியது. அம்மா ஒரு போணியில் தண்ணீர் கொண்டுவந்து ஊற்ற இருவரும் கை கழுவினார்கள்.

இந்த நேரத்தில் ஒரு முப்பது வயதான பெண்ணும் ஐம்பது வயதான ஆணும் மஞ்சள் பையோடு வந்தனர். அப்பா அவர் களைப் பார்த்து நிமிர்ந்தார்.

"என்னடா இந்தப் பக்கம்?"

"பார்த்துட்டு போலாம்முன்னு வந்தேன் மச்சான்."

"வா, உக்காரு", என ஸ்டூலை எடுத்துப்போடச் சொன்னார். பாலன் எடுத்துப்போட, வந்தவர் உட்கார்ந்தார். அந்தப் பெண் கீழே அமர அப்பா துண்டால் கையைத் துடைத்துவிட்டுக் கட்டி லில் அமர்ந்துகொண்டு "என்னம்மா நல்லா இருக்கீயா?" என்றார்.

"ம், நல்லா இருக்கணே" எனச் சொன்னாள்.

உடனே வந்தவர் மஞ்சள் பையிலிருந்து ஒரு தாம்பூலம் எடுத்து அதில் மூன்று வெற்றிலை, மூன்று வாழைப்பழம், ஒரு ரூபாய் வைத்து எழுந்து வேஷ்டியை இறக்கிவிட்டுத் தாம்பூலத்தை அப்பா விடம் கொடுக்க, அதை அவர் வாங்க, அம்மா வெத்தலைத்தட்டை வீட்டுக்குள் எடுத்துச்சென்றாள். "மச்சான், ரெண்டாது புள்ள மேல கள்ளு குடிக்குறாங்க. நீயும், அக்காவும் புள்ளைகளோட கண்டிப்பா வரணும், எக்கா, வந்திருக்கா."

"யாருப்பா?"

"எல்லாம் மச்சானோட பங்காளி. மேலகோட்டைக்காரங்க தான்."

“சரிப்பா, கண்டிப்பா வாரோம்.”

“சரி மச்சான், நாங்க போறோம்” என்று எழுந்தார்.

“டேய், என்ன கொஞ்சூறியா, இருந்து சாப்பிட்டுப்போ.”

“இல்ல, நாங்க போறோம்.”

“ஓய், நான் உன் வீட்டுக்கு சோத்துக்கு வர மாட்டேன், ஒழுக்கமா இருந்துபோ, டேய் பாலா, கறி பத்தாது, போயி இன்னோரு தலை எடுத்துட்டுவாடா” என்றார். அவன் சென்றான்.

அம்பதுக்கு மேற்பட்ட ஆண்களும் நூறுக்கும் மேற்பட்ட பெண்களும் குழுமி இருந்தனர். கிழக்குப்பார்த்து கருப்பன் அரி வாளை ஓங்கி நின்றான். அவனுக்கு அருகில் அறுபத்தியொரு பந்தி, இருபத்தியொரு தெய்வங்கள். அப்பா வாயில் துண்டைக் கட்டிக்கொண்டு ஒரு செரட்டையில் சாராயம், அறுபத்தியொரு இலைகளில் கரும் கோழியிலிருந்து எடுத்த குடல், ஈரல், இரை பெட்டி, முட்டை, அவல், பொரி, பழம், தேங்காய், சுருட்டு, சிகரெட், பீடி, வெற்றிலை, பொடிமட்டை ஆகியவற்றை வைத்து, மீதி இருபத்தியொரு இலைகளில் சர்க்கரைப் பொங்கல்,வெள்ளைப் பொங்கல், பழம், தேங்காய், காதோலை கருகுமணி, தென்னம் பாளை, கரககும்பம் ஆகியவற்றை வைத்துவிட்டுத் தீபாராதனை காட்ட அனைவரும் தரையில்படுத்து வணங்கி எழவும் அனை வருக்கும் தட்டை நீட்டினார். தொட்டுக் கண்ணில் ஒற்றிக்கொண்டு விபூதியை வாங்கிக்கொண்டு தோப்பில் அமர்ந்தனர்.

அப்பா வாய்க்கட்டை அவிழ்த்துவிட்டு ஒன்பது இலைகளில் உள்ளதை எடுத்துப் பெண் வீட்டுக்காரர்களுக்கும் மாப்பிள்ளை வீட்டுக்காரர்களுக்கும் கொடுக்க அதை ஒவ்வொன்றாகப் பெற்று, எட்டு ஆண்களும் சாராயத்தை அண்ணாந்து ஊற்றிவிட்டு கிளாசை அப்பாவிடம் கொடுக்க அதை அவர் வாங்கிவைத்துவிட்டு அவரும் ஒரு கிளாசை அண்ணாந்து ஊற்றிவிட்டு இலையிலிருந்த சூட்டான் கறிகளையும் பழம் தேங்காய் அவல்களையும் தின்றனர். இதைப் பெண்களுக்கும், மாமன், மைத்துனர்களுக்கும் கொடுக்கக்கூடாது. பங்காளிகள் மட்டுமே தின்பார்கள். பெண்வீட்டுப் பங்காளிகளில் ஐந்துபேரும் ஆண்வீட்டுப் பங்காளிகளில் மூன்று பேரும் போக மீதி ஒன்றைப் பூசாரி எடுத்துக்கொள்வார். மற்ற ஐம்பத்திரண்டு இலையில் உள்ளவற்றை அனைவருக்கும் பகிர்ந்து அளிக்கலாம். வணங்கிவிட்டு புளியந்தோப்பின் மையத்தில் அமர்ந்தனர்.

பெண்ணின் தாய்மாமன் நடுமையத்தில் அமர்ந்தார். அவருக்கு எதிரே பெண்ணின் தந்தை, அண்ணன் தம்பிகள் அமர அவர்களைச் சுற்றி ஆண், பெண்கள் அமர்ந்தனர். பெண்ணின் தந்தை எழுந்து நின்று இடுப்பில் துண்டைக் கட்டிக்கொண்டு நின்றபடி, "அய்யா, மாமன் மச்சுனன், அங்காளி, பங்காளிகளா, என் ரெண்டாவது பெண்ணைக் கட்டிக்க மாமன் மச்சுனங்கே வந்து போறாங்க, அதனால தாய்மாமென் என் பொண்ண விட்டு வெலகிட்டாச்சுன்னா நல்லா இருக்கும். ஏன்னா அவரு சொதந்திரப் பொண்ணு. அவரு ரத்தம், சதே, மனசு வைச்சு என் பிள்ளேய அவரு புள்ளயா நெனச்சி, நல்லது செய்ய வழிவிடனுய்யா. அவருக்கு கால்கட்டெப் போட்டுட்டாரு. இனி இந்தப் பொண்ணுக்கு விருந்த வெலக்கி எழுதித் தந்தா இவளுக்குக் கால்கட்டப் போட முடியும்."

உடனே தாய்மாமன் எழுந்து, "அய்யா பங்காளிகளா, மாமன் மச்சுனங்களா, நான் இந்தப் பொண்ணக் கேட்டு எக்காலமும் வர மாட்டேன். இது முக்காலும் சத்தியம். அதனால என் சொதந்திரத்தே விட்டுக்கொடுத்து விருந்த வெலக்கித்தர சம்மதிக்கிறேன்" என அனைவரும் கேட்கும்படி உரக்கக் கத்திச்சொல்லிவிட்டு அமர்ந்தார்.

உடனே பெண்ணின் அண்ணன் ஒரு மாலையைப் போட்டான். பெண்ணின் தம்பி ஒரு துண்டால் தலையில் உருமாக் கட்டினான். பின் சந்தனத்தை முகத்தில் தடவிவிட்டு ஒரு கரச்சொம்பு நிரம்ப சாராயம் ஊற்றிப் பெண்ணின் தந்தை கொடுக்க அதைத் தாய்மாமன் எழுந்துநின்று மிக மரியாதையாகப் பெற்றுக்கொண்டு எல்லா ரிடமும் சுற்றிக் காண்பித்து "அய்யா நான் குடிக்கிறேன்", எனச் சொல்லி ஒரே இழுப்பில் இரண்டரை லிட்டர் சாராயத்தையும் உள்ளிறக்கிவிட்டு, கரகச்செம்பை மரியாதையாகப் பெண்ணின் தந்தையிடம் கொடுத்துவிட்டு அமர்ந்து முறுக்கு மீசையைத்தடவி, ஒரு செறுமல் செறுமிவிட்டு, "ம், யாருப்பா இந்தக் கூட்டத்திலே பொண்ணு கேட்டுவந்திருக்கிறது", எனக் கேட்டார்.

உடனே கொண்டை போட்ட அறுபதுவயதான ஒருவர், காது வளர்த்த ஒரு பெண், பதினொரு வயதான ஒரு பையன், அவர் களுக்குப் பின்னால் சில ஆண், பெண்கள் எழுந்து நிற்க, மாப்பிள்ளையின் அப்பா ஆரம்பித்தார். "அய்யா, எல்லாத்துக்கும் வணக்கம். மேலக்கோட்டை பூலாண்டி பேரனும் பூச்சியப்பன் மகனுமான நானு, என் மவன் கூடலிங்கத்துக்குத் தும்மக்குண்டு அய்யாவு பேரன் சின்னகருப்பன் குப்பாயி மேல கள்ளு குடிக்க

இருக்கோம்ப்பா. தாய்மாமன் விருந்த வெலக்கி நல்லபடியா பொண்ணத் தந்தா, நாங்க நல்ல சொல் கெட்ட சொல் ஊரான் பிடி தேசத்தான் பிடி இல்லாம ஆளும் சங்கிலியுமா ஆக்குவோம், சம்மதமாப்பா" என்றார்.

"எங்க பொண்ணக் கூட்டிகிட்டுப்போயி நாலு இழிசொல்லு இல்லமே கச்சேரி, களவாசல் போவிடாமே வைக்கணும். என் புள்ளயே ஒரு கறியும் ஒரு சோறும் குடுத்து அடுத்த பயே வீட்டுக்குப் போவிடாமே இதுவரை இழிசொல் இல்லாமே வளத்துட்டேன். அதே மாதிரி கொண்டுபோறே பத்திரம் மவுசு கொறையாம இருக்கணும். இதுக்கெல்லாம் சம்மதிச்சா பொண்ணத் தர சம்மதம்ய்யோ" எனப் பெண்ணின் தந்தை சொல்லி முடித்தார்.

உடனே மாப்பிள்ளையின் தந்தை, "எல்லாத்துக்கும் சம்மதம். அதனால குப்பாயி மேல கள்ளு குடிங்க. டேய் பங்காளி அதத் தூக்கிவாடா", எனக் கட்டளையிட இருவர் சென்று ஒற்றை மாட்டு வண்டியிலிருந்த பெரிய மண்பானையைத் தூக்கிவந்து ஒரு ஓரத்தில் வைத்துவிட்டு ஒரு செரட்டையில் நிரம்ப மோந்து வந்து மாப்பிள்ளையின் அப்பாவிடம் கொடுக்க, அதை அவர் பெண்ணின் அப்பாவுக்குக் கொடுக்க அவர் வாங்கிப் பார்த்துவிட்டு மாப்பிள்ளையின் அப்பாவைப் பார்த்தார். அவர் "மச்சான் கோவிச்சுகிடாதீங்க, கள்ளுக் கடையும் கெடையாது, கள்ளு மாசமும் கெடையாது. அதனால சாராயத்தெ கொண்டுவந்திருக்கோம். இதே கள்ளா நெனச்சு சாப்புடுங்க", என்றார்.

உடனே அவர் வாங்கி உறிந்துவிட்டு செரட்டையைக் கொடுத்தார். உடனே அனைவருக்கும் வழங்கப்பட்டது. கூட்டத்தில் ஆண், பெண், மாப்பிள்ளை உள்பட அனைவரும் அருந்தினர். பின் ஒரு ரவுண்டு, திரும்ப ஒரு ரவுண்டு முடித்ததும் பெண் வீட்டாரிடம் மாப்பிள்ளை வீட்டார் செய்முறையைப் பற்றிக் கேட்கவும், பெண்ணின் அப்பா கூறினார், "அய்யா, மாப்பிள்ளைக்கு வேஷ்டிதுண்டு, இருபது உருப்படி, பெட்டி அரிசி, பாய் தலவாணி, தீபாவளி, பொங்கலுக்கு எண்ணெய், கறி, பலகாரம், தண்ணி தந்திரேன். இதுக்கு மேல கேக்குறத கேளுங்க", என்றார்.

"இதுக்குமேல கேக்க என்ன இருக்கு மச்சுனா? சம்மதக் கஞ்சி காய்ச்சி ஊத்துரோம். நல்லபடியா குடிச்சிட்டு புள்ளயே புடுச்சுக் குடு, காலங்காலமா வைச்சுக் காப்பாத்துறோம்", என்றார் மாப்பிள்ளையின் அப்பா.

உடனே அனைவருக்கும் இலை விரிக்கப்பட்டது. அதில் ஒருவன் ரத்தப்பொரியல், வதக்கல் கறி, ஈரல், குடல் மற்றும் சோறு அதில் எலும்புக்குழம்பு ஊற்ற அனைவரும் உண்டு கழித்து முடிந்தவுடன் பெண்ணை, பெண்ணின் தாயாரும் தாய்மாமனும் அழைத்துவந்து கிழக்குமுகமாக அமரவைத்தனர். அந்தப் பெண் நன்கு வழித்து சீவி, மாப்பிள்ளை எடுத்துத் தந்த சின்னாளப்பட்டி காட்டன் சேலை கட்டியிருந்தாள். மாப்பிள்ளை அருகே அமர்ந் தாள். ஒரு தட்டிலிருந்த மஞ்சள் கட்டிய கயிறை எடுத்து அவள் கழுத்தில் கட்டினான். பின்பு ஒரு வாழைப்பழத்தை மாப்பிள்ளை பாதி தின்றுவிட்டு மீதியை அவளுக்குக் கொடுக்க, அவள் தின்ன, புதிய செம்பில் சாராயம் மாப்பிள்ளைக்குக் கொடுக்க அவன் பாதியைக் குடித்துவிட்டுப் பெண்ணுக்குக் கொடுக்க அவள் வாங்கிக் குடித்துவிட்டு சொம்பை அவனிடம் கொடுக்கவும் அனைவரும் கத்திக் கூச்சலிட்டனர். பின்பு பெண்வீட்டுக்காரர்கள் கறியும் சோறும் ஆக்கி இரவில் போட்டு இரவை முடிக்க பெண் ணின் கையில் பால், பாய், தண்ணீர் கொடுத்து வழக்கம்போல் அனுப்பிவைத்தனர்.

விடிந்ததும் மாப்பிள்ளைக்குப் புதிய வேஷ்டி துண்டு தந்தனர். பிறகு இரவில், பெண்ணின் அண்ணன் தொழுவிலிருந்து பதினாறு பொட்டை, நான்கு சலவானை ஓட்டி வந்து நிறுத்தி மாப்பிள்ளை வீட்டார்களிடம் ஒப்படைத்தான். அதை மாப்பிள்ளையின் தம்பி எண்ணிப் பார்த்துத் தலை அசைத்தான். அதன்பின் ஒரு நார்க்கூடை நிரம்ப அரிசி, நாட்டுக் கோழி மூன்று, நல்லெண்ணெய், இன் னொரு பெட்டி நிரம்ப ரவைப் பணியாரம், அரிசிப்பணியாரம், ஒரு பெரிய வாளி நிரம்ப சாராயம், டிரங்க்பெட்டி அதில் பெண்ணுக்கான சேலைகள் ஆகிய அனைத்தையும் மாப்பிள்ளை வீட்டாரிடம் ஒப்படைக்க, அவர்கள் பெற்றுக்கொண்டு நடக்க ஆரம்பித்தனர். மாப்பிள்ளை வீட்டாரைத் தோப்பைக் கடந்து முக்கில் விட்டுவிட்டு வந்தனர்.

22

பெயர்ப் பதிவு முடிந்து துப்புரவாளர்களும் மேஸ்திரியும் அலுவலகத்திலிருந்து வெளியே வந்தனர். சாம்பல் நிறப் புடவை அணிந்திருந்த நாற்பது வயதைத் தாண்டிய பெண், அலுவலகத் தலைவாசல் தூணில் சாய்ந்து கால் நீட்டி வெற்றிலையின் காம்பைக் கிள்ளியெறிந்துவிட்டு அதன் ஈரத்தைக் குண்டிப்புறத்தில் தடவிக் கொண்டு சுருக்குப்பையில் மடக்கியிருந்த மற்றொரு வெற்றிலை யிலிருந்த சுண்ணாம்பை ஆட்காட்டி விரலால் எடுத்து வெற்றிலை யில் தடவி, அதனை மடக்கி ஏற்கனவே ஒதுக்கியிருந்த தெக்கம் பாக்கோடு சேர்த்து மென்று மென்று நாவை வெளிநீட்டி நுனியின் சிவப்பறிந்து ஆசுவாசமடைந்து, அதன் சாறை அவுன்ஸ், அவுன் ஸாக விழுங்கினாள். பற்றாக்குறைக்குச் சருகுத் தாளில் உருட்டி வைத்திருந்த தங்கமணி புகையிலையை ஒரு பிட்டு எடுத்து நாவின் அடிப்பாகத்தில் போட்டுக்கொண்டாள். ஆண்கள், கால்வாய் கரண்டி மற்றும் மண்வெட்டிகளை சைக்கிளில் வைத்துக்கொண்டு வேலைபார்க்கும் திசை நோக்கிச் சென்றனர். வெற்றிலை போதையில் கண்சுருங்கித் தனது வேலைக்குச் செல்ல எழுந்தாள் அந்தப் பெண்.

வேலைக்குச் செல்லும்முன் பலரும் தேநீர்க்கடையில் முட்டைக் கோசு, வெங்காய வடை சாப்பிட்டு டீ குடித்து முடித்து கடைக் காரரிடம் பத்துவளியை ஞாபகப்படுத்திவிட்டுச் சென்றனர். கடைக்காரருக்கு 'காலங் காத்தாலெ கடனா?' என்று எரிச்சலாக இருந்தாலும் அவர்களுக்கு இவர்களால் பெருத்த வருமானமே. இருந்தாலும் ஒரு சுணக்கமான பேச்சால் அவர்களை தினசரி கெஞ்ச வைப்பார்கள் கடைகாரர்கள். அவர்களுக்கு கெஞ்சுவது புதிதல்ல. நாளைக்குப் பணம் கொடுக்கக்கூடியவர்கள் அதிலும் தான் உண்ட பொருளுக்கு வட்டியோடு கொடுப்பவர்கள். "மவ ராசன் கேட்டதும் குடுக்குறாரு", என்ற திருப்தியோடு செல்வார்கள்.

வழக்கம்போல் பாலனும் அப்பாவும் டீக் கடையில் அமர்ந்து டீ குடித்துக்கொண்டிருந்தார்கள். அப்பா பேப்பரை எடுத்துவந்து மகனிடம் நீட்டி, “படிடா” என்றார். அவன் ஆரம்பிக்க, படிக்கக் கேட்பவர்கள் அவனருகே கூட, பாலனுக்குப் பாடம் நடத்தும் ஆசிரியர் நினைப்பு வந்துவந்து சென்றது.

பாலன் பேப்பரை மடக்கி பெஞ்சில் வைத்து, அதன்மீது ஒரு கல்லை வைத்துவிட்டு சைக்கிளை நகர்த்த இவர்களை நோக்கி ஒரு ரிக்ஷா வந்தது. வண்டியிலிருந்து முப்பது வயதுடைய நபர் இறங்கினார். மொட்டைத் தலையில் உருமாக் கட்டு, அய்ந்தரை அடி உயரம் இருப்பார்.

“இண்ணே, ஒங்களே பெருசு கூட்டியாறச் சொன்னாரு.”

அப்பா வலது கன்னத்தைச் சொறிந்தவாறு, “நீ யாரு” என்றார்.

“நா தெரியாதண்ணே?”

“சொன்னால்லெ தெரியும்.”

“பெருசுக்கு எல்லாமே நான்தான்.” உடனே அப்பா பாலனைப் பார்த்து, “டேய், நீ முன்னாடிப்போயி மளமளன்னு வேலயேபாரு. நா... செத்த நேரத்துல வாரேன்”, என்று சொல்லிவிட்டு வண்டியில் ஏற, வந்தவனும் ஏற வண்டி நகர்ந்தது. பெருசு வீட்டுவாயிலில் சென்று நின்றது.

கூப்பிட வந்த நபர் முதலில் இறங்கி வடக்கு வாசல் வழியாகச் சென்று, பின் திரும்பி வந்து அப்பாவை, “வாங்கண்ணே”, என்றான். அப்பா பழைய நினைவுகளை அசைபோட்டவாறு உள்ளே நுழைந்தார். அங்கே உடற்பயிற்சியில் ஐய்ந்தாறு நபர்கள் ஈடுபட்டுக்கொண்டிருந்தனர். ஒருவன் தண்டால், மற்றொருவன் புல்லப்ஸ், இன்னொருவன் சிட்டப்ஸ், பிறிதொருவன் வெயிட் அப்புறமொருவன் கர்லா என்று தங்களது உடலைச் சீர்படுத்திக்கொண்டிருக்க, அப்பா தான் விளையாடிய கருவிகளையும் தன் வியர்வை சிந்திய மண்ணையும் அதன் சுற்றுவட்டாரக் கோட்டையையும் பார்த்தார். அங்கு நடைபெற்ற கட்டைப் பஞ்சாயத்து; அதன்பின் ஏற்பட்ட மோதல் என ஒன்றன்பின் ஒன்றாக வந்து நினைவுகள் வட்டமிட்டுக்கொண்டிருந்தன.

“வாடா” என்ற குரல் அப்பாவைத் தெற்கே திரும்பவைத்தது. அப்பா உற்றுப்பார்த்தார்.

"என்னடா, புதுசா பாக்குறவன் மாதிரிலே பாக்குறே, ஒன்னோடையும் இந்த மண்ணோடையும் மல்லுக் கட்டியவன் தாண்டா, எப்படி இருக்க?"

"எதுக்கிய்யா வரச்சொன்னே?"

"ஏன்டா பதினெட்டு வருஷத்துக்கப்புறம் பார்க்கனும்முன்னு கூட்டியாரச்சொன்னா, பழசெ மறக்காம இருக்குயே. இந்தா பாரு, எல்லாத்தையும் நா மறந்துட்டேன், நீயும் மறந்துடு. கடைசி காலத்துல சொதந்தரமா இருக்க நெனைக்கிறேன். எதிரிகளே வேண்டாம்முன்னு நெனைக்கிறேன். மறந்துரு, எல்லாத்தையும் மறந்திட்டு வா பேசுவோம்", என்றபடி நாற்காலியிருந்து தரையிறங்கினார் பெருசு.

அப்பா கலங்கினார். இருவரும் மணல் பரப்பில் அமர்ந்தனர். சிறிய அமைதி, உடற்பயிற்சி முடிந்த இளைஞர்கள், முகம் கால் களைத் துடைத்தவாறு வெளியே போயினர். அப்பா ஆரம்பித்தார், "என்னையா, லீவுலே வந்திருக்கியா, இல்லே விடுதலையா?"

"இல்லப்பா லீவுலேதான் வந்திருக்கேன். இந்த சாட்சி சொல் றவன் கதவெ தட்டுனா, என் வீட்டுக் கதவு சுதந்திரமா தெறந்துடும்" எனச் சொல்லவும் அப்பா, "ஏய்யா, ஒன் ரத்தப்பசி தீராதாயா? விடுய்யா, ஒரு காலத்துலெ நடந்தா, அதெ அதோட விடாமே தொட்டுக்கிட்டே இருக்கணுமுன்னு பாக்குறே. செத்த முந்திதான் எல்லாத்தையும் விடுறேன்னு சொல்லிட்டு, மறுபடி செய்ய நெனச்சா எப்படியா?"

"அது இல்லடா. அவுங்களே அரட்டிவிடணும். இல்லைனா சிக்கலாப் போகும். செரி, என்ன நல்லா இருக்கீயா? ஒம் பொஞ் சாதி புள்ளைகளயெல்லாம் சொகமா?"

"ஆங்..." என அப்பா தலையாட்டினார்.

ஒருவன் கறுப்பு கேனையும் இரண்டு கண்ணாடி கிளாசையும் கொண்டுவந்து மத்தியில் வைத்தான். பெரியவர் மூடியைத் திறந்து இரண்டு கிளாசிலுயும் கலக்குமுட்டியை ஊற்றி, "இந்தாடா" என்றார்.

"யோவ் காலம் நேரம் தெரியாமே. எனக்கு வேல கெடக்குய்யா."

"ஏய், போடா ஒன் வேலையே பத்தி தெரியாதா? சாப்புடுடா."

அப்பா உடனே வாங்கி ஊற்றினார். காலியான கிளாசில் பெரியவர் ஊற்ற, குடிக்க, இவர் ஊற்ற, அவர் குடிக்க சடங்கு முடிந்தது.

"டேய், ஒன்னயே எனக்கு ஏன் புடுச்சுருக்குத் தெரியுமா? ஒன்ட்ட உள்ள திமுருடா. எவனையும் அசால்டா எதுத்துர்ரே, அதாண்டா" எனத் தோளைத் தட்டிக்கொடுத்தபடி, "செரி, நல்ல தொஞ்ச குட்டி தட்டச் சொல்லுறேன், கஞ்சியைக் குடுச்சிட்டுப் போடா."

"யோவ், ஒஞ் சோத்தே என்னைக்கு வேணாலும் திங்கலாம், ஓடியாப் போவுது. நா இன்னோரு வாட்டி வாரேன்" என்று எழுந்தார்.

"செரி வாரேன்யா, ஏய், குட்டியாவது புடுச்சிட்டுப் போடா."

"போய்யா, என்ட்டே இல்லாத குட்டியா, செரி வாரேன்", எனப் பெரியவர் நாடியைப் பிடித்துத் தடவிவிட்டுத் தள்ளாடி வெளியேற, கூட்டிவந்தவன் ரிக்சாவை நகர்த்தச்சொல்ல ரிக்சா நகர்ந்தது.

பாலன் முன்பாரில் அப்பாவையும் கேரியரில் அம்மாவையும் அமர்த்திக்கொண்டு பலமாக மிதித்து வந்தான். ஐம்பதடி தூரத்தில் ஓலம், கூட்டம் ஜன்னல் கண்ணாடிகளை உடைக்கும் சத்தம் கேட்டது. முன்னிருந்த அப்பா "ஏலெய், ஏலெய் நிறுத்துடா, எவன் இசுங்கினான்" என்றார்.

அம்மா, "ஏலெய், சகடம் வருசும் போல, பூரா பூத்தைகளும் கூருப் வைச்சிருக்காங்கே போவாத."

"ஏய் போழா" என்றபடி கம்பிவேலியைக் கடந்து பிண வறைக்குச் சென்றார். அருகில் சென்றதும் தெரிந்த முகங்கள். உடைந்த ஜன்னல் வழியாகப் பார்த்தார். வலது மண்டை பாதியாக வெட்டுண்டு பல்லைக் கடித்தபடி கிடந்தது உருவம். உடலெங்கும் பல தரப்பட்ட ஆயுதங்கள் விளையாடியிருந்தன. அப்பாவுக்கு உடல் சிலிர்க்க வெறித்து நின்றார். அம்மா விறுவிறுவென்றுவந்து அப்பாவை இழுத்துக்கொண்டு வெளியே போனாள்.

"ஏழா, யாரு தெரியுமாலா?"

"தெருசும் மாக்கபூத்தே பெரியமாக்கேன்ழா, நேத்து தான் மனுஷன் நொந்து போயி பேசுனான். அதுக்குள்ளயும் போட்டுட்டாங்கே, பூராம் சின்னச் சின்ன கருவுகதான் போட்டுச்சாம். ஒம் மவென் தன்டிதான், அச்சு பூத்தைக, கெப்புதுகே" என்று நகர்ந்தனர்.

"ம்" பெருமூச்சுவிட்டார் அப்பா.

"ஒரு வகைல நல்லவென்தான். ஒன்னா, மன்னா இருக்கறவனே இப்படி செஞ்சா யாரத்தான் நம்புறது. ஓய், ஓட்டுடா வண்டியே."

பாலன் சைக்கிளை மிதித்தப்படி அப்பாவிடம் கேட்டான், "யாருப்பா அந்தாளு? ஏன் வெட்டிட்டாங்கெ?"

“இந்தாளும் நானும் ஒண்ணுமண்ணாத்தான் ஒரு காலத்துலே இருந்தோம். நான் திருச்சிலேர்ந்து வந்த சமயம், ஒங்காத்தாவே கட்டலே. அப்ப ஒன்னவிட நாலு வயசு குறவா இருக்கும் எனக்கு. அவுங்க அப்பன், ஆறுமுகத் தேவரு காலத்துலருந்து சொன்னாத் தான் ஒனக்குப் புரியும்”, அப்பா சொல்லத் தொடங்கினார்.

ஆறுமுகத் தேவர் தனது ஒற்றை மாட்டுவண்டியின் மணிகள் கிணுகிணுங்க, மருதூர் அய்யனார் கோயில் முன்பாக வந்திறங் கினார். அய்யனார் கிழக்கு நோக்கி ஆங்காரமாகத் துருத்திய கண்கள், நீட்டிய நாக்கு முறுக்கேறிய உடலமைப்போடு நீண்டு, முனை மட்டும் மடங்கிய வீச்சரிவாள் காட்டி மிகக் கொடூரமாக நின்றிருந்தார்.

தலையில் கட்டியிருந்த உருமாவை அவிழ்த்துத் தனது இடுப்பில் கட்டிக்கொண்டு இரு கைகளையும் கூப்பித் தலைக்குமேல் தூக்கிய படி கண்களை இறுகமூடியபடி உதடுகள் அசைய ஏதோ முணு முணுத்தார் ஆறுமுகத்தேவர். பின் நெடுஞ்சாண்கிடையாகத் தரையில் படுத்து, அங்கும் இங்கும் மூன்றுமுறை உருண்டு மாட்டுவண்டியின் பின்புறம் வந்து மீசையைத் தடவியவாறு “ஏலேய்... ஏய், மடப்பய மவனே எந்திடா”, என்று திட்டும் குரல் கேட்டு எழுந்தான் கருப்பணன். நல்ல கறுப்பு, வாட்டசாட்டமாக இருந்தான். பதினெட்டுக்கும் பதினெழுக்கும் இடைப்பட்ட வயது. தூக்கச்சடவில் தடாபுடாவென எழுந்து நின்று முறுக்குவிட அவன் தசைகள் சடக்புடக் என்று சப்தம் எழுப்பின. உடனே அவனுக்காகக் காத்திராமல் ஆறுமுகத் தேவர் ஒருக்களித்து வண்டியில் தாவி உட்கார்ந்தார். எஜமான் அமர்ந்துவிட்டார் என்றுணர்ந்த காளைமாடு ஓடத் துவங்கியது. தேவர் கால் பெரு விரலால் மாட்டின் பின்புறத்தை நோண்டிவிட குதிரை பாய்ந் தோடியது. பின்புறமிருந்த கருப்பணன் கண்களைக் கசக்கியபடி உட்கார்ந்திருந்தான். வண்டியின் குலுங்கலில் இனி அவன் தூங்க முடியாது என்பது தேவருக்குத் தெரியும்.

வண்டி கோயில் ஓடையிலிருந்து நெடுஞ்சாலையில் ஏறியது. வழக்கமாக வந்துபோகும் பாதை என்பதால் மாட்டை விரட்டத் தேவையில்லை. தேவர் காதில் செருகியிருந்த தனுஷ்கோடி விலாஸ் சுருட்டை எடுத்து வாயில் கவ்விக்கொண்டு மடியிலிருந்து

எடுத்த டயர் தீப்பெட்டியிலிருந்து ஒரு குச்சியை எடுத்து அந்தக் குச்சியால் சுருட்டைக் கஷ்டப்பட்டுப் பற்றவைத்துப் புகையை உள்ளிழுத்துத் திரும்பி கருப்பணனைப் பார்த்தார்.

ஓணான் ஓடையில் ஏற்றிய ஈரமணலோடு கசாப்புக்கடைக்காரர் தெருவுக்கு, குஸ்திக்களம் நோக்கி வண்டி உருண்டுகொண்டிருந்தது. கல்குறிச்சியிலிருந்த ஆறுமுகத் தேவர் இருபத்தைந்து ஆண்டு களுக்குமுன் விருதுபட்டி கொப்புடையான் தேவர் மகள் செம் புளியை மணம்முடித்து, மறுவீட்டுக்கு வந்தவர், விருதுபட்டி யிலேயே மாமன் மச்சுனன் ஆதரவோடு புதுவாழ்வைத் துவக்கி னார். செம்புளிக்கு சீதனமாக நாற்பது ஏக்கர் நஞ்சையும் இருபது ஏக்கர் புஞ்சையும் ஒற்றை மாட்டு வண்டியும் கிடைத்தன. அதைக் கொண்டு சுகபோக வாழ்வைத் துவக்கினார். இரண்டு பெண் குழந்தைகளும் நான்கு ஆண் குழந்தைகளும் பிறந்து, வளரவளர ஆறுமுகத் தேவரின் பொருளாதாரம் மெல்ல சுணங்கியது. இது போக, மழையில்லாததால் அய்ந்தாரு வருடங்கள் விவசாயம் அதல பாதாளத்தில்.

கட்டெரும்பு ஊற கல்லும் கரையும் என்ற கணக்கில் ஆறுமுகத் தேவரின் நிலபுலன்கள் சேட்டுக்கடை லாக்கர்களிலும் செட்டியார் களின் இரும்புப்பெட்டிகளிலும் அடமானமாக அடைக்கலமாயின. நகைநட்டு, பொட்டுப் பொடுசுகளும் செட்டி நாட்டு ஆச்சிகளை அலங்கரிக்கச் சென்றுவிட்டன. எங்கு நோக்கினும் பஞ்சம் பஞ்சம்.

கையில் கிடைத்ததை எடுத்துக்கொண்டு கூட்டம் கூட்டமாக மக்கள் நாடு நகரங்களையும் வீடு வாசல் காடுகரைகளையும் விட்டுவிட்டுக் கால் வயிற்றுக்காவது எந்தக் கண்டத்திலாவது கிடைத்துவிடாதா என்ற ஏக்கப் பெருமூச்சுவிட்டு, யாருக்கு யார் ஆறுதல் சொல்வது, யார் கண்ணீரை யார் துடைப்பது என்று தெரியாமல் கூனிக்குறுகி, கங்காணிகளின் ஆதரவோடு கப்பல்களில் நாடு கடந்தனர். ஆனால், ஒரு சிலர் தலைமுறை தலைமுறையாகத் தலைமாடு, கால்மாடு காத்துச் சோறூட்டிய நிலபுலன்களை விட்டு விட்டுப் போவது, பால் குடித்த மார்பை அறுப்பதற்குச் சமம் என்ற ஏக்கத்தில் அங்கேயே தங்கிவிட்டார்கள். அப்படித் தங்கிப்போன மக்களில் ஆறுமுகத் தேவரின் குடும்பமும் ஒன்று.

எல்லாம் போக, ஒற்றை மாட்டுவண்டி மட்டும் அவருக்கு மிஞ்சியது. ஒற்றை மாட்டுவண்டியின் சக்கரம் உருளஉருள ஆறுமுகத் தேவரின் அன்றாட வாழ்க்கையும் உருண்டோடியது.

பெண் பிள்ளைகள் பருவத்துக்கு வரவும் மாமன் மைத்துனர்களை வரவழைத்துத் உண்டானதைக் கொடுத்து இரு மகள்களையும் கரையேற்றிவிட்டு, பொடனியில் கைகோர்த்து மல்லாக்க படுத்த போது ஆறுமுகத் தேவருக்கு அறுபது வயது கடந்துவிட்டிருந்தது.

நான்கு மகன்களில் மூன்று மகன்கள் மூன்று திசைகளுக்குச் சென்றுவிட்டார்கள். மூன்றாவது மகனான கருப்பணன் மட்டும் அப்பனோடும் ஆத்தாவோடும் தங்கிப்போனான். அப்பனுக்கு ஒத்தாசையாக மாட்டு வண்டிக்கு வந்துவிட்டான். ஒவ்வொரு நேரம், ஒத்தாசையாக இருந்தாலும் ஒவ்வொரு நேரம் வேலையில் சலிப்புத்தட்டி, ஒன்றும் சொல்லாமல் கொள்ளாமல் பாதி நேரத்தி லேயே வீடு வந்து சேர்ந்துவிடுவான். ஆத்தா செம்புளி எனக் கத்துவான். அவளை உலக்கை கொண்டு அடிப்பதுபோல் ஓங்கி விட்டு, சிநேகிதர்களை இழுத்துக்கொண்டு காடு, பரதேசம் என்று ஊர் சுற்றிவிட்டு, வீடுவந்து சேர்கையில் அப்பா அவனைப் புரட்டி எடுக்கையில் அப்பனையும் எதிர்த்துவிடுவான் கருப்பணன். அப் போது அப்பனும் ஒன்றும் செய்யமுடியாமல் செவனே என்று இருந்துவிடுவார். அந்த அமைதியில் கருப்பணன் மனமிரங்கி, “நாளப் பின்னே ஒழுங்கா வண்டிக்கு வாரேன்”, என்பான். ஆனால், காலங்காத்தாலே எழுப்பிவிடக் கூடாது என்று கண்டிசனும் போடு வான். வேறு வழியில்லாமல் ஆறுமுகத் தேவர் ஏற்றுக்கொள்வார். அதுபோல்தான் இன்று நன்றாகத் தூங்கிக்கொண்டிருந்த கருப் பணனை எழுப்பித் தூக்கக் கலக்கத்தோடு வண்டியிலேற்றி விட்டார். அந்தக் கோபம்தான் அவனுக்கு இன்னும்.

வண்டி சுடுகாட்டைத் தாண்டி ஏ.டிபி. காம்பவுண்டு வழியாக வெயிலுகந்தமன் பொட்டலை அடைந்து ராவுத்தர் கடையில் நின்றது. தேவரைப் பார்த்த கணத்தில், ராவுத்தர் இரு இலைகளில் மொச்சையைக் கொண்டுவந்து கொடுத்தார். வண்டியைவிட்டு இறங்காமல் அதில் இருந்தபடியே வாங்கி, ஒரு இலையைப் பின் பக்கம் மண் மீது அமர்ந்திருக்கும் மகனுக்கு நீட்டவும் அப்போது தான் தூண்டிவிட்ட லாந்தர் விளக்கின் வெளிச்சமாக கருப்பணனின் முகம் மலர்ச்சியடைந்தது. இவர்கள் தின்று முடிக்கவும் லாடச் செம்பில் தண்ணீர் கொண்டுவரவும் சரியாக இருந்தது. அதைத் தேவர் குடித்து மகனுக்குக் கொடுத்துவிட்டு, “ரெண்டு சாயா” என்றார். ஆளுக்கொரு வட்டாவில் கொடுத்தார் ராவுத்தர். ஆற்றி ஆற்றி உறிஞ்சிவிட்டு மடியிலிருந்து ஒரு காலணாவை ராவுத்தரிடம்

கொடுத்துவிட்டு மாட்டை முடுக்கினார். அது கிழக்கு நோக்கி ஓடியது.

நாயக்கமார் சாவடியைக் கடந்து ஏ.பி. சண்முக நாடார் தெரு வழியாக கசாப்புக்காரர் தெருவின் மையப்பகுதியில் உள்ள வண்ணார் குடியிருப்பு வாசலில் வண்டி வந்து நின்றது. ஆறு முகத்தேவர் இடது ஓரமாக வண்டியை நிறுத்திவிட்டுக் கீழே குதித்தார்.

வண்டிச் சத்தம் கேட்டு முத்து வஸ்தார் பயிற்சிக்களத்திலிருந்து வெளியே வந்தார். பாகவதர் போன்று தோள்பட்டையில் புரளும் சடைமுடி நெற்றியில் ஒற்றை ரூபாய் அளவுக்குச் செந்தூரம், அகன்ற மார்பு, உரமேறிய புஜங்கள், அடுக்கடுக்கான வயிற்று மடிப்பு, சிவப்பு நிற லங்கோடு இவைதான் முத்து வஸ்தார். வர்மக்கலை, சிலம்பு, வாள்வீச்சு, கம்பிச்சுருள் சுழற்றுவது இவை யனைத்தையும் தூக்கிச் சாப்பிடும் குஸ்தி விளையாட்டு, பாட்டன் முப்பாட்டன் காலந்தொட்டே முத்து வஸ்தார் குடும்பம் இவற்றை யெல்லாம் தன்னை அண்டிவரும் மாணவர்களுக்குச் சொல்லிக் கொடுத்து வந்தது. எங்கெல்லாம் மற்போர் போட்டி நடக்கிறதோ அங்கெல்லாம் அவர்களை அழைத்துச்சென்று போட்டியில் கலந்து கொள்ளச் செய்து வெற்றியோ தோல்வியோ இடைவிடாமல் பயிற்சி அளித்து வருபவர்தான் முத்து வஸ்தார்.

"வாங்கப்பா... நல்ல மண்ணுதானே... பயல்க கீழே மேலே விழுந்தா காயமாகிப்புடக் கூடாது. அதான்ப்பா கேட்டேன். கோவிச்சிக்கிடாதீங்க" என்று பொக்கைவாய் காட்டிச் சிரித்தார். அவருக்கு முன்பற்கள் இரண்டு கிடையாது. தேனியில் நடந்த மற்போர் போட்டியில் எதிராளி முட்டியதால் பற்கள் உடைந்து போயின. முட்டியவனுக்குத் தலையில் ஏழு தையல், அவனுக்கு ஆறியிருக்கும். ஆனால், வாத்தியாருக்குப் பற்கள் போனது போனது தான்.

"யோவ் வாத்தியாரே, மண்ணுலே என்ன நல்ல மண்ணு கெட்ட மண்ணு, பெத்த தாயிலே, நல்ல தாயி கெட்ட தாயி இருக்காலே", என்று கொஞ்சம் கடுமையாகவே ஆறுமுகத்தேவர் கேட்டார்.

முத்து வஸ்தார், "என்னப்பா, இதுக்கெல்லாம் போயி..." என்று இழுத்தார்.

உடனே வண்டியிலிருந்து மாட்டை விடுவித்துவிட்டு வண்டியின் முன்பகுதியைத் தூக்கிவிட்டார். பின்னாலிருந்த மணல் சரிந்தது. பக்கவாட்டில் அண்டியிருந்த மணலை மண்வெட்டியைக்கொண்டு வெட்டி இறக்கிவிட்டான் கருப்பணன். வண்டியிலிருந்து மணல் வெளியேறியவுடன் மாட்டைக் கொண்டுவந்து பழையபடி கட்டினார் முத்து வஸ்தார். பயிற்சியாளர்கள் உண்டியலில் போடும் காலணா அரையணா சில்லரைகளைப் பொறுக்கி, எட்டு ரூபாய் எண்ணி ஆறுமுகத் தேவரிடம் கொடுக்கவும் அதை அவர் வாங்கி, மடியில் செருகியிருக்கும் நீண்ட காக்கி நிறப் பையை அவிழ்த்து அதில் போட்டுக்கொண்டு மீண்டும் மடியிலேயே செருகிக்கொண்டு கருப்பணனைப் பார்த்தார். அவனைக் காணவில்லை. அவருக்குத் தெரிந்துவிட்டது, வேதாளம் முருங்கை மரம் ஏறிவிட்டது என்று. மெளனமாக மாட்டை முடுக்க அது மெல்ல நகர்ந்தது. "ஆண்டவன் உலகத்தில் முதலாளி", வி.பி.எஸ். வீட்டு கிராமபோனிலிருந்து பாடல் காற்றில் பரவிக் கொண்டிருந்தது.

கொட்டிய மணல், முத்து வஸ்தாரின் கட்டளைப்படி அங்கிருந்த ஆட்கள் மூலம் வரிசைக்கிரமமாக வாசலிலிருந்து பிரம்புக்கூடைகளில் களத்திற்குக் கைமாறிக் கைமாறி இறுதியாக வாத்தியார் கைக்குச் சென்றவுடன் அவர் களத்தில் விசிறி அடிக்க, இரண்டுபேர் அதை அங்குமிங்குமாகக் காலால் பரசிவிட்டனர். மற்றொருவர் மணலை அரித்துக் கூழாங்கற்களையும் சிற்சில சோவிகளையும் நத்தைக்கூடுகளையும் தனியாகப் பிரித்து அப்புறப்படுத்தினார். களம் கால்பதியும் அளவுக்குச் சற்றே மேலேறியது. இன்னும் இரண்டு மூன்று வண்டி மணல் தட்டவேண்டியது வரும். ஏற்கனவே பேசியபடி ஆறுமுகத் தேவர் அடுத்த நடையைக் கொண்டு வந்தார்.

அப்பாவும் சீனிநாடாரும் முத்துவஸ்தார் பள்ளிக்கூடத்திலே பயிற்சி எடுத்தார்கள். வாத்தியார் கண்ணைக் காட்டிவிட்டால் போதும் மல்லுக்கு நிற்பார்கள். "ரெண்டுபேரும் மல்லுக்கட்ட ஆரம்பிச்சோம். அந்தப் பள்ளிக்கொடத்துலே மொத்தம் பதினெட்டு பேர். அதுல நல்லா வெளையாட்டுன்னா அது சீனிக்கும் எனக்கும்தான். வாத்தியார் ரெண்டு பேத்தையும் எதுக்க எதுக்க நிக்கச்சொல்லி ஒன்னு ரெண்டுன்னு எண்ண ஆரம்பித்தார். நானும் சீனியும் தொட்டுக் கும்புட்டுட்டு வெளையாடத் தொவங்கினோம்.

சோத்தாங்காலெ முன்னாடி நல்ல செமத்தியா ஊன்டிக்கிட்டு நொட்டாங்காலேப் பின்னாடி ஊன்டியபடி ரெண்டு பேரு கைகளையும் கோர்த்துக்கிட்டு ஒருத்தரு பக்கம் ஒருத்தரு மடக்க பலம் போட்டோம். ரெண்டு பேரு பல்லும் நரநரன்னு ஓடஞ்சு நொறுங்குவது போல சத்தம் கேக்க கண்ணாமுழிகள் பிதுங்க கால் ரெண்டும் நடுநடுங்க, ஒருத்தரு தலை இன்னொருத்தர் தலையோட முட்டக் கூடாது, மோதக் கூடாது, ஓடம்பும் ஓரசக் கூடாது. இப்படி ஒருத்தரே ஒருத்தரு பலம்கொண்டு அவரவர் பக்கம் இழுத்து, கைய மடக்கி வாத்தியார் பத்து எண்ரதுக்குள்ள ஆளத் தூக்கி எறியணும். ஒருவன் எண்ண ஆரம்பிச்சான். ரெண்டுபேருமே நல்ல கருத்தநெறம். ஆனாலும் அவுங்க உடம்புலே இருக்குறே நரம்புக பொடச்சி செகப்பா தெரிய ஆரம்பிச்சிருச்சி. அவுங்க மல்லுக்கட்டுரது மாதிரியே ஒக்காந்து பாத்துக்கிட்டிருக்குற மத்த பயல்களும் மல்லுக்கட்டுரது மாதிரி பாவலா காட்டுனாங்க. எட்டு எண்ணியதும் சீனியை என்பக்கம் சுண்டியிழுத்து முட்டித் தூக்கி விட்டபோது பத்தடிக்கு அப்பாலே போயி விழுந்தான். எல்லாரும் கை தட்டினாங்க. வாத்தியார் என்னைத் தட்டிக்கொடுத்து, அடுத்து யார்னு கேட்டார். அப்போ அந்தக் கூட்டத்தில இருந்து நான்னு ஒரு கறுப்பு உருவம் கைதூக்கிச்சு. அதப் பாத்ததும் வாத்தியாருக்கு கையும் ஓடலே காலும் ஓடலே. அப்புறம் சுதாரிச்சிக்கிட்டு, “ஏம்பா, நீ ஆறுமுகத்தேவரு மவன்ல, அவருகூடப் போவலையா...” அவென் தலையாட்டி இல்லைன்னான்.

செரி செரி, வா விளையாடு. ஆனா பயிற்சி வேணும்பா, இல்லாட்டி ஏடாகூடமா ஏதாச்சும் ஆகிப்போகும். அதனால கொஞ்ச நாளைக்கு இங்க வந்து இந்தப் பயல்களோட சேந்து பயற்சியெடுத்துக்கோ, அப்புறம், நீ நெனச்சவனோட மோதலாம்னு வாத்தியார் சொன்னார். ஆனா, அத அவன் கேக்குறாதா இல்லை. எந்தவித பயமுமில்லாம நெஞ்ச நிமுத்திக்கிட்டு “யார வேணாலும், எங்கூட மோதச் சொல்லுங்க”ன்னான். அதப் பாத்ததும் வாத்தி யாருக்குக் கொண்டாட்டமாகி “இம்புட்டுத் தைரியமா மல்லுக்கு நிக்கிறானே, தன் மேலே அம்புட்டு நம்பிக்கை வைச்சுருக் கானே”ன்னு வாத்தியருக்குத் தாங்கமுடியாத சந்தோஷம். வாத்தி யார், அவன தட்டிக்கொடுத்து, ஏய் இவன்கூட மோத யாரு வரான்னதும் கூட்டத்தில நானு நானுன்னு ஆளாளுக்குக் கைதூக்குனாங்க. உடனே மயில்சாமியை வாத்தியார் கூப்பிட்டாரு.

அவன் கைகால்கள உதறிக்கிட்டு கழுத்த அப்படியும் இப்படியுமா ஆட்டிக்கிட்டுக் கருப்பணன ஒரு பார்வ பாத்தான்.

ரெண்டு பேரையும் வாத்தியார் நிறுத்தி விளையாட்டத் துவக்கி வச்சாரு. ஒன்னு ரெண்டுன்னு அவரே எண்ணினாரு. அஞ்சு எண்ணவும் மயில்சாமி கருப்பணன களத்திலிருந்தே தூக்கிப் போட்டுட்டான். விழுந்து எழுந்த கருப்பணனுக்கு அவமானம் தாங்கமுடியலை. மயில்சாமி ஒரே குதியாட்டம் போட்டுக்கிட்டு இருந்தான். எல்லாரும் ஆய்பூய்ன்னு கத்தினார்கள். படக்கின்னு எழுந்திருச்சான் கருப்பணன். மயில்சாமி நெஞ்சோடு ஒரு முட்டு முட்டித் தூக்கிவிடவும் மயில்சாமி அலாக்கா போய் விழுந்து கிடந்தான். இத யாரும் எதிர்பாக்கல. உடனே மயில்சாமியும் படக்குன்னு எந்திருச்சுவந்து அவனை எத்த இவன் எத்தன்னு சண்டமொற மாறிப்போச்சு.

வாத்தியார் கருப்பணனப் புடிச்சு நிறுத்த அவன் நிக்கிறதுமாதிரி தெரியல. சும்மா துள்ளிக்குதிச்சான். பாத்தார் வாத்தியார். கருப் பணன லாவிப்புடுச்சி என்ன செஞ்சாருன்னு தெரியல, பொத் தடின்னு விழுந்தான். கொஞ்சநேரம் எல்லோரும் அமைதியா இருந்தாங்க. கருப்பணன் களத்தில நிலைகுலைந்து கெடந்தான். அவன் எந்திரிக்க முடியாமக் கிடந்தப்போ வாத்தியாரே அந்தப் பிடிய அவிழ்த்துவிட்டார்.

அதாவது வர்மப்புடி போட்டதில பய தடுமாறிட்டான். "இப்போ தெரியுதா, இது நீ நெனச்சபடி விளையாட சடுகுடு இல்லே, குஸ்த்தி தம்பி, குஸ்த்தி. கர்ணம் தப்புணா மரணம். அடங்காமே திரியுறவனுகளுக்கு போடுரே விலங்குக்குப் பேருதான் வர்மம். அத யாரு போடுறாங்களோ அவுங்கதான் எடுத்தும் விடணும். இல்லாட்டி தொழில் தெரிஞ்சவனா இருக்கணும். புரிஞ்சுச்சா, எதுலயும் அவசரப்படக் கூடாது, எதையும் மொறையா கத்துக்கணும். அப்புறம் ஒன் வித்தையயெல்லாம் காட்டு. எனக்கு பலசாலிகளவிட புத்திசாலிதான் வேணும்." அவனுக்கு மூஞ்சியில் அடிச்சதுமாதிரி ஆயிட்டது. அப்புறம் நாளாக நாளாக எல்லா விளையாட்டுகளயும் மொறையாக் கருப்பணன் கத்துக்கிட்டு முத்து வஸ்தாரின் வாரிசுகளில் ஒருவனா உருவானான்.

23

ஒத்த மாட்டுவண்டியை வைச்சி ஓடி ஓடி உழச்ச ஆறுமுகத் தேவருக்கு வயசாகிப்போனது. அதனால சீக்கும் வந்தது. எப்பேர்பட்ட வைத்தியமெல்லாம் பாத்தும் ம்ஹூம், ஒன்னும் சட்டம்பண்ணல, மச்சி வீட்டுக்குள்ள போயி நெஞ்சப் புடுச்சிக்கிட்டுப் படுத்தவருதான் மறுநிமுசமே மண்டைய போட்டுட்டார். அப்புறம் அவரோட பட்டத்த கருப்பணன் எடுக்க ஆரம்பிச்சுட்டாரு. கருப்பணன்னு பேர்சொல்லி கூப்பிட்டவ னெல்லாம் கருப்பணத்தேவருன்னு கூப்பிட ஆரம்பிச்சிட்டான். அப்புறமென்ன ஒத்த மாட்டு வண்டி, ரெட்ட மாட்டு வண்டியா மாறுச்சு. இராசலட்சுமி சினிமா கொட்டகைக்கு அப்போ பேரு நியூ முத்து டாக்கீஸ். அதுலே எம்சாரு படம் படகோட்டிய பாத்துட்டு தேவரு மாட்டு வண்டியே ஓட்டுக்கிட்டே மொத கேட்ட தாண்டிவந்தார்.

அப்போ இரயில்வே குட்செட்டுலே வந்திறங்குற மூட்டை களயெல்லாம் அவருதான் ஏத்த இறக்க இருந்தாரு. அப்புறம் நம்ம படேல் ரோட்டுலே இருக்கிற குடோன்லையும் அவரும் அவராளு களும்தான் மூட்டைகளை ஏத்த இறக்க இருந்தாங்க. தேவருக்கு ஒரு வண்டி, மூனு நாலு வண்டிகளா மாறுச்சு. அதனால அத்தன வண்டிக்கும் ஆள்போட்டார். தொழில், சூடுபிடிக்க ஆரம்பிச்சது. பணப்புழக்கம் கூடிச்சு. பலமும் கூடிச்சு. எந்நேரமும் பத்து முப்பது பேர் தேவரச் சுத்தியே இருந்தாங்க. ஊருக்குள்ள எங்க லோடு ஏத்த வேணும்னாலும் இறக்கணும்னாலும் தேவராளுகதான் ஏத்த எறக்க வேணும். இத மீறி யாரும் எந்த மொதலாளிமாருகளும் தொழில் செஞ்சுக்கிடமுடியாது. அப்படி சொந்த வண்டி வச்சி அடிக்கிறவன் பாரம் ஏத்துனா வாங்குன கூலிலே தேவருக்கு ஒரு பங்கு வந்து சேர்ந்திடணும். இல்லாட்டி அவன் வண்டியும் மாடும் தேவர் வீட்டுத் தொழுவத்தில நிக்கும். அவன் உடம்பு ஆலமரத்துலயோ அரசமரத்திலயோ முதுகுத்தோல் உரிஞ்சு ஈ மொச்சிக்கிட்டிருக்கும். இத எவனும் அவ்வளவு சுலபமா எதுத்துக் கேட்டுப் பஞ்சாயத்துப் பண்ணிட முடியாது.

ஆனா குட்செட்ல மட்டும் தேவர் கண்ணுலே மண்ணப் போட்டுட்டு, அடிக்கடி வேற ஊருக்காரங்க மூட்டைகளக் கள வாண்டுட்டுப் போனாங்க. தேவர் எவ்வளவு முயற்சிபண்ணியும் புடிக்கமுடியல. தேவருக்கே விளையாட்டுக் காட்டிக்கிட்டு இருந்த நேரம். குட்செட்ல களவு போகப்போக வியாபாரிகளும் முதலாளி களும் ஒன்னுகூடிப் பலமுறை களவு பற்றி உளவு பாத்தும் ஒன்னும் அகப்படல. குட்செட்ல அதிகமான சரக்கு வத்தல் மட்டும்தான். அதனால வத்தல் கிட்டங்கி மொதலாளி ரவியும் இன்னும் நாலஞ்சு முதலாளிகளும் தேவர நேராப்பாத்து, 'தேவரே, இந்த குட்செட் ஒங்கது, என்ன பண்ணுவீங்களோ ஏது பண்ணுவீங்களோ தெரி யாது, இனிமே ஒங்க பாதுகாப்புலே இந்தச் சரக்குகளயெல்லாம் ஒப்படைக்கிறேன். எங்கச் சரக்குகளுக்குப் பாதுகாப்பு ஒங்க கையிலேதான் இருக்கு. ஒங்களவிட்டா எங்களுக்குப் பாதுகாப்பா வேறாரும் தெரியலே'. அவரும் தன் சொத்த பாதுகாப்பதுமாதிரி ராவும் பகலும் பாதுகாத்தாரு. முதுகுக்குப்பின்ன வீச்சரிவாள், இடுப்புல சூரிக்கத்தி, கையில வேல்கம்புன்னு இப்படி சொமந்து கிட்டுக் கொட்டான் கொட்டானு முழிச்சிக் காவக்காத்தார்.

ஆனா சம்பவத்தன்னக்கி நியூ முத்து டாக்கீஸ்ல படகோட்டி படம் போட்டிருந்தாங்க. அந்தப் படத்துக்கு, மறந்து ரெண்டாவது ஆட்டத்துக்கு தேவர் போயிட்டார். அந்தப் பட நெனப்புலயே வண்டிய ஓட்டிக்கிட்டு மொத இரயில்வே கேட், கரண்டாபீஸ், எம்.எஸ்.பி.நாகரத்தினம் பஞ்சாபிஸ் தாண்டி கோன்பாக்டரி வழியே ஏறய நாயக்கர் ஊரணி பக்கமா புத்துக்கோயில் ஓடையிலே எறங்கி பழைய இரயில்வே காலனிக்கு வந்து நின்னுச்சு. ஜோலியே முடிச்சிபுட்டு வண்டி நிக்கும் எடத்துலே வந்து பார்த்தா வண்டியும் காணாம், மாட்டையும் காணாம்.

வெடவெடத்துப்போன தேவர், 'ஒக்காளி, ஆட்டக் கடிச்சி மாட்டக் கடிச்சி, கடசிலே நம்ப மடியிலேயே கை வைச்சிட் டாங்களே'ன்னு வேகுவேகுன்னு நாலு எட்டுக்கு பன்னன்டு எட்டா போட்டு நடந்தாரு. சித்திர மாசங்கிறதுனால நிலா வெளிச்சம் சும்மா ஜம்முன்னு இருந்துச்சு. காலனிய தாண்டி, மானாமதுர பிளாட்பார குட்செட் பகுதிக்கு வந்து பார்த்தா தேவருக்கு ஜிவ்வுன்னு தலைக்கு ஏறுச்சு. ஏன்னா களவான்ட மூட்டைகளையெல்லாம் தேவர் வண்டிலேயே ஏத்திக்கிட்டிருந் தாங்க.

தேவரு, வேஸ்ட்டிய உருவி இடுப்புலே இருக்கிக் கட்டிக்கிட்டு, லங்கோடோட ஓடிவந்து வண்டி முன்னால நின்னிருக்கார். அன்னிக் குன்னு பாத்து அவரு கையிலே சாமான், சட்டுன்னு எதுவும் இல்லே. இருந்தாலும் முத்து வஸ்தார் சொல்லிக் கொடுத்த பல வித்தைகளும் பல களங்கள்ல பலரத் தூக்கி வீசின அசாத்திய தைரியமும் தேவருக்குத் தெம்பு தந்துச்சு. அவரப் பாத்த உடனே ஒருவன் வேல் கம்பை அவர் அடப்பை பார்த்து வீசி இருக்கான். அதே அவரு பொறங்காலோட தட்டிவிட்டார். அப்புறம் மள மளன்னு பத்து பதினாறு பேர் சுத்திவளச்சிட்டாங்களாம். ஒருத்தன், அரிவாளோட அவர் கழுத்துலே போட வர அத அப்படியே கக்கத்தில் வாங்கி இடுக்கிக்கிட்டு, அவன் அடிவயித்துல எத்தி யிருக்கார். அப்புறம் ஒருத்தன், வேல் கம்ப அவர் நெஞ்சுக்கு நேரா வீச அத அப்படியே புடுச்சிக்கிட்டு சிலம்பு சுத்த ஆரம்புச்சுட்டார். விர், விர்னு கம்பு சுழண்டு சுழண்டு பறக்க ஒருபய பக்கத்துல நெருங்க முடியலயாம். பொறுத்துப் பொறுத்து பார்த்த கும்பலு கல்லே கரடே கொண்டு எறிய ஆரம்பிச்சு இருக்கு. ஆனா, ஒரு கல் கூட அவர் தெறயத்துலே படலே.

சிலம்பாட்டத்துலே எதக் கொண்டு தாக்குனாலும் கம்பு சுத்துர ஆளு மேலே படக் கூடாது. அதுதான் கம்பாட்டத்தோட சிறப்பு. தேவரின் விளாசல் கண், காது, மூக்குன்னு சும்மா கண்ணா பிண்ணான்னு அடி விழுந்துருக்கு. அடிய வாங்கிக்கிட்டே ஒருத்தன் பக்கத்துல வர அவன பந்து எத்துரதுபோல ஒரு எத்து, எட்டிப் போயி விழுந்தான். தாக்குப்பிடிக்க முடியாம ஒவ்வொருத்தனா ஓட்டத்துக்குத் தயாராகிக்கிட்டு இருக்கிறப்போ தேவரோட காலுல ஒருத்தன் விழுந்து வாரிவிடப்பாக்கையில, வேல் முனை கம்பால இன்னொருத்தன் பின்னால இருந்து குத்த முயல, அவர் படக்குன்னு உருண்டு போக, அந்த வேல்முனை தேவரின் இடுப்பில் ஒட்டி வெளிவந்தது. அதான் தாமஸம், ஓடனுமுன்னு நெனச்ச பயலுக செல் அப்புனது மாதிரி அவர்மேல புரண்டு, கங்கு கரையில்லாம கொளுத்த ஆரம்பிச்சுட்டாங்க. தேவருக்கு, நாய் குதறினது போல காயம். மண்டைய வேற ஒடச்சுப்புட்டாங்க.

அந்த நேரத்துல நான் திருமங்கலம் போயி ஒங்கப்புச்சிய பாத்துப்புட்டு இரயிலிலே வந்து எறங்கி புத்துக்கோயில் வழியாப் போவோம்முன்னு மானாமதுர பிளாட்பார பக்கமா தச்சேலா வர, அங்க இம்புட்டும் நடந்துகிட்டிருக்கு. எட்டத்துலே இருந்தே, அது

தேவருதான்னு தெரிஞ்சுகிட்டேன். அவ்வளவா பழக்கமில்லாட்டியும் முத்து வஸ்தார் பள்ளிக்கொடத்துலே ஒன்னாமண்ணா தொழில் கத்துக்கிட்டவங்கள்ள, அதான் நானும் சண்டையிலே கலந்து கிட்டேன். என் கையிலேயும் ஒன்னுமில்ல. கையில ஒன்னு மில்லாமே கும்பல்லே சிக்கிடக் கூடாதுன்னு யோசிச்சேன்.

தண்டவாளத்துலே மொக்க மொக்க கருங்கல் கெடந்துச்சி. தலைப்பாகைய அவுத்து அதுலே கல்லுகள அள்ளிப்போட்டு நல்லா இறுக்கிக் கட்டிக்கிட்டு உள்ள புகுந்து கண்ணுக்குத் தெரி யாம விட்டு விளாசினேன். கும்பலுக்கு மண்டை, கைகால்ன்னுட்டு அடிவிழவும் அவங்க தடுமாற தேவரு சுதாரிச்சுக்கிட்டு உதவிக்கு ஆள் வந்த தெம்புலே முழு தெம்போடு களத்துலே எறங்க, வக்காளி ஒரு பயல தப்பிக்கவிடலே. மாறிமாறிப் போட்ட போடுலே விட்டாபோதும் சாமின்னு கும்புட ஆரம்புச்சுட்டாங்க. எல்லாப் பயல்களையும் குட்செட் குடோனுக்குள்ளபோட்டு அடச்சிவச்சி விடியவும், இதுவர களவு கொடுத்த வியாபாரிமார்கள் கிட்டே ஒப்படச்சோம்.

அவங்க திருட்டுக் கும்பல போலீஸில ஒப்படச்சிட்டு, தேவ ருக்கும் எனக்கும் நன்றி சொன்னாங்க. அதுலே இருந்து தேவருக்கு முதலாளிக மத்திலே நல்ல பேராகிப்போச்சி. அப்புறம் குட்செட் மட்டுமில்ல எல்லா குடோன்களுக்கும் தேவரே காவலுக்கு நிக்கணும்முன்னு மொதலாளிக சொல்லவும் தேவரும் ஒப்புக் குட்டுப் பட்டாளத்துக்கு ஆள் எடுப்பதுபோல நல்ல தெறஞ்ச பயல்களை ஆளெடுத்துக் காவலுக்குப் போட்டாரு.

பகலுலே குட்செட் குடோனில கங்காணி வேல, ராவுலே காவக்கார வேலன்னு இருந்ததுனால நல்லா காசு பொழங்க ஆரம்பிச்சது. உசுர காப்பாத்தினவன்னுட்டு எம்மேல தேவருக்குத் தனிப்பிரியம் வந்திருச்சி. அன்னேலேருந்து பயிற்சிக்களத்துலே ஒன்னாவே விளையாட ஆரம்பிச்சோம். என் விளையாட்டப் பார்க்கையிலே தேவருக்கு என்மேல பொறாமே ஏற்பட்டுடுச்சி. ஏனா அவருக்குச் சமமா நான் வெளையாடுனேன். இருந்தாலும் அதெ வெளியே காட்டிக்கிடமாட்டாரு. நான் விளையாடுறதப் பாத்து பெருமையா சொல்லிக்கிடுவாரு.

செலநேரம் இந்த கொறப்பயலே எப்படி மண்ண கவ்வ வக்கனுன்னு அவர் யோசிக்கையில, நான் என் தாடைய சொறிவேன். அதோட அர்த்தம் தேவருக்குத் தெரியும். அத சமாளிக்க, “டேய், பாண்டி

மறவனும் கொறவனும் ஒன்னு, இத மறந்தவன் வாயிலே மண்ணுடா", என்று சொல்லறப்போ நான் மயங்கிப்புடுவேன்னு நெனைப்பான் மனுஷன். நா எப்படி ஆளு, அவனுக்குள்ள நெளிவு சுளிவு எனக்கும் இருக்காது. அப்புடியா செரியான்னுட்டு மறுபடி நாடியச் சொறிவேன். மனுஷன் அப்படியே வேற பேச்சுக்கு மாறிக்கிருவான். ஆனாலும் நா அந்த ஆள முழுசா நம்பமாட்டேன். ஏன்னா, என்னத்த இருந்தாலும், அவன் கள்ளன் என்பத காமிக்கும்போது, நாம ஜாதிக்குறவனா நடந்துகிட வேண்டாமா? அதனால, பட்டும் படாமயும் தொட்டும் தொடாமையுமாப் பழகிடுவேன். ஏன்னா, அந்த ஆளச்சுத்தி இருந்தவன் பூரா அவரு ஆளுகதான். ஆனாலும், என்ன கூடவே வைச்சுக்கிட்டாரு, விளை யாட்டுக்கான சினேகிதமுன்னு பழகிட்டு காலத்தே ஓட்டினேன்.

முத்து வஸ்தாருக்கு வயசாகிப் போனதால லேசா தவங்க ஆரம்பிச்சார். அதனால பள்ளிக்கொடம் அவ்வளவா நடக்கலே. அதுக்கு பதிலா தேவர் வீட்டுக்கு முன்னாடி உள்ள காலி எடத்துல, களம் தயாரானதும் நைட்டும் பகலும் களத்துலே அசலூர்காரங்க கூட விளையாட ஆரம்பிச்சங்க. அதனால முத்துவஸ்தார் எடத்தே தேவரு தக்க வச்சுக்கிட்டாரு. இதனால களத்துக்கு விளையாட வந்தவங்க தேவர குருவா நெனச்சாங்க. நாளாக நாளாக, அவரு என்ன சொன்னாலும் ஏனுன்னு கேக்காம கண்ணே மூடிக்கிட்டுச் செய்ய ஆரம்பிச்சாங்க. களம் கொஞ்ச நாளுலே பஞ்சாயத்துக் களமாக மாறிப்போச்சி. ஊர் மொதலாளிமார்லே இருந்து, மூட்டை தூக்குறவன் வரைக்கும் யாரா இருந்தாலும் தேவரின் தீர்ப்புத்தான் ஒசத்தியானது.

பாலன் கதையைக் கேட்டப்படி சைக்கிளை பலமாக மிதித்தான். புதுத்தெரு கடந்து போடட்டா பங்களா அருகில் வரவும், பாலன் அப்பாவைப் பார்த்து, "தேவரு, என்ன வெளையாட்டு வெளயாடு வாரு." "காலங்காத்தால நாலுமணிக்கெல்லாம் அந்தாளு விளை யாட்டுப் போட ஆரம்பிப்பான். எனக்கு அப்படி கெடையாது. நம்ம பொழப்புத்தளப்பே பாத்துகிட்டு மிச்ச நேரத்துலேதான் வெளயாட்டுப்போடுறது. ஒருநா தெரியாமப்போயி அவன் விளை யாட்ட பாக்கணுமுன்னு விருசமரத்துலே ஏறி ஒக்காந்துகிட்டு கண் காணிக்க ஆரம்பிச்சேன். தேவர், நல்ல குளிச்சியான குருமணல்ல சம்மனங்கால் போட்டு கண்களை மூடி தியானம் செய்றது போல ஒக்காந்து, வாய் அசச்சார். எங்க குருநாதரு முத்து வஸ்தாரே

நெனச்சிருக்கணும்முன்னு நெனைக்கிறேன். அப்புறம், எந்திருச்சி கைகால்களை உதறிவிட்டுட்டு மண்ணத்தொட்டு வணங்கிட்டு வெளையாட்டே போட்டான் மனுஷன். சும்மாச் சொல்லக் கூடாது. காலம்பொற நாலுமணிக்கு ஆரம்பிச்சி ஏழுவரை வெளையாடுவான்.

24

கருத்த கட்டையான உருவம், கெண்டைக்கால் சிறுத்துத் தொடை பெருத்திருந்தது. அளவான அடிவயிற்றில் அடுக்கடுக்கான படிக்கட்டுகள். முதுகு விடலைப் பனை விசிறி போல் விரிந்திருந்தது. தேவர் எழுந்துநின்று கை கால்களை நன்கு உதறிவிட்டு, நிமிர்ந்த நிலையில் கைகளை மேலே தூக்கி முட்டி முன்பக்கம் வளையாமல், அப்படியே இடுப்புவரை முன் வளைந்து மீண்டும் நிமிர்ந்து ஒரு இருபதுமுறை பயிற்சி செய்தார். பின் வலதுகையை, முன்பின் தலா பத்துமுறை மிகவேகமாகச் சுற்றிவிட்டு, மேலும் கீழுமாக எம்பி எம்பிக் குதித்தார். பின் கைகளை முன்நீட்டிப் பின்புறம் குதிகால்களில் தட்டும்படி கால் மடக்கிக் கால் குத்த வைத்துக் குத்தவைத்து நூறுமுறை எண்ணிக்கொண்டு பயிற்சி செய்தார். இரு தொடையின் தசைகளை இறுக்கமாகவிட்டு, மண்ணில் குப்புறப்படுத்து முட்டிபோட்டு, மார்பிலிருந்து ஒரு முழம், ஒரு சாண் அளவுகளின்படி இருகைகளையும் ஐந்து விரல்களால் மணலில் ஊன்றித் தம் கட்டி தம் கட்டி ஐம்பது தண்டால் போட்டு புஜங்களைப் புடைக்க வைத்தார்.

தூரத்தில் கிடந்த இளவட்டக் கல்லை அடிப்பகுதியில் இரு கைகளைவிட்டு, மெல்லமெல்ல உருட்டிக் கொஞ்சம் தூக்கி, இரு தொடைகளில் வைத்து, மேலும் மூச்சடக்கி, அடிவயிற்றுவழியாக மேல் உருட்டி மார்புக்குக் கொண்டுவந்து இறுதியாக முன்பைவிட அதிக பலத்துடன் கழுத்து நடுநடுங்க தலை பின்பக்கமாக சாய, கையுயர்த்தி, தலைக்குமேல் தூக்க கைகால்களும் உடலும் மெல்ல ஆட பலமடங்கு பலம் திரட்டித் தலைக்கு மேல் தூக்கி எறிந்தார்.

பெண் பார்க்க வருகிறபோது நிச்சயதார்த்தத்தின் முதல் நிகழ்ச்சியே இளவட்டக்கல் தூக்குவதுதான். இதற்காகவே பெண் வீட்டின் அங்காளி, பங்காளிகள் வீட்டிற்கு மூன்று நாட்களுக்கு முன்பே மாப்பிள்ளை வீட்டார் வந்துவிட வேண்டும். பெண் வீட்டுப்பங்காளிகள், மாப்பிள்ளைக்கு முப்பாலும் கறியும் சோறும்

போட்டு மாப்பிள்ளைக்கு இளவட்டக்கல் தூக்கும் பயிற்சி கொடுப்பார்கள். மூன்றாவது நாளில் மாப்பிள்ளை இளவட்டக்கல்லை அலாக்காகத் தூக்கி ஒரு அடி முன்னாடி போட்டால்தான் பெண் வீட்டுக்குள் நுழையவிடுவார்கள். நிச்சயதார்த்தம் செய்வதற்கு முடியவில்லையென்றால் மூன்று நாள் செலவையும் தெண்டமாகக் கட்டிவிட்டுத் திரும்பிப் பார்க்காமல் ஊர்போய்ச் சேர வேண்டியது தான்.

அடுத்தபடியாகக் குத்த வைத்தபடி வலது காலை முட்டி வளையாமல் நீட்டிக் கை இரண்டையும் முன்புறம் விரல் மடக்காமல் நீட்டியபடி ஒரு கால் குத்த வைத்துக்கொண்டு, வலதும் இடதுமாகத் தராசு முள்ளைப்போல் சாய்ந்து நின்றார்.

ஐம்பது கிலோ எடைகொண்ட படிக்கற்களை இரு கைவிரல்களிலும் பற்றி தலைக்குமேல் தூக்கி, பின் தோள்வரை இறக்கியபடி ஒரு இருபத்தைந்து முறை. பின் அதே போல் குத்த வைத்தும் எழுந்தும் ஒரு இருபத்தைந்து முறை. பின் ஒரு கல்லைக் கீழே போட்டுவிட்டு ஒரு கல் கொண்டு வலது கையினால் உயர்த்தியும், தோள்வரை கொண்டுவந்தும் ஒரு இருபத்தைந்து, இடது கையாலும் ஒரு இருபதைந்து எடுத்துவிட்டு கைத் தசைகளைப் பார்த்துவிட்டு, கல்லைக் கீழே போட்டுவிட்டு இடுப்பில் லங்கோடுக்குமேல் கட்டியிருந்த சிவப்புத்துண்டை அவிழ்த்துத் துடைத்தார்.

ஆத்தா செம்புளி, வீட்டின் உரியில் வைத்திருந்த நீராகாரத்தை மோந்து இன்னொரு சிறிய மண் சட்டியில் நிரப்பி அந்தச் சட்டிமீது ஒரு ஓலம்படியை வைத்து, ஓலம்படிக்குள் முந்திய இரவு ஊற வைத்த கொண்டைக் கடலையை மூன்று கைப்பிடி அள்ளிப் போட்டு, களத்தின் ஓரத்தில் வைத்தாள். தேவர் ஆத்தாவை ஒரு பார்வை பார்த்தார். இரு காதுகளிலும் தண்டட்டி ஆட, பின் கொசுவம் வைத்த கண்டாங்கிச் சேலை, நரைக்காத கோடாலிக் கொண்டை. ஆனால், முகம் மட்டும் மௌனத்தில் உறைந்துபோய் இருந்தது. ஆறுமுகத்தேவர் இறப்பு செம்புளி ஆத்தாவை யாரிடமும் பேசவிடாமல் செய்திருந்தது.

நாற்பதாண்டு காலம் ஆறுமுகத்தேவரோடு அல்லும் பகலும் அயராது உழைத்து ஆறு பிள்ளைகள் பெற்றவள். கஷ்ட காலத்திலும் ஆறுமுகத் தேவரை அசரவிடாமல் ஆறுதல் சொல்லி குடும்பம் அல்லல்படாமல் பார்த்துக்கொண்டவள். நாற்பது ஏக்கர்

நஞ்சைக்கும் இருபது ஏக்கர்புஞ்சைக்கும் சொந்தக்காரியாய் ஒரு காலத்தில் இருந்திருந்தாலும் அது போனபின்னால், போனது போகட்டும், உடல் வலுவாக இருக்கிறது, இதுவே முதல் என்று காடு மேடுகளில் உழைத்தவள்.

ஆறுமுகத் தேவர், 'கட்டிய கோவணத்தைத் தவிர எல்லாத்தையும் தொலச்சுட்டமே', என்று தலையில் கைவைத்து விட்டத்தை விடாமல் பார்த்த வேளையில் "ஏய் பெரியாம்பளே, என்னய்யா மோட்டப் பாத்துக்கிட்டே மொசு மொசுன்னு ஒக்காந்தா... போனது வந்துருமா. இந்தா" என்று இடுப்பொடிய சேமித்த காலணா அரையணாவை அள்ளிக்கொண்டுவந்து ஆறுமுகத் தேவரின் முன் கொட்டவும் அந்தக் காசைக்கொண்டு ஒரு துண்டு நிலம் வாங்கினார்.

அதில் தனது ஒற்றை மாட்டுவண்டியில் தேவர் கொண்டுவந்த உவர் மண்ணை சித்திரை மாதத்து நிலா வெளிச்சத்தில் குழைத்து, இரண்டு மூன்றுமுறை லாத்திவிட்டு, மறுபகல் ஊறவிட்டு, நொச்சி மரங்களை ஆய்ந்து காம்போடு மாட்டுவண்டியில் ஏற்றி வந்து, ஓணான் ஓடை, பாராப்பட்டி ஆற்றுப் படுகைகளில் இரண்டு தினங்களுக்கு ஊற வைத்து ஊறிய நொச்சி இலைகளை அள்ளிக் களத்தில்போட்டு உலர்த்தி, மீண்டும் ஒரு நாள் முழுக்க ஊறவைத்து உவர்மண்ணோடு தண்ணீர் சொட்டச்சொட்ட வண்டியிலேற்றிக் காணி நிலத்தில் கொண்டுவந்து போட்டார். அடுத்த நடையாக சத்திரெட்டியபட்டிக்குப் போகும் வழியில், கை வண்டிகள், நிலக்கரி ஏற்றவும் தண்ணீர்ப் பிடிக்கவும் உள்ள கைவண்டிகளைப் பழுதுபார்க்கும் செட்டுக்குப்போகும் பாதையிலுள்ள குன்னத்தூர் நாயக்கர் தோப்பில், ஆறாணாவைக் கொடுத்துப் பச்சை மூங் கில்கள், நல்ல களக்கம்புகள், கல் மூங்கில்களாக வெட்டி வண்டியில் ஏற்றிக்கொண்டு வயல் வரப்போரங்களில் முளைத்து நிற்கும் நாணல் தட்டைகளையும் இரண்டு மூன்று கட்டுக்களாகக் கட்டி எடுத்து வீடு வந்து சேர்த்தார். நாணல் தட்டைகளை கௌசிகா நதியில் போட்டு ஊறவைத்து எடுத்துக்கொண்டுவந்து பொட்டலில் உள்ள குருசாமி நாடார் கடையில் இரண்டு கருஞ்சாயம் பூசிய மணிக்கொச்சைக் கயிறுகளையும் வாங்கிவந்தார். மருதூர் அய்ய னாருக்குச் சிறு குருபூசை வைத்து சாமியைச் சரிக்கட்டிவிட்டு ஆடி பதினெட்டாம் நாள் நாலு மூலையில் கல் மூங்கில்களை ஊன்றினார், ஆறுமுகத் தேவர்.

பெஞ்சாதி பிள்ளைகள் சின்ன மூங்கில்களை எடுத்துக்கொடுக்க முகட்டுப்பகுதியில் சதுர வடிவில் முனைக்குமுனை வைத்துக் கட்டி முடித்து, நாணல் தட்டைகள் ஒவ்வொருவர் கைமாறிக் கைமாறி இறுதியாக முகட்டில் உட்கார்ந்து இருக்கும். ஆறுமுகத் தேவர் கைக்குப் போகவும் அந்தத் தட்டைகளைக் குறுக்கும் நெடுக்குமாக அளவுபார்த்து மணிக்கொச்சத்தால் இறுக்கிக் கட்டி னார். மொச்சி இலைகளை வரிசையாக அடுக்கி, சின்னச் சின்ன கட்டுகளாகக் கட்டி மேலே தூக்கித் தூக்கிப் போடவும், ஆறுமுகத் தேவர் பிடித்துக்கொண்டு, ஈசான மூலையிலிருந்து வேய ஆரம்பித்தார்.

இடையில் கேப்பைக்கூழை நீராகர்ரத்தில் கரைத்து அதில் அய்ந்தாறு நெல்லுப் பருக்கைகளையும் போட்டு லாடச் செம்பால் மோந்து மோந்து கொடுத்து பெரியாம்பளையும் பிள்ளைகளும் கிறங்கிவிடாமல் பார்த்துக்கொண்டாள் செம்புளியாத்தா. கேப்பைக் கூழுக்கு முகம் சுளித்த கருப்பணனுக்கு “லேய் கறுப்பு, மத்தி யானத்துக்கு, ஆத்தா கம்பஞ்சோறு, கட்டி கட்டியா மோரூத்தி காய்ச்சி கொடுக்கேன்ல, தொட்டுக்கே குச்சிக் கருவாடும், புளி மொளகாயும் இருக்கு, செத்த வேலேயே பாருடா” என்று ஆறுதல் கூறினாள்.

ஒரு வழியாக நொச்சி இலையைப்பரப்பிக் கட்டிவிட்டுப் பார்த்தார். “ம்ஹூம்... இனி என்ன முண்டுமுண்டினாலும் ஒத்தப் பொட்டு ஒழுகாது.” தான் கட்டிய வீட்டுக்கான பந்தலைப் பார்த்தார். செம்புளி ஆத்தா அக்கம் பக்கம் கிடக்கும் சிறியதும் பெரியதுமான கற்களைப் பொறுக்கி அதைப் பருத்திமார்க் கூடையில் போட்டுப் பிள்ளைகளிடம் கொடுக்க, அவர்கள் அதைப் பந்தலின் மையப் பகுதியில் தட்டினார்கள். சுற்றி மண்வெட்டியால் கால்வாய் போன்று வெட்டிய பகுதிகளில் கற்களைப்போட்டு நிரப்பிவிட்டு, “ஏழா செம்புளி மண்ணே கொளழா” என்று தேவர் சொன்னதும் உலர்ந்து கொண்டிருந்த உவர்ப்பு மண்ணை கௌசிகா நதியிலிருந்து மோந்து வந்த தண்ணீரால் பெரிய அத்தாள உருண் டைகளாகத் திரட்டிக் கை மாற்றித் தரவும் அதை அவர் வாங்கிக் கிழக்கிலிருந்து சுவர் வைக்க ஆரம்பித்தார்.

மளமளவென்று உருளைகள் கைமாறிக் கைமாறி வந்துசேர, ஒரு சுற்று முடிந்தது. ஒரேயடியாக ஏற்றவும் முடியாது. புடைத்துக் கொண்டிருக்கும் பகுதிகளின் மண்ணை எடுத்துத் தெளிவாக உள்ள

பகுதிகளுக்கும் பொடவுகளுக்கும் கொடுத்துச் சரி செய்தார். ஒரு வழியாக ஒரு படைச்சுவர் ரெடி. அதாவது கீழிருந்து ஒரு அடிச் சுவர். நான்கு பக்கமும். மதியப்பொழுது இறங்கிக்கொண் டிருக்கவும் பசிக்கிறக்கம் அனைவரையும் ஒரு உலுக்கு உலுக்கவும் கம்பஞ்சோற்றுக் கவளங்களை விழுங்கினார்கள். கஞ்சிக் குடிப் புக்குப்பின், இரண்டாம் படைச்சுவர் மளமளவென உயர்ந்து ஆறடி கொண்ட ஆறுமுகத்தேவரின் மார்பைத் தொட்டது. செம் புளியாத்தா அரிக்கேன் விளக்கைப் பொருத்தி, வீட்டின் முகட்டில் ஒரு நீள் கம்பியால் கோர்த்துத் தொங்க விட்டுவிட்டுச் சுற்றுமுற்றும் பார்த்தார்.

உள்கூடு முழுவதும் மூன்று படை ஏறி, ஆறடி உயரத்துக்கு முழு வீடாகி நின்றது. அதைப் பார்த்து பெருமூச்சு விட்டாள். பின் கல்லடுப்பு மூட்டி, நெல் சோறு ஆக்கத் துவங்கினாள். ஆறுமுகத் தேவரும் கருப்பணனும் மீண்டும் வீட்டின் மொட்டைத் தளத்தை அடைக்க ஆரம்பித்தனர். அதாவது கூரை மட்டத்தில், ஏற்கனவே மொச்சி இலையைக் கொண்டு பரப்பிக் கட்டியிருந்த கூரையில் உவர் மண்ணை அரையடி உயரத்துக்கு நன்கு குழைவாகப் போட்டுப் பரப்பிச் சமன்பார்த்து, அங்குமிங்குமாகக் கூடியது குறைந்ததைச் சரிசெய்தனர். இப்படிப் போடும் தளத்தில், எவ் வளவு பெரிய பேய்மழை பெய்தாலும் ஒரு துளிகூட ஒழுகாது.

மொட்டை மச்சு வீடு தயாரானதும் ஆறுமுகத் தேவருக்கும் செம்புளியாத்தாவுக்கும் கைவிட்டுப்போன நாற்பது ஏக்கர் நஞ்சையும் இருபது ஏக்கர் புஞ்சையும் மீண்டும் கைவந்தது போல இருந்தது. செம்புளியாத்தா தண்டட்டியை ஆட்டி ஆட்டிப் பேசத் துவங்கினாள். அக்கம்பக்கத்தினர் நம்மை வந்தட்டிகள் என்று ஏளனப் பார்வை பார்ப்பதும் இளக்காரப் பேச்சு பேசுவதும் இனிக் காற்றோடு கரைந்துபோகும் என்று நினைத்தாள்.

அதனால், வழக்கத்தை மீறி, கூடக் கொஞ்சம் செலவழித்து, நெல்லுச்சோறும் கத்தரிக்காய்ச் சாம்பாரும் வைத்து, தொட்டுக் கொள்ள எள்ளுத்துவையலும் கூடுதலாக வைத்துத் தன் புருஷன், பிள்ளைகளுக்கு நிலா வெளிச்சத்தில் பெரிய விருந்தே படைத்து விட்டாள் செம்புளியாத்தா. இப்படித்தான் மொட்டை மச்சு வீடும் அதற்கு முன்பாகக் காணிநிலமும் உருவானது. அந்தக் காணி நிலமே இப்போது பயிற்சிக்களம். ஓட்டு வீடு உருவான பின்பும் பிள்ளைகள் தலைதூக்கவும் செம்புளி ஆத்தாவின் உயிர்மூச்சு

மட்டும் அந்த மொட்டை மச்சு வீட்டிலேயேதான் சுற்றிச்சுழன்றது. அதில் சிறிதேனும் ஓட்டை உடைசல் ஏற்பட்டால் அதை வேறு யாரையும் தொடவிடமாட்டாள். அவளே பூசி மொழுகிவிடுவாள்.

“ஏய் மக்கா, நீங்க எந்த நெலமைக்கு வந்தாலும், ஆத்தா வீட்டே இடுச்சுடாதீங்க. அப்படி இடுச்சீங்கன்னா, அது ஒங்கப்பனே அடுச் சதுக்குச் சமமாப்போகும் மக்கா. என் உசுரு, இந்த மண்ணுலே தான் போவணும்” என்று சத்தியம் வாங்கிக்கொண்டாள்.

ஆறுமுகத் தேவர் இறந்து அதே வீட்டில் வைத்துத் தூக்கிப் போட்டுவிட்டு, அந்த வீட்டுச் சுவர்களுடனும் கூரைகளுடனும் பேசிப்பேசி உறைந்து போனவள், வேறு யாருடனும் பேசவில்லை. அப்படியே பேசினாலும் ஆறுமுகத் தேவர் நினைவுநாளன்று மட்டுமே வாய் திறப்பாள். அதுவும் லாடச் செம்பில் தண்ணீர் வைத்து, அவர் நினைவுகளைச் சொல்லி ஒப்பாரி வைப்பதற்கு மட்டுமே. ஆனால், மகள் மகன்கள் யார் வந்தாலும் தன் கைப் படவே ஆக்கித் தட்டுவாள். மறந்தும் வாய் திறக்கமாட்டாள். மக்களும் குடும்பம் குட்டியோடு பிரிந்துபோனார்கள். ஆனால், கருப்பணன் மட்டும் ஆத்தாவோடு தங்கிக்கொண்டான். ஆத்தா மீதிருந்த பாசத்தாலும் அவள் கைப்பக்குவத்தில் உண்ட மயக்கத் தாலும் கல்யாணம் என்ற பந்தமற்று இருந்தார் கருப்பணத்தேவர். ஆத்தாவைத்துவிட்டுப்போனஊறவைத்தகொண்டைக்கடலையை அள்ளி வாயில்போட்டு அரைத்து உள்ளிறக்கிவிட்டுப் புளிச்ச தண்ணியை கடக் கடக்கென்று குடித்தார்.

களத்தில் முதலில் இருவர், பின் இருவர் இப்படி ஜோடி ஜோடியாக ஒரு பத்து பதினைந்து நபர்கள் சேர்ந்துவிட்டனர். தேவருக்கு குரு வணக்கம் செலுத்திவிட்டு விளையாடத் துவங் கினர். தேவரும் விட்ட இடத்திலிருந்து ஆரம்பித்தார். அப்போது கருத்த ஒல்லியான உடம்புடைய முப்பதைந்து வயதுக்காரன் ஒருவன் தலைப்பாகையை அவிழ்த்து இடுப்பில் கட்டிக்கொண்டு, “கும்புடுறேன் சாமியோவ்”, என்று வந்தான். அவன் முதுகுக்குப் பின், அவன் வயதில், பாதியைக் கொண்டு, நல்ல சிவப்பான கட்டை குட்டையான உருவம், உருண்டையான முகம், நீண் டிருக்கும் மூக்கில் வேப்பம் குச்சியைச் செருகியிருந்த ஒரு பெண் கூண்டில் அகப்பட்ட பறவை போல் படபடப்பாய் நின்றாள்.

கட்டியிருந்த கயிற்றில் ஏறவும் இறங்கவும் இருந்த தேவர் அவன் குரல் கேட்டு இருபது அடி உயரத்திலிருந்து மளமளவென்று கீழிறங்கி “யாருப்பா... நீ”, என்றார்.

“நான் வந்து சாமி” எனத் தலைசொறிந்துகொண்டே, “மதுர கரிமேடு... சாமி” என பவ்வியமாய் பதில் சொல்ல அந்தப் பெண் அவன் பின்னாடி பம்ம, “அவ யாரு” என்றார்.

“அவ... யென் பொஞ்சாதி சாமி”

“ஓகோ... கழுத்திலே ஒன்னத்தயும் காணோம். என்னடா என்ட்டே பொய் சொல்றீயா” என்று படக்கென்று அவன் அருகில் செல்லவும் அவன் நடுநடுங்கிப்போனான்.

“மன்னிச்சிருங்க சாமி... இன்னும் நாங்க குடும்பமா ஆகலே, ஒங்க தயவுலேதான் ஆகனும், அதான்” என்று இழுத்தான்.

மீசையைத் தடவிக்கொண்டே, “என்னத்தா, இவன் சொல்லுறது உம்மையா, பொய்ய பொரட்டச் சொல்லுரானா?” என்றார்.

அவள், “உம்மதான் சாமி” என்று நடுங்கியவாறு சத்தம் வெளியில் வராதபடி மிக மெலிதாகச் சொல்லவும், “ஓய்... ஆம்பள சொகம் கேட்டு ஓடியாந்த பெறகு என்ன... பம்மாத்தா காட்டுறே, ஒழுங்கு மருவாதியா உம்மையச் சொல்லலே வக்காளி, ஒடம்புத்தோலே, உருச்சிப்புடுவேன். டேய் செவப்பு, அந்த தார்க்குச்சியே எடுடா” என்றதும் இருவரும் தேவர் காலடியில் விழுந்து காலைப் பிடித்துக்கொண்டனர்.

நிலை தடுமாறிய தேவர் மௌனம் காக்கவும் அவன் பேச ஆரம்பித்தான். “முக்காலுஞ் சத்தியமா உம்மையச் சொல்ரேன் சாமி, நான் பொறந்தது வளந்தது எல்லாம் திருச்சிராப்பள்ளி சீரங்கப்பட்டணத்துலே. நானும் என் மூத்த பொஞ்சாதி குறு மாயியும் பஞ்சம் பொழைக்க மதுர கோட்டைக்கி வந்தோம் சாமி. அப்போ இவ அண்ணன் மணிக்கொறவன் வீட்டுலே தஞ்சம் புகுந்தோம். அங்கே நானும் என் பொஞ்சாதியும் பண்ணை வேல பாத்தோம். பன்னிக் குட்டிகளே மேச்சோம். அதுக்குக் கஞ்சி ஊத்தி, மேனி கட்னதும் கறி உறிச்சுப்போட்டுக் காசு பணம் சேத்துக் குடுத்தோம். நல்ல சொத்து சொகம் அவங்களுக்குச் சேந்திச்சி. ஆனா பத்து வருஷமா, நானும் என் பொஞ்சாதியும் மட்டும் சொத்தும் அனுபவிக்கல, சொகத்தையும் அனுபவிக்கல. ஆமச்சாமி, பத்து வருஷமா அவளுக்குப் புள்ளயும் இல்ல கொள்ளியும் இல்ல. கட்ராம்பட்டி காளியாத்தவே வேண்டி தொட்டி கட்டிப் போட்டேன். என் பொஞ்சாதி மூனு மாசத்துலே முழுகாமே நின்டா. உயிரே குடுத்தே சாமிக்கு, மசுர குடுப்போ முன்னு முடிவிட்டேங்க. மாசம் முச்சூடும் கழிஞ்சி ஒத்த பொட்டப்

புள்ளையே பெத்தா. முப்பது சென்டதும் ஆத்தாளுக்கு முடி இறக்கப் போயி, நேத்திக் கடனே செலுத்திட்டு ஆலம்பட்டியத் தாண்டி நானும் யென் பங்காளி பகுத்தாளிகளெல்லாம் மாட்டு வண்டிலே வரும்போது, வண்டி ஆலம்பட்டி பாலத்திலேயிருந்து கொடசாய்ஞ்சி விழுந்து, பச்ச ஒடம்புக்காரி எம்பொஞ்சாதியும், தவத்துக்கும் வரத்துக்கும் பொறந்த பொட்டமகளும், அநியாயமாப் போய்ச்சேந்திட்டாங்க, சாமி. அன்னேலேர்ந்து ஆறு மாசமா ஒரு வருஷமா நடபொணமா அலஞ்சேன். அப்போ இந்தப் புள்ளதான் என்னய்யே மனுஷனா நெனச்சி சோறு கஞ்சியே ஆதரவா போட்டுச்சி. இது இவ அண்ணன் மணிக்கொறவனுக்குத் தெரிஞ்சி என்னயெ வெட்ட வந்திட்டான். இந்தப் புள்ளே குறுக்க விழுந்து தடுத்துப் புடிச்சா. அன்னேலேருந்து இவெதான் யென் பொஞ்சாதி, நாந்தே அவ புருசேன்னு முடிவு செஞ்சி ஊரவிட்டு ஓடிவந்துட் டோம். சாமி, இனிமே நீங்கதான் எங்களுக்குக் கொலசாமி."

"செரி செரி, எந்திரி, எங்க எடத்துக்கு வந்திட்டிங்கள்ள, நான் பாத்துக்கிறேன். ஆமா, நீ என்னா தொழில் செய்வடா?"

"சாமி நாலு உருப்படி மட்டும் புடுச்சிவிடுங்க. வார பங்குனிக் குள்ளே நாற்பது உருப்படியா ஆக்கி வித்துத் தாரேன்."

"அதெப்படிடா?"

"சாமி ஆடு வளத்தா ஈத்துக்கு ஒன்னோ, ரெண்டோ மூனோ ஈனும், மாடு வளத்தாலும் இந்த மாதிரிதான். ஆனா பன்னி வளத்தா குப்பைமேட்டுல வளரும். குப்பக்கீரை மாதிரி சும்மா மளமளன்னு சலவானும் பொட்டையுமா வீட்டை நெறப்புடும். ஈத்துக்குப் பத்து உருப்படி, அந்தப் பத்தும் ஆறு மாசத்லே ஈனுச்சினா எவ்வளவு பாத்துக்கிடுங்க."

ஏற்கனவே அப்பா, தேவருக்கு இளம் குட்டிக்கறி கொடுத்து ருசி காட்டியிருந்தார். கறிக்காக மட்டுமல்லாமல், உடல் வளர்ச் சிக்கும் குறுக்குவலி உடம்பு வலிக்கும் பன்னிக்கறி நல்லது என்று அப்பா சொன்னதைக் கேட்டிருக்கிறார். 'கறிக்குக்கறியும் ஆச்சி காசுக்கும் காசும் ஆச்சி, பார்த்தெடுக்கவும் வளர்த்தெடுக்கவும் ஆள் கெடச்சாச்சி' என்று தாலி எடுத்துக்கொடுத்துக் கலியாணத்தை நடத்தி, ஒரு குடிசைபோட இடம்கொடுத்து, நான்கைந்து பன்றி களையும் வாங்கிவிட்டார் தேவர்.

நான்கு உருப்படிகள் பன்மடங்கு பெருகின. தொழுவில் அடைத்துக் கஞ்சி ஊற்றி வளர்த்த பன்றிகளுக்கு இடப்பற்றாற்குறை,

நகர வீதிகளிலும் கடைத் தெருக்களிலும் சுற்றித்திரிய ஆரம்பித்தன. இரைப்பாடுக்குப் போதுமான அளவுக்கு ஊரிலுள்ள அனைத்து கிளப் கடைகளில் விழும் எச்சில் இலைகளைச் சேகரிக்க அந்த இருவர் போதாத நிலையில் பன்றி மேய்ப்பவர்களுக்கெல்லாம் தேவர் ஒரு கட்டளை போட்டார்.

"ஏலேய் மவனே, அப்பனும் பொழைக்கணும். அதுக்கு அம்புட்டுப்பேரும் ஒழைக்கணும். ஒவ்வொருத்தனும் அள்ளும் கடைகளிலிருந்து ஒவ்வொரு கூடை எச்சில் இலைய ஒரு எல விடாம எந்தொழுவத்துலே கொண்டுவந்து போடணும். மிச்சத்தே நீங்க எடுத்துக்கங்க. அப்படி எனக்கு வராட்டி, ஒக்காளி, ஒருபயே ஊருக்குள்ளே பன்னி குட்டிகள வளக்க முடியாது."

இதனால் அவர்கள் பன்றிகளுக்கு வழக்கமாகக் கிடைத்துவந்த இரை குறைந்தது. அவர்கள் உருப்படிகள் செத்துமடிந்தன. இதையும் மீறித் தொழுவங்களிலிருந்து வெளியேறி வெறும் மலம் மட்டுமே மேய்ந்த பன்றிகள், தரிசு நிலங்களில் முண்டிமுண்டிக் கோரைக் கிழங்குகளையும், விளைந்து சிதைந்த சோளங்களையும் தின்ற பன்றிகள், யார் யார் உருப்படிகள் என்று தெரியாமல் போயின. இதனால் சிக்கியவன் கையில் பணியாரம் என்றாகிப் போனது. பன்றிக்காரர்கள் மத்தியில் கூச்சல் குழப்பம், நித்தம் ஒரு சண்டை, நித்தம் கச்சேரி களவாசல். இறுதியாக, சிலர் தேவரிடமே பஞ் சாயத்துக்கு வந்து அடித்தவனும் அடிவாங்கியவனும் எந்த பன்றி களுக்காகச் சண்டை போட்டார்களோ அதே பன்றிகளை தேவரிடம் தெண்டமாகக் கட்டிவிட்டு வெறுமனே வீடுபோய்ச் சேர்ந்தார்கள்.

அப்பா தலையிட்டுப் பல உருப்படிகளை தேவரிடமிருந்து மீட்டிருக்கிறார். இருப்பினும் தேவருக்கு பன்றிப் படை பெருகியது. தேவரிடம் பறி கொடுத்தவர்கள் தேவரிடமே திருட ஆரம்பித்தார்கள். திருடர்களைக் கண்டுபிடிக்கமுடியாமல் திணறிய தேவர் அப்பாவிடமே ஆலோசனை கேட்டார். பன்றிகளுக்கு அடையாளம் போடச் சொல்லி அப்பா சொல்லவும் தேவர் ஒவ் வொரு உருப்படியாகப் பிடித்து வாலை வெட்டி அடையாளம் போட உத்தரவிட்டார்.

"ஏன் தேவரே, எல்லாரும் காதுகள்ல அடையாளம் போட்டா நீங்க மட்டும் வால வெட்டிவிடுறீங்க."

"ஏலேய், வாலு மனிசனுக்குத் தாண்டா வேணும், பன்னிக்கு எதுக்கு?"

25

பங்குனிப் பொங்கலுக்கு மூனுநாளைக்கு முன்னாடி நம்ம ஊரு வெயிலுகந்தம்மன் பொட்டலில் குஸ்தி போட்டிய முத்து வஸ்தார் நடத்துவாரு. இந்த வருசமும் நடத்தணும். ஆனா அவருக்கு வயசாகிப்போனதாலே, நடத்த மாட்டாருன்னு நெனச் சோம். ஆனா பொங்க நெருக்கு வெட்டுல, வாத்தியாரு காத்துக் குடுச்ச பாம்பாட்டம், உசுரு வந்து போட்டி நடத்த தயராகி, ஊர் ஊருக்குத் தகவல் சொல்ல ஆள் அனுப்பி ஆட்டத்துக்குத் தயார் செஞ்சிட்டாரு. அன்னக்கி அசலூர் ஜனங்கபூராம் வண்டிகட்டி வந்துட்டாங்க. போட்டிக்கு வந்த ஒவ்வொருத்தனும் லங்கோட இறுக்கிக்கட்டிக்கிட்டுத் தொடைய தட்டுறதும் மீசையை தடவு றதும் புருவத்தே ஒசத்தி ஒசத்திக் காட்டுறதும் கழுத்தே அங்கிட்டும் இங்குட்டுமா ஆட்டுறதும் கைய மடிச்சி சதெகளப் பாத்து மெச்சு கொட்டுறதும், அப்புறம் ஒருத்தனை பாத்துக் கேலி செய்யறதுமா ஒரே ரணகளமாப் போச்சி.

ரேக்ளா வண்டிகள்லருந்து ஒத்தே மாடுகளக் கழட்டிவிடவும் அதுக செவனேட்டு காஞ்ச வைக்கோல தின்ன ஆரம்பிச்சது. சுத்தும் முத்தும் கட்டியிருந்த குழாய் ரேடியாவிலே, “அச்சம் என்பது மடமையடா, அஞ்சாமை திராவிடர் உடமையடா”ன்னு பாட்டுப்போட்டாங்க. அந்தப் பாட்டக்கேட்டு தேவரு தலை யாட்டிக்கிட்டே ஒக்காந்திருந்தாரு. அவரச் சுத்தி நாங்க ஒக்காந் திருந்தோம். அவருக்கு எடுபுடிக ரெண்டு பயல்க உண்டு. அவிங்க, அவருக்கு ஒடம்பப் புடுச்சிவிட்டுக்கிட்டிருந்தாங்க. அப்போதான் பல களம் கண்ட கிழட்டுச் சிங்கம் முத்து வஸ்தார் ரேக்ளா வண்டிலேருந்து, எறங்கலே, குதிச்சி வந்தாருன்னுட்டுத்தான் சொல்லணும். ஏன்னா அவருக்குள்ள அவ்வளவு மிடுக்கு. அவரத் தெரிஞ்சுகிட்ட வெளியூர் வீரர் முத உள்ளூர் வீரர் வர அவரிடம் வந்து ஆசீ வாங்கிக்கிட்டாங்க. அப்புறம், அவர் களத்தே பார்த்தாரு. பாக்குறவங்க, விளையாடுற எடத்துக்குள்ள நுழஞ்சுறகூடாதுன் னுட்டு, மூங்கிக்கம்புகளக் கொண்டு சுற்றி நாலாப்பக்கமும்

தடுத்துக் கட்டியிருந்துச்சி. வெளையாட்டு ஆரம்பிக்கப் போறத ஒணந்த கூட்டம், மொய்ன்னுட்டுக் களத்தச் சுத்திநிக்க ஆரம்பிச் சுருச்சி. அப்ப வாத்தியாரு மைக்குளே பேச ஆரம்பிச்சாரு.

“எல்லாத்துக்கும் வணக்கம், இங்க மல்லுக்கட்ட வந்திருக்கும் எளம் சிங்கங்களே, ஒங்க வீரத்தே மட்டும்தான் இங்கெ காட் டணும், பழிவாங்கணுங்கிற எண்ணத்தெயோ, பொறாமையயோ யாரும் காட்டக் கூடாது. அப்புறம் சாராயம், கசாயம், இஞ்சிச்சாறு, கஞ்சா இப்டி ஏதாச்சும் குடிச்சுட்டு மல்லுக்கட்ட வரக் கூடாது. அப்டி குடிச்சிப்புட்டு களத்திலே எறங்கி செயிச்சாலும் பருசு கொடுக்கமாட்டோம். அப்புறம் ஏடாகோடமாப் போயிடும், கூட வந்தவங்கெ கூட்டாளி அடிவாங்குறத பாத்து, சாமனே கீமானேக் கொண்டு யாரும் போட்டுப்புடக் கூடாது. ஜாக்கிரதே, அப்புட் டுத்தே. இதே மீறினா, அப்புறம் எவனும் உருப்படியா ஊர்ப் போயி சேர்ந்திடமுடியாது. ஞாபகத்துலே வைச்சிகிட்டு பயம் பத்திரமா களத்துலே எறங்குங்க. மொதலே ஜெயிச்சவனுக்கு என் னோட வாழ்த்து, ஏய் யாருப்பா மொதலே” என்றவுடனே முத்து வஸ்தாரின் உதவி ஆளுகள்ளே ஒருத்தன், “அப்புச்சி, மொதல்லே நம்ம மைட்டான்பட்டி மருதுதேவரும் கெப்பளிங்கம்பட்டி கொண்டையா நாயக்கரும்.”

உடனே ரெண்டுபேரும் களத்துல எறங்கி ஒருவரை ஒருவர் கடிக்கப்போறது மாதிரி பாத்தாங்க. வாத்தியார் ரெண்டுபேரையும் அழச்சி எதிரெதிரெ நிக்க வைச்சாரு. ஜனங்க கத்திக் கூப்பாடுபோட ஆரம்பிச்சிருச்சி. போட்டி தொடர்ந்து நடந்துச்சி, ஒரு கட்டத்தில என்னயே எறக்கிவிட்டாரு தேவரு, ஆறு பேத்தத் தூக்கி எறிஞ்ச தொப்பையன் தரைலே நிக்கமாட்டாமே சும்மா குதிகுதின்னு குதுச்சான். எனக்கும் உள்ளுக்குள்ளே ஒருமாதிரியாத்தான் இருந் திச்சி. ஒருவழியா நம்ம கொல தெய்வத்தே மனசுக்குள்ளே நெனச்சிக்கிட்டும் வாத்தியார்கிட்டே ஆசி வாங்கிட்டும் தயா ரானேன்.

ஒரு அடி எடுத்து முன்வச்சி மண்ணத் தொட்டு கும்புட்டுக்கிட்டு கைவிரல்கள கோத்துக் கொடுக்கிச் சோம்பலப் போக்கிட்டு, கை கால்களை ஆட்டி குதிச்சிட்டுத் தொப்பையனை பாத்தேன். அவன் பல்ல நரநரன்னு கடிக்கவும் எதிரியின் பலமே நம்ம பலம்முன்ட்டு முடிவு செஞ்சிட்டு அவனிட்ட நெருங்கி கைபோடவும், ரெண்டு பேரும் சம பலத்தோட மோதுனோம். யார் பக்கமும் யாரும்

மடக்க முடியாம தலைக ஆடத் துவங்குச்சு. கண்ணு துருத்த ஆரம்பிச்சுச்சு. தாடைக தெறிச்சுச்சு. புஜங்க துடிதுடிச்சுச்சு. கொஞ்ச நேரத்துலே தொப்பையன் என்கையே மெல்ல மடக்கத் தொவங் கவும் ஜனம் ஒன்னு கத்த ஆரம்பிக்கவும் எனக்குக் கலக்கமாகிப் போச்சி. ஒடனே எனக்குள்ள பயம் கவ்வ ஆரம்பிக்கவும் படக் குன்னு கீழே ஒக்காந்து தொப்பையனை வயிற்றோட முட்டிப் பின்பக்கமாத் தூக்கிவிட்டேன்.

எழுந்த தொப்பையன் வேகத்துல ஓடி வந்து ஒரே முட்டு, நா களத்து வெளியே போயி விழுந்தேன். அவெ ஆளுக கத்த ஆரம் பிச்சாங்க. உடனே ஒரு முன்பல்ட்டி அடிச்சு களத்துக்குள்ள வந்து சேரவும் தொப்பையன் என் முட்டிங்கால்ல கிடுக்குப்பிடி போட்டு என்ன மல்லாத்தி நொட்டாங்கால மடக்கி ஒடிக்க ஆரம்பிச்சான். நான் வலி தாளாம அவன் தலைக்கு மேல தாவி, மொகத்தோட ஒரு எத்துவிடவும் நாலடி தாண்டிப்போயி விழுந்தான். தேவராளுக கைதட்டுனாங்க. தட்டுத்தடுமாறி அவன் எழுந்து வரவும் மொட்டி கையால ஒரு எம்டன் அடி மூக்கோடு கொடுத்தேன். அனேகமா, தொப்பையனுக்கு கண்ணுலே பூச்சி பறந்து இருக்கும். அவன் தடுமாறவும் அப்படியே அலக்கா என் தலைக்கு மேலே தூக்கி கிருகிருன்னு சுத்தி எறியவும் வெள்ளரிப்பழம் சிதஞ்சி விழுரது மாதிரி போய் விழுந்தான். விழுந்தவன் முதுகுலே ஏறி ஒக்காந்துக் கிட்டு அவன் வலது காலைப் பிடிச்சு முதுகுப்பக்கம் வளைக்கவும் அவன் மண்ணைக் கிளறிக்கிட்டு ஆ... ஊன்னு கத்த ஆரம்பிக்கவும் வாத்தியார் நம்பர் எண்ண ஆரம்பிச்சார்.

நான் அசால்ட்டா கொஞ்சம் இளைப்பாறினது தான் தாமஸம். அவன் மெள்ளச்சாய்ஞ்சி மண்ண அள்ளி என் கண்ணுலே போட்டுட்டு என் முகத்தோட ஒரு எத்துவிடவும் மூக்கு ஒடஞ்சி ரத்தம் வழிய ஆரம்பிச்சது. அதத் தடவிப் பாக்குறதுக்குள்ள அடுத்த அடி, என் உசுரு தளம்பாத்து அவன் முட்டிங்காலால ஒரே முட்டு, அம்புட்டுத்தே. அப்படியே உசுரு போனது போல போய் விழா கமிட்டியார் மேலே விழுந்தேன். விழுந்தவன கழுத்தோட கோத்துப் பிடிச்சு மறுபடி களத்து மண்ணுல தள்ளி என் முதுகுமேல ஒக்காந்து என் சோத்தாங்கால ஒடிக்க ஆரம்பித்தான். நான் மண்ணுலே புதைஞ்சு போற அளவுக்குக் கெடந்தேன். அப்புறம், முழுபலம்கொண்டு மெல்ல மெல்ல, கைஊன்டி எழுந்து அவன அப்படியே உலுப்பிக் கீழே தள்ளினேன். மூக்கும் பல்லும்

ஒன்னுபோல ஆயி அவெ அப்படியே ஒடஞ்சி ரத்தம் கொட்ட விழுந்துட்டான். நான் அப்படியே ஒக்காந்துட்டேன் தேவரு ஓடிவந்து என்னயே தூக்கிட்டாரு. தேவரணி சார்பா நான் எட்டு பேத்தயும், சீனி அணி சார்பா தொப்பையன் ஆறு பேத்தையும் செயிச்சுருந்தோம்.

காலம்பொற ஏழுமணிக்கு தொவங்கிய ஆட்டம், சாயந்திரம் ஆறுமணிய கடந்திருச்சி. எடைலே எடைலே மத்த ஊர் அணிக மோதி அதில் ஜெயிச்சவங்க, நம்மக்கூடயும், சீனி அணிகூடயும் மோதி தோத்துடாங்கே. கடேசியா தேவரணியும் சீனி அணியும் இறுதி ஆட்டத்துக்குத் தயாராச்சு. இறுதியிலே தேவரும் சீனியும் களம் இறங்கி மோதி எல்லாவித வித்தைகளும் போட்டு சீனியை தேவரு ஜெயிச்சிட்டாரு. பல ஊர்கள்லே சீனி அணிய வெல்ல முடியாம தேவரணி தோத்திருக்கு. ஆனா இந்தமொற சொந்த மண்ணுலே தோக்கக்கூடாதுன்னுட்டு தேவரும் நானும் ரோஷ மானத்தோடு வெளையாண்டு எங்க வாத்தியாரு பேரக் காப்பாத்து னோம்.

இதுக்கு அப்புறம், பல ஊர்களுக்குப் போய் விளையாண்டு ஜெயிச்சோம். நாளாக நாளாக தேவரும் பங்காளியான உப்பிளியாத் தேவரும் நானும்தான் தேவரணிக்கு வெற்றித் தூண்களா இருந் தோம். தேவருக்குத் தற்பெருமையும் தெனாவெட்டும் கூடிப் போச்சி. அப்போ அவருகூட இருந்த உப்பிளியாத் தேவரு வெலகவும் மெல்ல மெல்ல ஒவ்வொருத்தனா வெலக ஆரம்புச் சுட்டாங்க. சொந்தக்காரங்க முக்காவாசி விலகிட்டாங்க. அப்புறம் வந்தவன் போனவெல்லாம் அவருகூட சேக்காளியாகிட்டு, அவருக்கு ஏத்திவிட எறக்கிவிட ஆரம்பிச்சிட்டாங்கே. உப்புளியாத் தேவரணி பல ஊர்களுக்குப் போயி செயிச்சி தேவர் தேடிய பேரையும் புகழையும் தட்டிப்பறிச்சிக்கிச்சு. பொறுக்கமாட்டாத தேவர் உப்புளியாத் தேவரணியை மல்லுக்குக் கூப்பிட்டாரு. தேவர் சொந்தக்களத்திலே ஆட்டம் தொவங்குச்சு. நானு தேவர் கூடத்தான் இருந்தேன். ஆனா தேவருக்கும் நமக்கும் அரசியல் பிரச்சினைலே இருந்து லேசா உரசல் ஆரம்பிச்சிருந்துச்சி. அதுலே இருந்து அவருட்ட போறது நின்னுபோயிருந்துச்சி. தேவர் களத்துலே ஆட்டம் துவங்குச்சு. ஆரம்பத்தில தேவரணி அபாரமா ஆடி, தூக்கித்தூக்கி எறிஞ்சுச்சு. இறுதியா உப்பிளியா அணி ஏழுபெர வெற்றிகண்டு ‘இறுதி வெற்றி நமதே’ன்னு எகத்தாளம்

செய்துகொண்டிருக்கையில தேவரே களத்துல இறங்கி உப்பிளியாத் தேவரத் தூக்கி எறிஞ்சுட்டாரு. இதனால ரெண்டு அணிகளும் எந்த நேரத்தில் யாரை சாய்ப்பதுன்னு ஆள்பலத்த மறந்து ஆயுத பலத்த கையிலெடுக்க, நாளும்பொழுதும் அங்கிட்டு நாலுபேர் இங்கிட்டு நாலுபேர்ன்னு ரத்த சகதி.

பொறுத்துப் பார்த்த உப்பிளியாத்தேவர் தேவரைத் தனியாக வளைத்துப் போட்டுவிட வேண்டும் என்ற எண்ணத்தில் இருந்தார். வெளியே இருக்கச்செல்லும் இடத்தில் வைத்து ஒருவன் தேவரின் கழுத்தை வெட்ட முற்படுகையில் தேவர் ஒரே எத்து எத்தினார். வந்தவன் அரிவாளோடு அருகில் உள்ள பெரிய வாய்க்காலில் குப்புற விழ, போட வந்த கூலிப்படை எங்கே, எப்படி ஓடினார்கள் என்றே தெரியவில்லை. பெரிய வாய்க்காலில் விழுந்தவனை வளைத்துப் பிடித்து, யாரு எந்த ஊரு என்று விசாரித்து, அவன் அரிவாளைக்கொண்டு ஒரு காலையும் கையையும் மட்டும் துண்டித்துவிட்டு தேவர் சென்றுவிட, எதிராளிகள் அவர் மீது கேஸ் போட, தேவர் விசுவாசிகளில் ஒருவரை கோர்ட்டில் ஆஜராகச் சொல்லி உள்ளே அனுப்பிவைத்தார்.

பெரும்பாலும் உப்பிளியாத் தேவர் பக்கமே ஆட்களுக்கு சேதம் அதிகமானது. ஆனால், தேவர் யாரையும் கொலை செய்வதில்லை. கேட்டால், 'கொல செஞ்சா அவுனுக்கு வலி தெரியாதுடா, அர கொரயா விட்டாத்தான் அவன் ஊருக்குள்ள திரியும்போது யார் போட்டது, தேவர் போட்டதுன்னுட்டு, ஊருப்பய பேசிக்குவான். அப்பத்தான் எல்லாப் பயல்களுக்கும் நம்ம மேல பயம் இருக்கும்'.

"ஊருக்குள்ள தேவர்ன்னா சொருக் சொருக்குன்னு காலால ஒன்னுக்குப் போகணும்", என்று மீசையை வருடிக்கொண்டு சொல்வார். பெரும்பாலும் அவரிடம் அவர் சொந்தக்காரர்களோ அல்லது ஜாதிக்காரர்களோ அதிகமாக இருந்ததில்லை. காரணம் சொந்த ஜாதிக்காரனை அவர் எப்போதும் நம்பியதே இல்லை. இதனால் அவர் அவர்களைக்கூட வைத்துக்கொள்வதில்லை. அவர்களும்கூட இருப்பதில்லை. அடுத்த ஜாதிக்காரர்கள்தான் அவருக்குப் பங்காளி, பகுத்தாளி, மாமன், மச்சுனன். இதனால் உண்மையான சொந்த பந்தங்களிடம் தேவர் மீது வெறுப்பும், காழ்புணர்ச்சியும் ஏற்பட்டது. கூட இருக்கும் நபர்களின் ஏறுக்கு மாறான பேச்சுகளை அப்படியே அமல்படுத்துவார். இதன் விளைவு அவர் சதையை அவரே அறுத்துக்கொண்டது போல்,

தடாகம்/197

முப்பத்தி நாலு வெட்டுகேஸ், பதினெட்டுக் கொலைமுயற்சி, ஐந்து ஆள் மிரட்டல் கேஸ் பதிவாகி, யாரும் எதிராகச் சாட்சி சொல்லமுடியாத நிலையில் கழுவிய மீனில் நழுவிய மீனாகத் தப்பித்துக்கொண்டார்.

ஜாதி சனங்களைக் கடந்து அவர் எதிர்ப்புணர்வு அரசியல்வாதி களிடமும் திரும்பியது. புரட்சித்தலைவர் எம்.ஜி.ஆர், தி.மு.க.வி லிருந்து விலகித் தனிக்கட்சி, தனிக்கொடி என்று ஆரம்பித்த நேரத்தில் ஊரில் உள்ள தி.மு.க. கொடிக் கம்பங்கள் அனைத்தையும் தேவரும் அவரது ஆட்களும் வெட்டி வீழ்த்தினார்கள். அதைத் தடுக்க வந்த நபர்களையும் வெட்டி வீழ்த்திவிட்டு கிராமமெங்கும் நகரமெங்கும் எம்.ஜி.ஆரின் கொடியான தாமரைக்கொடியை ஏற்றி வைத்தார் தேவர். தமிழகமெங்கும் தனது ரசிகர் மன்றம் மூல மாகவும் கட்சியினர் மூலமாகவும் தாமரைக்கொடி ஏற்றப்பட்டது. இந்தத் தகவலறிந்து அன்றைய நகர தி.மு.க. செயலாளர் வாடியான் சங்கரபாண்டியன் தலைமையில் ஒரு படை புறப்பட்டது.

சீனி நாடார், நான், அப்புறம் நாலுபேரும் சேர்ந்து, முத்து ராமன்பட்டி உதயசூரியன் மன்றத்தில் கூடிப்பேசி தேவருக்கு எதிராகப் புறப்பட்டோம். இதே உதயசூரியன் மன்றத்தைத் தலைவர் திறக்க வந்தபோதுதான் கே.பி.எஸ். மகனுக்குக் கலை யரசன் என்றும் உன் அண்ணனுக்குத் தமிழரசன் என்றும் மூத்த பிள்ளைக்கு கலையரசி என்றும் பெயர் வைத்தார்.

வாடியான் சொன்னாரு, "என் சொத்தே அழிஞ்சாலும் பரவா யில்லை. நம்ம கொடிக்கம்பத்த வெட்டுறவன் எவனாயிருந்தாலும், கம்பத்தோட வைச்சிக் கொளுத்திப்புடனும்." அவர் சொன்னதைக் கேட்டதும் எங்களுக்குள்ளே தீப்பிடித்த மாதிரி ஆகிவிட்டது. அந்தக் கூட்டத்திலேயே நல்ல விளையாட்டுக்காரர்கள் சீனி நாடாரும், நானும்தான். கே.பி.எஸ், கட்சிக்காரரா என்பதைவிட எனக்கு ரொம்ப வேண்டியவர். ஏன்னா, மிசா காலத்துலே நாங்கள் தலைமறைவாக இருந்தோம். அவரைப் பிடித்து உள்ளே போட்டு விட்டார்கள்.

நான் கண்ட பக்கம் சுத்திப்புட்டு ஊர்வந்துசேரும்போது கட்சிக் காரங்க ஒரு பய இல்ல. கே.பி.எஸ். ஜெயிலே இருக்கிறது தெரியாது. அவரு வீட்டுக்குப் போயி பாப்போம்முன்னு போயிப் பாத்தா, கும்பி கொதிச்சிப்போச்சி. அஞ்சு பச்சமண்ணுங்க பசியிலே கெடந்து தவிக்குது. அதுகளுக்கு என்ன சொல்லித் தேத்த

முடியும்? அந்த அம்மாவும் சேந்து அழுகுது. எனக்குக் காலும் ஓடலே கையும் ஓடலே. பசக்குன்னு வீட்டவிட்டு வேகுவேகுன்னு தெப்பத்துக்கிட்ட இருக்குற சாமியார் கடைக்குப் போனேன். அப்பேலாம், பவுன் நானூறு ரூவா, படி அரிசி ரெண்டு ரூவா. என் கழுத்துலே எப்பயும் மீன்வச்ச மைனர் சங்கிலி கெடக்கும். அது மாயவரத்துலே நடந்த குஸ்தி விளையாட்டுக்குக் கெடச்ச பரிசு. உசுரா நெனைச்சு வைச்சிருந்தேன். ஆனா இன்னய நெலமைக்கி, கையிலே காசு இல்லே, அதனால வேற வழியில்லாமே அதக் கழட்ட வேண்டியதாகிப்போச்சு. நாலு பவுன் சாமியாரு தடவி தடவிப் பாத்துட்டு அறுபது ரூபா தந்தாரு. வாங்கிட்டுப் போய், அரிசி, தபசி, பொட்டு, பொடுசு சாமன்களை எல்லாம் வாங்கி ஒரே எடத்துலே வைச்சிபுட்டு, ரிக்ஷாவை கூப்புட்டு அதுலே ஏத்திட்டு கே.பி.எஸ். வீட்டுலே சேத்தேன்.

அந்தம்மா வாங்க மறுத்துச்சி, "ஏம்மா, கோவிச்சிக்கிடாதீங்க, அவரு வாரவரைக்கும் இது ஒதவியா இருக்கும்" என்று சொல்லிக் கும்புட்டேன். அந்தம்மாவும் அழுகையும் கண்ணீருமா வாங்கி உள்ளே வைச்சிக்கிடுச்சி.

இன்னோன்னு, அவரும் நானும் கட்சி வேலைகள எல்லாம் முடிச்சுப்புட்டோ இல்லாட்டி தலைவரு எழுதின நாடகங்க, அண்ணாதுரை எழுதின நாடகங்களை போட்டு நடிச்சிக்கிட்டோ எச்சாமம் ஆனாலும் அவர் வீட்டுக்குப் போனா அந்தம்மா பட்டினியா படுக்க விடாது. பெரும்பாலும் நாடக ஒத்திகை, கொடி கட்டுறது தட்டி செய்யுறது, எந்த வேலையா இருந்தாலும் அவர் வீட்டுலே வச்சித்தான் செய்வோம்.

நீ பொறக்கரதுக்கு முன்னாடி நம்ம வீடும் அங்கதான் இருந்திச்சி. எங்க நாடகத்துக்கு தலைமை தாங்க புரட்சித் தலைவர் எம்.ஜி.ஆர். வந்தாரு. எப்படின்னா கொஞ்ச நாளைக்கு முன்னாடி சுலோச்சனா சினிமா கொட்டகையின்னு ஒன்னு ஜெயக்கர் பங்குக்கு முன்னாடி இருந்திச்சி, தெரியுமா? அதுக்கு முன்னாடி, நாராயணசாமி சினி மாக்கொட்டகையா இருந்தப்போ எங்க வீட்டுப் பிள்ளை படம் நூறு நாள் ஓடினதுனால அந்த விழாவுக்கு வந்த எம்.ஜிஆரு, அந்தப் பொம்பள, ஆங்... சரோஜாதேவி, நம்பியாரு எல்லாம் வந்து நாலு காட்சிகளிலும் எடவேள டையத்துலே பேசினாங்க. அவுங்களுக்கு M.S.P.ராஜா பரிசயெல்லாம் கொடுத்தாரு, பதிலுக்கு எம்.ஜி.ஆரும் பரிசு கொடுத்தார். பகல் பூராம் நாங்க கூடவே இருந்தோம்.

சாயந்திரம் சோ முடிஞ்ச ஒடனயே எங்க நாடகத்த தொடங்கிவக்க பிளேமூத் சிகப்புக் காருலே எம்.ஜி.ஆர், சரோஜாதேவி, நம்பியாரு மூனுபேரும் வந்தாங்க. ஆனா மேடைக்கு எம்.ஜி.ஆர் மட்டும் வந்து விசில் ஊதி, மொத காட்சிய தொடங்கி வைச்சாரு.

அப்பேயெல்லாம், எம்.ஜி.ஆர். தலைவருக்கு அடுத்த எடத்துலே இருந்தாரு. அதனாலதான் கட்சி பிரிஞ்சப்போ, அங்குட்டுப் பாதி இங்குட்டுப் பாதியா போச்சி. அப்போ, எம்.ஜி.ஆரு எங்க கட்சிலே இருந்தார். அவர்தான் அப்போ எல்லாமே, எல்லாப் பயல்களும் அந்தாள கொலதெய்வமா நெனச்ச காலம். ஆம்பளையும் பொம் பளையும் நெஞ்சுலே பச்ச குத்திக்கிட்டு திரிஞ்ச காலம். பொம் பளைகயெல்லாம் பச்சகுத்துவதப் பாத்து புருஷன்காரன் கேட்டா, “யோவ் எனக்கு மொத புருஷனே அந்தாளுதாய்யா”ன்னு சொன்ன காலம். இதனால பல குடும்பம் சீரழிஞ்சது. அது வேற விசயம். இப்படித்தான் எனக்கும் கே.பி.எஸ்.க்கும் நெருக்கமாச்சு.

தேவராட்கள் வரிசையா கொடிக்கம்பங்கள வெட்டிட்டே போனாங்க. எந்தப் பக்கமிருந்து வர்றாங்கன்னு தெரியல. நாங்களும் தேடிப் பாத்திட்டோம். ஒருபய கண்ணுல சிக்கலே. அங்க வெட்டுறான், இங்க வெட்டுறான்னு கேள்விபட்டுப் போனா எங்கள பாத்ததும் ஓடி ஒளிஞ்சுகிட்டாங்கே. பாடாவதியா கெடக் குற கொடிக் கம்பத்த பாக்கும்போது கொல பதறிப்போச்சி. அதனால் ஒடனடியா, ஜெகதீசன் மர டிப்போவிலேயிருந்து கல் மூங்கில்கள கைவண்டியிலே ஏத்தி வரச்சொல்லி உடனடியா கொடிகளே ஏத்திப் பறக்கவிட செஞ்சோம்.

அப்புறம் ஒரு முடிவுக்கு வந்தோம். வக்காளி சிக்குனா பாக்குருது, இல்லாட்டி வீடு புகுந்திரதுன்னு முடிவு செஞ்சாச்சி. அந்த ஆளு மேல இருந்த கொஞ்ச நஞ்சம் பிரியமும் எனக்கு இல்லாமப் போச்சி. அங்க இங்கெ தேடியும் கிடைக்காமே, கத்தாளம்பட்டி முக்கு மூணாவது இரயில்வே கேட்டுக்கு வந்தோம். அந்த முக்குலதான் கொடிக்கம்பம் இருக்கும். அது வெட்டப் படாமே இருந்திச்சி. பக்கத்துலே, வேற கொடிக்கம்பங்க வேற இருந்திச்சி.

அப்பலாம், சொல்லிக்கிறாப்பிலே நாலு கட்சிதான், நாலு கொடிக்கம்பந்தான் இருக்கும். ஒன்னு காங்கிரஸ் கொடி, அப்புறம் ஜனதாக் கட்சிக்கொடி, கம்யூனிஸ்ட்டு கொடி, இதுகளோட தி.மு.க. கொடி இம்புட்டுத்தான். இதோட எம்.ஜி.ஆர். கட்சிக்

கொடியான தாமரைக் கொடிய பறக்கவிடுறதுக்குத்தான் நம்ம கொடிகள வெட்ட ஆரம்புச்சுட்டாங்க. அப்போ தாமரைக் கொடி தான் தாமரை சின்னம்தான்.

நாங்களும் அங்கே போக, அவிங்களும் அங்க வர சரியா இருந்திச்சி. என்ன, அந்தக் கூட்டத்துலே தேவரு இல்ல. என்னா ஆனாரு தெரியல. வந்தவன்லே செகப்புதான், முதுகுக்கு பின்னாடி இருந்து வீச்சரிவாளே எடுத்து கொடி கம்பத்துமேலே வீச, அதை ஓடிச்சென்று வா.பா.ச. தடுக்க, வெட்டு, அவர் புஜத்தின் மேலே விழவும், நான் சுதாரிச்சுக்கிட்டு அவனே அடப்போட கட்டையக் கொண்டு போட்டேன். ஆள் தனியா அரிவாள் தனியா போய் விழுந்தான். மத்தவங்க சுத்தி வளைக்கவும் நானும் சீனிநாடாரும் கையிலுள்ள கட்டக்கம்பால கண்ணு மூக்குத் தெரியாமக் கொத்தி னோம். அவீங்களும் சரிமல்லுக்கு நின்டாங்க. ஆனா, அவங் களோட அரிவாள் எங்கள ஒன்னும் செய்யமுடியலே. அரிவாளே தவறவிட்டவனுக்கு ரத்தம் கக்கக் கக்க அடி, சிலருக்கு மணிக் கட்டுக்குக் கீழே கை தொங்க ஆரம்பிச்சது. பாதிப்பயல்க வாடியான் தெருச்சந்து வழியாவும் பாதி பயல்க தண்டவாளத்து வழியாவும் ஓட ஆரம்பிச்சுட்டாங்க.

நானும் சீனியும் மணிநகரம் வரைக்கும் வெரட்டிவெரட்டிப் போட்டோம், ஓடிப் போயிட்டாங்க. திரும்பி பழைய எடத்துக்கு வந்தோம். கே.பி.எஸ்., வா.பா.சா.வைக் கைதாங்கலாக் கூட்டி வந்தாரு. அப்போ அ.பு.சா. சங்கரலிங்கநாடார் மகளிர்பள்ளிக்கூட வாசல்ல நின்னிருந்த ரிக்சாவில அவரை ஒக்காரவைச்சிட்டு வண்டிக்காரனேத் தேடினா ஒரு பயே சிக்கலே. அப்புறம் நானே ரிக்சாவே மிதிச்சிக்கிட்டுப்போயி தினகரன் டாக்டருட்டே காண் பிச்சோம். அப்புறம் தேவர் மேலேயும் அவன் கூட்டாளிக பத்து பேர் மேலயும் கேஸ் போட்டு உள்ளே தூக்கிப்போட்டோம்.

பதினைஞ்சு இருபது நாள் கழிச்சி வெளியே வந்த தேவரு, என்னையும் சீனிநாடாரையும் போட்டுத்தள்ள பலமொற ஆள் அனுப்பிப் பாத்தாரு. ஹூம், அவக சம்பவம், என்ட்டயோ சீனிநாடார்ட்டையோ பலிக்கலே. இம்புட்டு செஞ்ச தேவருக்கு எம்.ஜி.ஆர் கட்சிலே எந்தப் பதவியும் குடுக்கலே. தனக்குத்தான் கொடுக்கலே, என் தம்பிக்காவது கொடுங்கன்னுட்டு நம்ம ஊரு முசாபாரி பங்களாவுக்கு எம்.ஜி.ஆர். வந்திருந்தப்போ வச்சி தேவர் கேட்டிருக்காரு. அதுக்கு எம்.ஜி.ஆர், “நம்ம இப்பத்தான் கட்சி

ஆரம்பிச்சு இருக்கோம். அதனால பணம் அதிகமா செலவழிப்பவர் களும், ஊருக்குள்ள நல்ல பேரு எடுத்தவங்களுந்தான், பதவிக்கு வரமுடியும். நீங்க என் மீது வைத்துள்ள அளவு கடந்த நம்பிக் கைக்கும், கட்சி வளர்ச்சிக்காகப் பாடுபட்டதுக்கும் ரெம்ப நன்றி. ஆனா உங்களுக்குப் பதவி தரமுடியாத நிலையிலே இருக் கேன். ஏனா ஒங்க மேல மக்கள் மத்தியிலே நல்ல பெயர் இல்லையாமே, அதனாலதான்" என்று அவரே நேரடியாகச் சொல்லவும் தேவருக்கு இடிவிழுந்து போச்சி. அத்தோட பேச்சு மூச்சு இல்லாமே வெளியே வந்தாரு. நாளாக நாளாகக் கட்சி வளர்ந்திச்சி. எந்தக் கட்சிக்காகப் பாடுபட்டாரோ அதே கட்சியவே தேவரு எதிர்க்க ஆரம்பிச்சுட்டாரு.

விருதுநகர் சட்டமன்றத் தொகுதியில் அ.தி.மு.க. சார்பில் ஏற்கனவே இரண்டுமுறை வெற்றி வாகை சூடிய சுந்தரராஜன் மீண்டும் வேட்பாளராக அறிவிக்கப்பட்டுக் களத்தில் நிற்க அவருக்கு எதிராகத் தி.மு.க. கூட்டணி சார்பாக ஜனதாதள வேட்பாளராக ஏ.எஸ்.ஏ. ஆறுமுகம் நின்றார். மேலும் பல உதிரிக் கட்சிகளும் வெட்டி பந்தாவுக்காகச் சுயேட்சைகளும் நிற்க தேவரின் பேரா தரவுடன் பார்வர்டு பிளாக் கட்சியின் வேட்பாளராக பயில்வான் செல்வம் அறிவிக்கப்பட்டு அவர் இன மக்களையும் மற்ற இன மக்களையும் தனித்தனியாச் சந்தித்து ஓட்டு வேட்டையாடினார்கள்.

தமிழகமெங்கும் அ.தி.மு.க. வெற்றிபெற தி.மு.க. படுதோல்வி அடைந்தது. விருதுநகரில் மட்டும் அ.தி.மு.க வேட்பாளர் சுந்தர ராஜன் தோல்வியைத் தழுவினார். ஜனதாதள வேட்பாளர் ஏ.எஸ்.ஏ. ஆறுமுகம் வெற்றி பெற்றார். அவர் வெற்றி அவருக்கே அதிர்ச்சி அளித்தது. தேவரின் ஆதரவோடு போட்டியிட்ட பயில்வான் தன் இன ஓட்டுக்கள் இருபதாயிரம் மட்டும் பெற்றிருந்தார்.

தப்புக் கணக்கு போட்டுவிட்டோமே என்று தேவர் மல்லாக்க படுத்துக்கொண்டு விட்டத்தைப் பார்த்துக்கொண்டிருக்க பதவி ஏற்பு விழா முடிந்து ஏ.எஸ்.ஏ. ஆறுமுகம் ஊர் திரும்பி தெருத் தெருவாக நன்றி சொல்ல வந்தார். அப்போது தேவர் வீட்டுக்கும் சென்று அவர் வருகையைத் தெரிவித்தவுடன் தேவர் உள்ளுக்குள் வெதும்பியபடியே, "ஒக்காளி நம்பிளே எதித்து ஜெயிச்சதும் இல்லாமே, நம்மட்டேயே வந்திருக்கான் பாரு சானாப்பய" என முனகியபடி வீட்டுக்குள்ளிருந்து சகாக்களோடு வெளியேவந்து பயிற்சிக்களத்தில் நின்றார்.

ஏ.எஸ்.ஏ. கதர் வெள்ளை வேஷ்டி, கதர் வெள்ளை சட்டை அதற்கு யூனிபார்மாக தலையும் வெள்ளை, பற்களும் வெள்ளை. கையில் ஆளுயர ரோஜா மாலையோடு சிரித்தபடி வந்து தேவ ருக்குப்போட முற்பட அவர், "என்ன அண்ணாச்சி என்ன எகத் தாளமா போச்சா" என்று சொல்லி, கண்களை உருட்டி முழிக்கையில் ஏ.எஸ்.ஏ. ஒரு கணம் தடுமாறிப்போனார். இருப்பினும் சமாளித்துக் கொண்டு தப்பா நெனைக்காதீங்கண்ணே, நான் செயிச்சதுக்கு முக்கிய காரணம், நீங்கேதான்" எனச் சொல்லவும் தேவர் கணக்குத் தப்பவில்லை, சரிதான் என்று தோனவும் மேற்கொண்டு, "பேசு" என்று ஏ.எஸ்.ஏ. வைப் பார்த்தார்.

"அண்ணே, நீங்க ஒங்காளே நிறுத்தி இருபதாயிரம் ஓட்டே பிரிச்சதுனாலதான், நா செயிச்சேன். இல்லாட்டி ஒங்க மக்க ஓட்டெல்லாம் அந்த சுந்தரராசுக்குப் போயி விழுந்து இருக்கும். தேவரண்ணே, ஒங்களுக்கும் ஒங்க மக்களுக்கும் இந்த ஆறுமொகம் எதக் கேட்டாலும் எப்பக் கேட்டாலும் செய்ய தயாரா இருக்கேன்."

"ஆறுமொகம் அண்ணாச்சி, நல்லது செய்யுங்க. அந்த நாயக்க பய மாதிரி, சம்பாதிக்க நெனக்காதீங்க. அப்புறம் இந்தக் கருப் பணன் மனுஷனா இருக்க மாட்டான்" என்று எச்சரிக்கவும், ஏ.எஸ்.ஏ, "சே, சே, அப்படியெல்லாம் நடக்காதுன்னே" என்று சிரித்தப்படி கையமர்த்தினார்.

"சரி, நல்ல சொல்லு சொல்ங்க. எங்கூடவும் வாங்க. ராத்திரி பொட்டலுலே நன்றி அறிவிப்புப் பொதுக்கூட்டம் நடக்குது. எங்க மாநிலத் தலைவர் வராரு, ஏன்னா மாநிலத்திலேயே நான் மட்டும் தான் ஜனதாதளம் சார்பா ஜெயிச்சுருக்கேன். அதனால மக்களுக்கு நன்றி தெரிவிக்க மாநிலத் தலைவர கூப்பிட்டு இருக்கோம். நீங்க தவறாமே வரனும்." "செரி அண்ணாச்சி, கண்டிப்பா வாரேன்." கூட்டத்துக்கும் சென்றார். கூட்டத்தில் மாறி மாறித் தேவரைப் புகழ்ந்து தள்ளிவிட்டனர்.

இதற்குப்பின் தேவர் இன மக்கள் தேவரை சந்தேகக் கண் ணோட்டத்தோடு பார்க்க ஆரம்பித்தனர். பயில்வான் செல்வம் "நம்பிக்கை துரோகி, கூடவே இருந்து குழி பறிச்சு சானாப்பயலே ஜெயிக்க வச்சுட்டான்" என்று கோவிக்க தேவருக்கு தர்மசங்கட மாகப்போனது.

இருப்பினும் தேவருக்குக் கைமாறாக, ஏ.எஸ்.ஏ. ஏகப்பட்ட தரிசு நிலங்களை பட்டா போட்டுக்கொடுத்தார். நகராட்சி நடத்தும்

ஏலத்தில் தேவருக்கே சாதகமாக விட்டுக்கொடுக்க ஏற்பாடு செய்தார். சாராயக்கடை ஏலம் எடுக்க உதவினார். இவ்வளவுக்கும் மேல் அவர் தம்பிக்கு நகரமன்றத்தில் துணைத் தலைவர் பதவி கொடுக்கப்பட்டது. தேவருக்கு மேலும் செல்வாக்குக் கூடியது. மாட்டு வண்டியிலெல்லாம் வருவதை நிறுத்திவிட்டுக் கறுப்பு நிற பிளேன்மூத் காரில் பவனிவர ஆரம்பித்தார். இவருக்கு எதிராக உப்புளியாத் தேவர் ஏலத்தில் கலந்துகொண்டு ஏலம் எடுக்க முடியாமல் ஏமாற்றம் அடைந்ததால் பகை மேலும் வலுவடைந்தது. இதனால் மீண்டும் மோதல் ஏற்பட்டு அங்குமிங்கும் அரிவாள் சண்டை நடந்தது.

தேவருக்கு ஒருபக்கம் சொத்துகள் மளமளவென ஏற, மறுபக்கம் எதிரிகள் நாலாப்பக்கமும் சூழ, “எந்த நேரத்தில் யாரால் வெட்டு விழப் போகுதோ” என்று புழுங்கிப்போய்க் கிடந்தார். திருச்செந்தூர், திருப்பரங்குன்றம், மருதமலை மூன்று கோயில்களிலும் தேவர் சரணடைந்து, இதுவரை தேடிய சம்பாத்தியத்திலிருந்து அள்ளிஅள்ளிக் கொடுக்க ஆரம்பித்தார். பற்றாக்குறைக்கு விருதுநகர் நாடார் முதலாளிகளிடமும் வசூல் செய்து கார்த்திகைக்கு ஆயிரக்கணக்கான பக்தர்களுக்கு அன்னதானம் வழங்கவும் சிறப்பு பூஜை நடத்தவும் ஏற்பாடு செய்தார்.

ஒருநாள் தேவர் வெளியூர் சென்றுவிட்டு ஊர் திரும்புகையில், பழைய பஸ் ஸ்டாண்டு முன்பு அதிகாலை நான்கு மணிக்குத் தேர்தல் பகையில் அடிப்பட்ட ஒரு கும்பல் தேவரை வளைத்துவிட்டது. ஓங்கிய அரிவாளை உள்ளங்கையில் அழுத்தமாகப் பிடித்துக்கொண்டு, அவனைத் தன் முதுகோடு தூக்கிக் கீழே போட்டு, கழுத்தோடு மிதித்து, அதே அரிவாளால் வந்த நபர்களை ஒரு கையில் தடுத்தபடி மறுகை அரிவாளால் ஏழு நபர்களை வெட்டினார். சமாளிக்க முடியாமல் திணறிய நபர்கள் ஓட, இவர் வழக்கம்போல் விரட்ட, கீழே விழுந்தவன் எழுந்து தேவரை விரட்டிவர, சென்ட்ரல் தியேட்டர் வாசலில் தேவர் ஓடிக்கொண்டிருந்த சமயத்தில் பின்தொடர்ந்தவன் அரிவாளை தேவரின் காலைப்பார்த்து வீச அது தவறி விழுந்தது.

எப்போதும் இரவாட்டம் போட்டுவிட்டு சென்ட்ரல் தியேட்டரில் படுக்கும் தேவராட்களில் மூன்று பேர் அன்றும் தியேட்டர் அலுவலக வாசல் முன்பு படுத்திருந்தார்கள். “டேய் நம்ப பெரிசே வெட்டுராங்கடா” என்று ஒருவன் கத்த, மூன்று பேர்களும்

எழுந்தோடி வந்து விரட்டி வந்தவனை ஒருவன் கழுத்தோடு கட்டி மடக்கிக்கொள்ள, மற்றொருவன் கீழே கிடந்த அரிவாளால் அவன் குரல்வளையோடு ஒரே போடுபோட, கழுத்து பின்பக்கம் சாய, மார்போடு ஒரு வெட்டு, தேவர் அருகில் வந்து வயிற்றோடு ஒரு எத்து எத்தி "நீசப்பயே, யாருட்ட காட்றே ஓம் வேலயே, நா பேசாட்டுக்கு பழசே மறந்து திரிஞ்சாலும் வக்காளி ஒதுங்கவிட மாட்டுறாங்களே", என்று தலையை மடிக்க அந்த நபர் கீழே விழுந்து ரத்த வெள்ளத்தில் இறந்துபோனான்.

இதுவரை தேவர் ஒரு கொலைகூட செய்தது கிடையாது. அனைவரையும் அரைகுறையாகத்தான் வெட்டியிருந்திருக்கிறார். ஆனால், இந்தமுறை கொலை. கொலையிலிருந்து தப்பிக்க, தேவர் வழக்கம்போல் ஆளைத் தயார் செய்துவிட்டு காரில் ஏறித் தப்பிப் பல ஊர்களில் சுற்றித்திரிந்துவிட்டு இனித் தனியாக இருப்பது ஆபத்து என்ற எண்ணி மாயவரம் கோர்ட்டில் ஆஜரானார். திருச்சி சிறையில் அடைக்கப்பட்டார். அங்கு இருக்கின்றபோதுதான் கொலைக்கான காரணங்கள் என்ன, அதைத் தூண்டிவிட்டவர் யார் என்பதெல்லாம் தெரிந்தது.

இவருக்கும் இவராட்களுக்கும் ஏழு ஆண்டுகள் தண்டனை கிடைக்க காரணம், அ.தி.மு.க.வில் இரண்டு முறை எம்.எல்.ஏ. பதவியை அனுபவித்து பழம் தின்று கொட்டை போட்ட நபர். பிறகு மூன்றாவது முறை போட்டியிட்டபோது தேவரால் தோல்வி யைத் தழுவிய நபர். தோல்விக்கு யார் காரணம் என்று அந்தப் பழைய எம்.எல்.ஏ. நூல் பிடித்துப் பார்த்து இறுதியில் தேவர் என்று தெரிந்ததும் அவரைத் தீர்த்துக்கட்ட ஆட்களை நியமிக்க அவர்களில் முக்கியநபராக இருந்தவன் கொலையாகிப்போனான். இதிலும் தோற்றுவிட்டோமே என்ற வெறியோடு அந்தப் பழைய எம்.எல்.ஏ. இதுவரை தப்பித்துக்கொண்டிருந்த தேவரை இந்த முறை தனது அரசியல் செல்வாக்கைப் பயன்படுத்தி அவருக்கு எதிராகச் சரியான நபர்களைச் சாட்சி சொல்ல வைத்துத் தண்டனை பெற்றுக்கொடுத்த பின்தான் நிம்மதிப் பெருமூச்சுவிட்டார்.

தேவருக்கு மட்டும் இரண்டாண்டுகளுக்குப் பின் பரோலில் விடுப்புக் கிடைத்தது. அவர் கூட்டாளிகளுக்குக் கிடைக்கவில்லை. பரோலில் வெளியே வந்த தேவரை அவரின் ஆதரவு ஆட்கள் வந்து பார்த்து விசாரித்துச் சென்றனர். அவரும் பதிலுக்கு ஊர் விவகாரம், ஊருக்குள் யார், யார் தலை தூக்கி இருக்கிறார்கள்

என்றெல்லாம் கேட்டுத் தெரிந்துகொண்டார். "நாம இல்லாத தானால கொட்டமடிச்சிட்டுத் திரியிராங்களா, இருக்கட்டும், மேல் கோர்ட்டுக்கு அப்பீல் பண்ணி சாட்சிகளே ஒடச்சி கேஸ் இல்லாமப் பண்ணிட்டு வந்து, வக்காளி ஒவ்வொருத்தனையும் வைச்சுகிறேன்."

ஒரு சிலர் அவரை வந்து பார்த்தனர். ஒரு சிலரை அவரே வரவழைத்துப் பார்த்தார். அதில் அப்பாவும் சேர்த்தி. என்ன நினைத்தாரோ ஏது நினைத்தாரோ அப்பாவை வரவழைத்து தேவர் பேசினார். இதுபோன்று ஒரு சில எதிரிகளை வரவழைத்தும் வராதவர்களைத் தானே போய்ப் பார்த்தும் பேசினார். நாட்கள் எண்ணப்படுவதை அவர் உணர்ந்துகொண்டரா அல்லது புலி பதுங்கிப் பாய்வதற்கு தயரானதா தெரியவில்லை. எதிர்பாராமல் வந்த தேவரைப் பார்த்து எதிரிகள் உறைந்துபோனார்கள். நீண்ட நாள் நண்பர்களிடம் பழகுவதைப்போல் தேவர் எதிராளிகளிடம் பழகினார். மூன்று நாள் இரவும் பகலும் அவர் வாழ்நாட்களில் சம்பாதித்த நண்பர்கள், மோதிய எதிரிகள் சுற்றித்திரிந்த இடங்கள், முக்கியமாக குட்செட் குடோன், இரயில்வே காலனி, எறய நாயக்கர் ஊரணி, முத்துவஸ்தார் பயிற்சிக்களம், வெயிலுகந்தம்மன் பொட்டல் இப்படி எல்லா இடங்களுக்கும் போய் வந்தார். ஆறு படை வீடுகளுக்கும் சென்று வந்தார். ஊருக்குள், 'கருப்பண தேவனுக்கு என்ன பைத்தியம் கிய்த்தியம் புடுச்சிப் போச்சா, இப்படி எல்லாத்தையும் அதிசயமா பாக்குறான். ஒரு வேள ஜெயிலேயிருந்த ஏக்கமோ' என்று அரசல்புரசலாகப் பேசித் திரிந் தனர். காத்திருந்த எதிரிகள் கருப்பணத் தேவனுக்கு இது இறங்கு காலம். போட்டுவிடவேண்டியதுதான் என்று முடிவெடுத்தனர்.

தொழுவத்தில் பன்றிகள் உர்உர் என்று ஒவ்வொன்றாய் முண்டிக் கொண்டு வாசல் தடுப்பை உடைத்துக்கொண்டு வெளியேறின. விடிய விடிய பலத்த யோசனையிலேயே இருந்துவிட்டுப் பொழுது விடிகிற வேளையில்தான் லேசாகக் கண் அயர்ந்த தேவருக்குப் பன்றிகள் சிதறி ஓடும் சப்தம் கேட்டதும் மனதில் ஒரு மின்னல் வெட்டி மறைந்தது.

உடனே வேஷ்டியை அவிழ்த்து ஒரு மூலையில் போட்டுவிட்டு நெடுநாட்களாகக் கட்டாத சிகப்பு நிற லங்கோட்டை மரப் பெட்டியிலிருந்து எடுத்து ஒருமுறை அதையே பார்த்தார். பின்பு தனது குருவான முத்து வஸ்தாரை மனதில் நிறுத்தி வேண்டினார். அவர் மங்கலாக வருவதும் சிரிப்பதும் எதிரிகளை வீழ்த்தும்

சூட்சமங்களைப்பற்றி விவரிப்பதும் தேவர் செவிகளில் ஒலித்தன. உடனே உடலில் ஒரு திமிர் உண்டானது. மீசையை மேல் நோக்கி நீவிவிட்டார். இரும்பு வாளியிலிருந்த விளக்கெண்ணெயை அள்ளி உடல் முழுதும் பூசினார். தலையிலும் பூசினார். கண்களில் எண்ணெய் வழியாமல் இருக்க ஒரு சிவப்பு நிறக் கைக்குட்டையால் நெற்றியில் வட்டக்கட்டுக் கட்டினார். கொடியில் தொங்கிய சிகப்பு நிறத் துண்டை லங்கோட்டுக்கு மேல் கட்டி இடைவாறை அதன் மேல் இறுக்கினார்.

மீண்டும் 'டமார்' என்ற சத்தத்தில் பன்றிகள் சிதறி ஓடின. வாசல் முகட்டுக்கூரையில் சொருகியிருந்த நான்கடி உயரத் திருப்பாச்சி அரிவாளை உருவினார். வாசல் பக்கவாட்டு இடுக்கிலிருந்த எட்டடி உயர வேல் கம்பையும் எடுத்துக்கொண்டு குலதெய்வமான மருதூர் அய்யனார் வேட்டைக்குப் புறப்படுவதுபோல வாசலில் இறங்கினார். சுருட்டு மட்டும் அவர் வாயில் இருந்தால் அய்யனாரே தான்.

வாசல் முற்றத்துக்கு வந்து சுற்றும்முற்றும் பார்த்தார். ஆள் அரவம் இல்லை. மெல்ல பயிற்சிக்கள வாசலுக்கு வந்து வெளியே எட்டிப் பார்க்கையில் மதில் சுவரிலிருந்து ஒரு பாறாங்கல் தேவர் தலையைப் பதம் பார்த்தது. தலையைப் பிடித்தவாறு வேல் கம்பை அவன் மார்பை நோக்கி வீச, அது அவன் மார்பில் குத்தி களத்தில் அவனை வீழ்த்தியது. விழுந்தவனைப் புறங்காலால் ஒரு எத்து, அவன் சரிந்து போய் விழ, களத்து மதில் சுவர்களின் நான்கு மூலைகளிலிருந்தும் சரசரவென குரங்குகள் போல் வந்து குதித் தனர். ஒவ்வொருவருக்கும் பதினெட்டு வயது தாண்டாது. அவர் இதை எதிர்பார்க்கவே இல்லை. "இம்புட்டு சின்னப்பயல்ககிட்டயா நம் உயிர் முடுச்சு அவிழப் போகிறது? அட அய்யனாரே" என்று ஒவ்வொரு நபரையும் வெடக்கோழியின் கழுத்தை நெறிப்பது போன்று நெறித்துத் தூக்கித் தூக்கி எறிந்தார். எல்லார் கைகளிலும் வீச்சரிவாள், வேல்கம்பு. அந்த ஆயுதங்களால் அவரை நெருங் கக்கூட முடியவில்லை. குரங்கு கூட்டம் எப்படித் தாவித் தாவித் தாக்குமோ அதே போல் அந்தக் கூட்டத்தில் யாரும் தரையில் நிற்கவில்லை. பளிச்பளிச்சென்று அவர் கழுத்திலும் தோளிலும் தாவித்தாவி உட்கார்ந்து தாக்க முயற்சிசெய்ய அவர் புளியமரத்தை உலுப்புவதைப் போல் அவர்களை உலுப்பித் தள்ளினார். கீழே விழுந்த நபர்களைக் கொத்தாகத் தூக்கிப் பக்கத்திலிருந்த

சுவர்களிலும் போஸ்ட்டுக் கம்பங்களிலும் தூக்கி அடித்தார். அவர்கள் தேங்காய் சிதறுவது போல் சிதறி விழுந்தாலும் அசர வில்லை. இளம்கன்று பயமறியாது என்ற பழமொழிக்கேற்ப, மீண்டும்மீண்டும் அவரைச் சுற்றி வளைத்தனர்.

அரிவாள் தவறி விழவும் வேல் கம்பால் சுழற்ற ஆரம்பித்து விட்டார் தேவர். சுழற்றிசுழற்றி அவர் வீட்டிலிருந்து நான்கு ரோடு சந்து முக்குக்கு வந்துவிட்டார். தாக்குப்பிடிக்க முடியாமல் அந்தக் கூட்டம் ஓட்டம்பிடிக்க தயரானது. பல நபர்களுக்கு கால், கை, வயிறு, கழுத்து என்று வெட்டு, வேல்கம்புக் குத்து. ஆனால், ஒரு அடி கூட, ஒரு வெட்டுக் கூட தேவருக்கு விழவில்லை. தலை மட்டும் உடைந்து ரத்தம் வழிந்தது. அது உறைந்து ரொம்ப நேரமாகிவிட்டது.

வடக்கிலிருந்து திடீரென ஒரு கூட்டம் ஓடி வந்ததுதான் அவருக்கு தெரியும். முதலாவதாகக் குண்டு ஒன்று வெடித்துச் சிதறி ஒரே புகைமூட்டம். இரண்டாவதாக ஒரு வீட்டின் பால்கனித் திட்டிலிருந்து தெரெட்டிக்கம்பால் அவர் கழுத்தில் போட்டு ஒருவன் இழுக்க, மற்றொருவன் வலது இடுப்பில் சூரியை இறக்க, பிறகு தலையில் ஒரு வெட்டு, முகத்தில் ஒரு வெட்டு, இவ்வளவும் அவர் கண் திறப்பதற்குள் நிகழ்ந்து முடிந்தது, சரிந்தார் தேவர். விழுந்தவரின் மார்பில் ஏறி அமர்ந்து முகத்தில் குத்திச் சின்னா பின்னப் படுத்தினான் ஒருவன். நின்றது தேவரின் இறுதி மூச்சு.

இரண்டு கும்பலும் ஓடவில்லை, ஒளியவில்லை. நகரின் முக்கிய வீதிகளில் தெருத்தெருவாகச்சென்று, “ஏய் கருவாயனே போட்டுட்டோம். ஏய் சண்டியரச் சாச்சுட்டோம், ஏய், ஏய்” என்று ஆட்டம் பாட்டம் கொண்டாட்டமாக வலம் வந்தனர். தேவர் உடலை அள்ளி அரசு மருத்துவமனைப் பிரேதப் பரிசோதனைக் கூடத்தில் சேர்த்தது காவல்துறை.

26

பாலன் அம்மாவை கசாப்புக்கடை ஆபீஸில் போய் விட்டு விட்டுக் கத்தலாம்பட்டி வழியாக நடந்துகொண்டிருந்த அப்பாவை ஏற்றிக்கொண்டு மிதித்தான். வண்டி மூனாவது கேட்டைத் தாண்டி வாடியான் தெரு மேடேறியது. "அம்புட்டுத் தானப்பாத் தேவர் கதே" என்றதும், "இருக்குப்பா, நம்மலையும் அவென் விட்டுவைக்கலே, நம்ம சாதிசனத்தையும் விட்டு வைக்கலே." "அப்போ நான் கடத்தெருவுலே வேல பாக்குறேன். குப்பையக் கூட்டித் தள்ளிக்கிட்டிருக்கேன். இந்தச் சம்பவம், அந்தாளு கட்சிலேயிருந்து வெளியே வந்த சமயம் நடந்தது. அப்போ ஏ.டி.எம்.கே. ஆட்சிலே இருக்கு, நம்ம கட்சி எதிர்க் கட்சியா இருக்கு.

அன்னக்கி ஒரு பதினோரு மணி இருக்குமுன்னு நெனைக் கிறேன். அப்பேயெல்லாம் அவருட்ட கார் கிடையாது. ரேக்ளா வண்டிதான். வந்து நின்றவனே நான் நிமுந்து பாத்தேன், தேவர் கோபமா நின்னாரு. நான் ஓம் கோபத்துக்கு நான் பயப்பட போறதுதில்லேன்னு தெனாவெட்டா நின்னேன். "என்னடா பாண்டி... அங்க சுத்தி, இங்க சுத்தி என் அடிமடியிலேயே கை வைக்கீறியா. ஒனக்கு எம்புட்டு தெனவு இருந்தா இந்த சானா பயக்கூடச் சேர்ந்துகிட்டு என் சொத்தே அளிக்கப் பாப்ப" என்று முறுக்கவும், "யோவ், அருத்தம் பொருத்தமா பேசப்பாரு. கட வீதிகளிலே சுத்தித்திரியிர பன்னிகளத்தானே புடிக்கச்சொல்லி இருக்காங்க. வீட்டுக்குள்ள நிக்கிறதவா புடிக்கச் சொல்ராங்க, எங்க உருப்படிகளயெல்லாம் ஒழுக்கமா தொழூவுக்குள்ளே போட்டு வளர்க்கிறோம்மில்ல, ஒன்னோட உருப்படிகதாய்யா, கட வீதி கள்லயும் தெருவுலயும் சுத்தித் திரியுது. பேசாமேப் புடிச்சிக் கொஞ்ச நாளைக்குத் தொழூவுலே போடு, அப்புறம் நெலமே சரியானதும் மறுபடி தொறந்துவிடு. ஒன் நன்மைக்குதான்யா சொல் றேன். அப்புறம் ஒம்பாடு." "ஏலேய் மசுரு, எனக்கே அறிவுரையா? மருவாதியா எங்கூட வந்திரு. இல்லே, மவனே அவீங்களோட

சேத்து ஒன்னயும் பொசுக்கிப்புடுவேன். ஒனக்கும் இந்த நாடாப் பயல்களுக்கும் சாயந்திரம் வரைக்கும் டயம் தாரன், ஒழுங்கா தீர்மானத்தே வாபஸ் வாங்குறதுக்குப் பேசச் சொல்லு. இல்லேனா நா மனுஷனா இருக்க மாட்டேன்."

புதுசா வந்த சேர்மன் நம்ம கட்சிக்காரரு, அவருட்ட மார்க் கெட்காரங்களும் ஊருக்குள்ள உள்ள கடைக்காரர்களும் தேவர் உருப்படிகள்னால உள்ள தொல்லைகளப் பத்திச் சொல்லவும் எல்லா கவுன்சிலர்களும் ஒன்னா சேந்து அவுர் ஜாதி கவுன்சிலர்கள் உள்பட ஒரே மனசா தீர்மானத்தேப்போட்டு நகரில் திரியுற எந்த உருப்படியா இருந்தாலும், அடிச்சிக் கொல்ல முடிவு செஞ்சிட்டு, அத நெறவேத்த என்னையும் என்னோட நாலஞ்சு பேரையும் போட்டுட்டாங்க. நான் வெவரம் தெரியவும் என்னைய ஏன் போட்டிங்கன்னு சேர்மனுட்டேயே கேட்டேன். இந்த வேலைய ஒன்னையவிட்டா வேற யாரும் தேவர எதுத்து வேல செய்ய மாட்டாங்க. அதனால எல்லாரும் ஒம்மேல நம்பிக்கை வைச்சி தீர்மானம் போட்டுட்டோம்", என்று சொல்லவும் நானும் மறுக்க முடியலே. ஒருபக்கம் வேல, மறுபக்கம் நம்ம கட்சிக்கார சேர்மன். இன்னோன்னு, அந்தாளு பண்ணுற காரியம் எனக்குப் புடிக்கல. சரி என்னதான் நடக்குதுன்னு பாத்துப்புடுவோம்ன்னு சரிகுடுத் திட்டேன்.

"நமக்கு மேலே இருக்கிற மேலதிகாரி உத்தரவுப்படிதான் இந்தக் காரியத்தேச் செய்யப்போறோம். அதனால நமக்கு ஒன்னுனா அரசாங்கம் பாத்துக்கிட்டிருக்காது. தைரியமா எல்லாரும் வாங்க. நாம வெளியே படுத்துக்கிட்டு, அதுகளே வீட்டுக்குள்ளே வைச்சி வளக்குறோம். அந்தாளு மட்டும் ஊரவே பன்னித் தொழுவமா ஆக்குறாரு, அது எந்த விதத்துலையும் ஞாயம் கெடை யாது. இன்னோன்னு, ஒவ்வொருத்தனும் ஒவ்வொரு நாளைக்குப் பண்ணைக்குப் போறீங்க. அதனால ஒங்களுக்கென்ன லாபம்? அப்படி போவாதவனக் கட்டிவைச்சி அடிக்கிறாரு. கிளப்புக் கிடையிலே விழுகுறே எலைகளே, எடுத்து அந்தாளு பன்னியே வளக்குறாரு. அதில ஒங்களுக்கென்ன பங்கு குடுக்குறாரா? இல்லே. அப்புறம் என்ன மயித்துக்கு வேலை பாக்குறீங்க."

"நீ மட்டும் அவரோடவே கெடந்து எல்லாத்தையும் செய்ய லையா தலைவரே", "ஏலேய், நா என்ன செஞ்சேன்? குஸ்தி பழகுனேன், ஒடப்பயிற்சி செய்யப் போவேன். நமக்கு நறுக்குன்னு

படுற ஞாயமான விசயங்களுக்கு முன்நின்று செய்வேன். அடிமை வேலை என்னைக்காவது செஞ்சிருப்பேனா? எத்தனை தடவ போகாதிங்கடா, வேலை பார்க்காதீங்கடான்னு சொல்லியிருக்கேன். எவன்னாச்சும் என் சொல்ல கேட்டிங்களா? இப்பவாச்சும் நா சொல்ரத கேளுங்க, நா இருக்கேன், எத்தன பய கம்பு வந்தாலும் செரி, அரிவாள் வந்தாலும் செரி", என்று சொன்னவரின் மூக்கின் மேல் சேர் வந்து விழுந்தது.

மூக்குடைந்து ரத்தம் கொட்டியது. பத்துபேர் கூட்டத்தில் இருந்தவர்களைக் கட்டையால் தாக்கவும் கூட்டம் முடிந்தளவு தப்பித்து ஓடியது. அப்பாவும் இன்னும் இரண்டு பேரும் அவர்களை ஓட ஓட அடித்து விரட்டினார்கள். ரத்தம் சொட்டச்சொட்ட கடை வீதிகளில் ஓடினார்கள்.

மறுதினம், ஊரே பரபரப்பானது. இரவில் அப்பா வீட்டுக்கு ஒரு கும்பல் வந்து பார்த்துவிட்டு அப்பா இல்லை என்றதும் அம்மாவையும் அண்ணனையும் அடித்து மண்டையைப் பிளந்து விட்டுச் சென்றது. ஏற்கனவே அடிபட்ட துப்புரவாளர்களுக்குச் சிகிச்சைக்காக மருத்துவமனை சென்றிருந்த அப்பா, மனைவியும் மகனும் அடிபட்டு வருவதைப் பார்த்து அதிர்ந்தார்.

உடனே அம்மா, "ஏய் வேணாம், அந்த மாக்கனோட சண்ட போடாதே. கொலகாரப்பய, பச்சப் பையனே இப்படிக் கொன்னுட் டாங்களே. இங்க பாரு எம்புட்டு ரத்தம்" என்று அண்ணனின் நாடிபிடித்துக் காட்டினாள். அப்பா அண்ணனை அழுகையும் கண்ணீருமாகப் பார்த்தார்.

இங்க பாருடா அவிங்களெ சின்னா பின்னாமாக்கெல, ஒக்காளி, நான் குட்ட ராமனுக்கும் எசக்கிக்கும் பொறக்கலே, விடியட்டும், இம்புட்டு ரத்தத்துக்கும் அவன் பதில் சொல்லியே ஆகணும். ஒக்காளி... குறவனுக்கும் மறவனுக்கும்தான் ஜெயில். ஏய் இந்தாங்கப்பா, நல்ல பயல்களா இருந்தா என் பின்னாடி வாங்க, இல்லாட்டி கெடங்கடா." பயந்து பயந்து சாகுறதவிட ஒக்காளி ஒரேயடியா சாகுறது. "தலைவரே, ஊருக்குள்ளே ஒரு பன்னியும் இல்லாமே பண்ணனும்." நகர்மன்றத் தலைவர், கவுன்சிலர்கள், ஆணையாளர் மற்றும் நகராட்சி அதிகாரிகள் வந்து பார்த்தனர். "ஏப்பா ஒனக்கு என்னா தேவையோ கேளு, எல்லாத்தையும் நாங்க செஞ்சுதாரோம்" என்றும் உடனிருந்த டி.எஸ்.பி.யைப் பார்த்து, " இவுங்களுக்கு போலீஸ் காவல் குடுங்க, எவன் வந்தாலும், தூக்கி

உள்ளே போடுங்க" எனக் கட்டளையிட்டார் சேர்மன். டிராக்டர் தடதடக்க இருகுழுக்களாகப் பிரிந்து நகருக்குள் திரியும் தேவரின் பன்றிகளை விரட்டிவிரட்டிச் சுருக்குப்போட்டுப் பிடித்துக் கட்டையால் அடித்து அடித்து வண்டியில் தூக்கி எறிந்தனர். மணிக் கூண்டருகே, காத்திருந்த தேவரின் கும்பல், வண்டியோட்டிய டிரைவரை முதலில் தாக்கினார்கள். பின்பு, வலது சந்துக்குள் ஓட ஓட துப்புரவாளர்களுக்குச் செம அடி. ஒரு நபருக்குக் கத்திக் குத்து. குத்துப்பட்டவன் அருகிலிருந்த தோழர் டீக்கடையில் வந்து விழுந்தான். அவனைப் பார்த்ததும் கடையில் உள்ளவர்கள் சிதறி ஓடினார்கள். தோழர் பி.எஸ்., அவனை உடனே மருத்துவமனைக்கு ரிக்சாவில் ஏற்றிச்சென்றார்.

முதலில் அடித்துக்கொன்ற பன்றிகளைக் குப்பைக்கிடங்கில் போட்டுவிட்டு கம்போஸ்ட்டிலிருந்து திரும்பிக்கொண்டிருந்த அப்பாவின் குழுவுக்குத் தகவல் தெரியாமல், மீண்டும் தப்பி யோடிய பன்றிகளைத் தேடி, சுருக்குப் போட்டனர். தெப்பக் குளத்தைச் சுற்றியும் அதன் பக்கவாட்டுச் சந்துக்குள்ளும் மாறி மாறி ஓடி போக்குக் காட்டின, பெரியவரின் பன்றிகள்.

ஒருவன் ஓடோடி வந்து அப்பாவிடம், "தலைவரே தலைவரே, நம்ம வீரணனைக் குத்திட்டாங்க ஓடியாங்க ஓடியாங்க."

"யாருப்பா?"

"எல்லாம் அவீங்கதான்."

"ஏய் வாங்கப்பா" என அப்பா கத்தவும், எல்லோரும் அப்படியே கலைந்து, மருத்துவமனைக்கு ஓடினார்கள். அங்கு அவசரச் சிகிச்சைப் பகுதியில் வைத்து, குடல் சரிந்த வீரணனுக்குத் தையல் போட்டுக்கொண்டிருந்தனர்.

தோழர் பி.எஸ்., தனது கரகரத்த குரலில் கேட்டார். "என்னப்பா, அந்த போக்கிரிப் பயில்ககிட்டே மாட்டிக்கிட்டிங்களே? இன்னக்கி இவன், நாளைக்கு யாரோ. நல்ல வேளைக்கு, காயம் பலமா இல்லே, பயெ பொழச்சுக்கிருவான். பாதுகாப்பு இல்லாம அந்த பயல்கெகிட்ட மோதலாமா?"

"போலீஸ்காரங்களே அனுப்புரோம்முன்னு, நேத்து மெனக் கெட்டு சேருமேனு சொன்னாரு. கடெசிலெ, ஒரு களவாணிப் பயல்களும் வரெல."

"எப்படி வருவான்?"

"அவனுக்குக் குடுக்குரதக் குடுத்தா, அவன் பாட்டுக்குக் கெடப் பான். ஒங்க பின்னாடியா நிக்கப்போறான். ஒங்காளுக எத்தனை பேரு இருக்கிங்க, இப்பெப்பாரு எத்தனை பேரு வந்திருக்கீங்க, அஞ்சு பேரு"

அப்பா திரும்பிப் பார்த்தார், ஐந்துபேர் தான். இரு குழுக்களாகப் பிரிந்து செயல்பட்ட ஐம்பது பேரில், ஒருவன் விழுந்தவுடன் இறுதியில் ஐந்து நபர்கள் மிச்சம். மீதி நபர்கள் ஓடிவிட்டார்கள்.

"மொதல்லெ ஒங்களுக்குள்ள ஒத்துமெ வேணும்பா."

"எங்க தோழரே, பேசுரப்ப சமத்தா பேசுராங்க. அப்புறம் ஓடிப் போயிடுராங்க, தொட நடுங்கிப்பயக."

"ஏ, அவீங்க கூட யாருடா வந்தது?"

"செவப்பேன், அப்புறம் மொக்கராசு, நாலஞ்சு பேரு இருக்கும்."

"அந்த செவப்பு நாயா? டேய், வாங்கடா. அந்த நாய், ராவுத்தர் கடையிலெதான் இருப்பான்", என்று புறப்பட்டார் அப்பா. தோழர் தடுத்தார்.

"இந்தா பாரு, நீயா முடிவெடுத்தா எப்படி? நாங்கெல்லாம், எதுக்கு இருக்கோம்? அவசரப்படாத, கெடக்குறே பயலே, மொதல்லே தேத்துரதுக்கு வழியே பாருங்க. அப்புறம், இதுக்கு ஒரு முடிவு எடுப்போம். நீ தூக்க அவன் தூக்க, அப்புறம் அப்படியே போய்க்கிட்டே இருக்கும், புருஞ்சதா?" என்று சொல்லிக்கொண்டு இருக்கையில், அனத்தலுடன் ஸ்ட்ரெச்சரில் வீரணன் தூக்கி வரப்பட்டான்.

அனைவரும் ஓடிச்சென்று பார்த்தனர். வலது விலாவில் குறுக் காகக் கட்டு போடப்பட்டிருந்தது. அடி வயிற்றில் குடலைச் சரிய விடாமல், தூக்கிவைத்துக் கட்டப்பட்டிருந்தது. அவனுக்குக் கண்ணீர் வழிந்துகொண்டிருந்தது. உடம்பு முழுவதும் ரத்தக்கசிவு, அதன் மேல் ஈக்கூட்டம். தோழர் பார்மெசிஸ்டிடம், "தேருவானா?"

"டாக்டரு உள்ளே இருக்காரு கேளுங்க." உடனே தோழர் மருத்துவ மேலதிகாரி அறையிலிருந்த பணி மருத்துவரைப் போய் பார்த்தார்.

"வணக்கம். வாங்க, உக்காருங்க."

"நமக்கு வேண்டப்பட்டவங்க."

"அப்படியா?"

"எப்படி டாக்டர், பொழைச்சிக்கிடுவாரா?"

"சந்தேகம்தான். குடல்ல, ஓட்ட விழுந்திருக்கு. நாங்க என்னா செய்யணுமோ செஞ்சிட்டோம். வேணும்னா மதுர கொண்டு போறீங்களா? போனீங்கனா, உயிருக்கு ஆபத்தில்லெ."

தோழர் அப்பாவைப் பார்த்தார். அவர் "செரிங்கய்யா" என்றார்.

"செரி, அதுக்கான ஏற்பாடு செய்யங்க" எனச் சொல்லவும் டாக்டர் அறையை விட்டு வெளியே வந்த தோழர் பி.எஸ்., " ஏய், யாரச்சும், நம்ம வாலிபர் சங்கத்துக்குப் போயி, அங்க யாரு இருந்தாலும் நா வரச் சொன்னேன்னு சொல்லி, ஒரு வண்டியப் பேசி எடுத்துக்கிட்டு வரச்சொல்லு" என்றதும் தொப்பையன் சைக்கிளை மிதித்தான்.

தோழர், "வாங்கப்பா, போயி டீ சாப்புடுவோம்" என்று கூப்பிடவும் வெளியே தள்ளுவண்டிக் கடைக்கு வந்தனர். அப்பா டீ சொன்னார்.

"நேத்து சேர்மேனே சொன்னாரா?"

"ஆமா, நேத்து என் மவனையும் பொஞ்சாதியையும் அடிச்சுப் புட்டாங்க. கூட வேலபாக்குற பயகளையும் அடிச்சுப்புடவும், ஆஸ்பத்திரிக்கு கட்டுப்போட வந்தப்போ, சேருமேனு, கமிஷ்னரு, டி.எஸ்.பி. எல்லாரும் வந்து எல்லாப் பாதுகாப்பையும் கொடுக்கச் சொன்னாரு. அம்புட்டுத்தூரம், சொன்னதுனாலதான் நாங்களும் தயிரியமா எறங்குனோம். இப்ப இம்புட்டு நடந்திருக்கு, ஒரு பயல்களையும் காணாம்."

"எல்லாம் ஒங் கட்சிக்காரங்கதான?"

அப்பாவுக்கு இதைக் கேட்டதும் சுருக்கென்றது. டீ வந்தது. அதை வாயில் வைக்கும்போது வீரணன் பொண்டாட்டி, தலைவிரி கோலமாக ஓடிவர அவள் பின்னால், பத்துநபர்கள். அப்பா ஓடிச் சென்று, "ஏய் நில்லும்மா, ஒன்னுமில்லெ. லேசாத்தான்" என்றார். அவள், "அண்ணே, நா எப்படி பொழைக்கப்போறேனோ? எனக் கதறினாள். "இந்தப் புள்ளைகளே பாருங்க" என்று இழுத்து விட்டாள்.

"செரி, செரி, அழுவாதே, அழுவாதே."

பின்னாலிருந்தவள், "எங்க வைச்சிருக்காங்க" என்றாள்,

“முன்னால தாமா போ, போயிப் பாரு”, எனச் சொல்லவும் மார்பில் அடித்துக்கொண்டே கூட்டம் மருத்துவமனைக்குள் நுழைந்தது.

கறுப்பு நிற டாக்ஸியில் நாற்பது வயதுடையவரும் முப்பது வயதுடையவரும் வந்திறங்குவதைத் தோழர் பார்த்துக் கையசைத் தார். “வாங்க தோழர், வண்டிக்கு எவ்வளவு?”

“எறநூறு தோழர்” டிரைவர் பையன் கூறினான். உடனே தோழர் அப்பாவை அழைத்துக்கொண்டு மருத்துவரைச் சென்று பார்த்தார். அவர் மதுரை மருத்துவமனை சிகிச்சைக்குப் பரிந்துரை செய்து கேஸ் சீட் எழுதித் தந்தார். மீண்டும் வீரணனை, ஸ்டிரக்சரில் வைத்து, பணியாட்கள் தூக்கி வந்து, டாக்ஸியில் ஏற்றினர். வீரணன் மனைவிக்கு என்ன நடக்கிறது என்று தெரியவில்லை.

“ஏம்மா இராமாயி, நீ மட்டும் ஏறு, கூட ஒரு ஆள கூப்பிட்டுக்கொ” என்றார் அப்பா. அவள் ஏறி, வீரணனை, மடியில் படுக்கவைத்துக்கொள்ள, இராமாயியின் மாமியார் ஏற, மகனின் கால்மாட்டில் அமர்ந்து, டிரிப் பாட்டிலைக் கையில் தூக்கிப் பிடித்துக்கொண்டாள். தோழர் பி.எஸ். “நீ போறீயா?” என்றார்.

“ஆமா தோழர்.”

“செரிம்மா, இவுங்களும் கூடவருவாங்க, ஒங்களுக்கு வேண்டிய உதவிகள செஞ்சிக் குடுப்பாங்க, ஏப்பா, நீ போய் விட்டுட்டு, சங்கத்துக்கு வந்துரு. அங்க வந்து கணக்கு முடிச்சிக்கிடுவோம். பாவம் அவுங்ககிட்டே ஏதும் கேட்காதே” எனச் சொல்லி ஒரு இருபது ரூபாய் கொடுத்து “டீ சாப்பிட்டுக்கொ” என்றார். வண்டி நகர்ந்தது.

27

இரவு பத்தாகியும் எந்த உருப்படியும் தேவர் வீடு வந்து சேரவில்லை. வழக்கமாகப் பன்றியைப் பற்றிக் கொண்டுவந்து அடைக்கும் மதுரை வீரன் வரவில்லை. தொழுவம் வெறிச்சோடிக் கிடந்தது. முழுவீச்சில் அனைத்துப் பன்றிகளும் பிடித்துக் கொல்லப்பட்டு கம்போஸ்ட்டில் மலைபோல் குவிக்கப்பட்டு விட்டதால் பெரியவருக்குப் பேரிழப்பு. “டேய் என்னடா, என்னா நடக்குது?” என்று கர்ஜித்தார் தேவர். “ஒக்காளி ஒரு பய வீட்டுலையும் எதுவும் இருக்கக் கூடாது. செத்த நேரத்துலெ யென் எடத்துக்கு வந்தாகணும்.”

துப்புரவாளர் காலனியில் பெரும்பாலும் அருந்ததியர்களே அதிகம். குறவர்கள் கொஞ்சம்தான். ஆனால், பெரியவரின் ஆட்கள், எல்லோரையும் ஒரே இடத்தில் பிடிக்க வேண்டும் என்றால் காலனிதான் லாயக்கு என்று காலனிக்குள் நுழைந்தனர். ஆங்காங்கே குழுமியிருந்த கூட்டம் சிதறி ஓடியது. வண்டியைவிட்டு இறங்கியவர்கள் இருமருங்கிலும் உள்ள வீடுகளை நோட்டமிட்டனர்.

பெரும்பாலும் அனைத்து ஆண்களும் காலனியிலிருந்து வேறு எங்கோ சென்றுவிட்டார்கள். சம்பவம் நடக்கும் என்பது ஏற்கனவே தெரியும். அடியாட்களின் ஆயுதங்களுக்கு வேலையில்லாததால், தினவெடுத்த உடலுக்குத் தீனி போட பெண்களை வேட்டையாட, பூட்டிய கதவுகளை உடைத்து உள்ளே நுழைந்தனர். தடுத்த பெரியவர்களையும் குழந்தைகளையும் தூக்கி வெளியில் வீசினர்.

காலனியில் எப்படியும் நூறு வீடுகள் இருக்கும். வந்தவர்கள் பதினைந்து நபர்கள். காலனியின் அருகில் உள்ள தெருக்களில் எந்தவித பதற்றமும் இல்லை. மூன்று மணிநேரப் போராட்டத்தில் அரையும் குறையுமாகக் கிட்டதட்ட நூறு பெண்களை அலங்கோலப்படுத்தியிருந்தார்கள்.

தேவரின் கட்டளையை நிறைவேற்ற உருப்படிகளைக் கண்காணித்து அடைக்கப்பட்ட தொழுவுக்குள் நுழைந்து பன்றிகளையும்

மாடுகளையும் பிடித்துக் கட்டிப்போட்டுவிட்டு ஒரு லாரியைக் கொண்டுவந்து ஏற்றிச்சென்று தேவரின் கோபத்தைத் தணித்தனர்.

இரையான பெண்கள் ஒன்றுகூடி அழுதனர். இந்த காலனியில் இப்படி நடப்பது புதிதல்ல. எப்போதாவது, ஏதாவது ஒரு பெண்ணுக்கு நிகழும். இந்தக் கும்பல் இரவில் திடீரெனப் புகுந்து புருஷனையும், புள்ளையையும், வெளியே அடித்து பத்தி விட்டுப் பொண்டாட்டியைப் பதம் பார்க்கும், அதை அவர்கள் சத்தமில்லாமல் ஏற்றுக்கொள்ள வேண்டும். இல்லையெனில் உயிருக்கு உத்தரவாதம் கிடையாது. அதனால் ஆம்பளைகளாக இருந்தாலும் சரி ஒன்றும் செய்திருக்க முடியாது. காலனியில் குடியிருப்போர் 'அவென் வீட்டுலெ தானே நடக்குது, நம்ம வீட்டுல நடக்காமே இருந்தா செரி' என்று பதுங்கிக்கொள்வார்கள். இவ்வளவு நாள் தனித்தனி சம்பவங்களாக நடந்துவந்தது. ஆனால், இன்று ஒட்டு மொத்தமாக நடந்தேறிவிட்டது.

வழக்கம்போல் தொழிலாளிகள் தனது தளவாடங்களுடன் பெயர்ப்பதிவுக்கு வந்து குவிந்தனர். முந்திய இரவை அவர்களால் மறந்துவிடமுடியவில்லை. அவர்கள் முகத்தில் இழப்பின் ரேகைகள் தாறுமாறாக ஓடிக்கொண்டிருந்தன.

பெயர்ப்பதிவுக்குச் சென்றவர்களைப் பாலனின் அப்பாவும் இன்னும் சில நபர்களும் வந்து தடுத்தனர். "ஏய் முனியா, ஏய் ராக்காச்சி, ஏமா ஆவடே, யாரும் வேலைக்கிப் போவேணாம். ஒரு நா நாருனாதா நாமே யாருன்னு தெரியும். நம்மளே தூண்டி விட்டுட்டு, அவெனவன், பொண்டாட்டி புள்ளையோட சொக்காரமா இருக்க, நாம அசிங்கபட்டுச் சாவ, ஏய் யாரும் போவேணாம். எல்லாம் வீட்டுக்குப் போங்கப்பா" என அப்பா சொல்ல, மூக்காயி கோபம் வந்தவளாக "போதுமய்யா, சாமி, உனக்குச் செரி, எல்லாத்தியும் எதுக்க எங்களாலே முடியாது. கெடைக்கிர பிச்சக்கஞ்சியே குடிச்சிப்புட்டு செவனேன்னு கெடப்போம். ஓம் பேச்சக் கேட்டு மானம் மருவாதி, போச்சி. இன்னுமா நாங்க சாகணும், எங்க பொண்டு புள்ளைங்க சீரழியணும், போதும் சாமி, பீய் செமக்கறே நாய்களுக்கு என்ன பீதாம்பரக் கனவு."

அப்பாவுக்குக் கோபம் வந்துவிட்டது. "ஏய் மூக்காயி, என்ன? அந்த மசுருக, என்ன வேல செஞ்சிருக்காங்க? ஓட ஓட அடிச்சாங்க. அந்தா, ஒருத்தனே குத்திப்போட்டுட்டாங்க. மதுர போயி பொளைக்க வச்சாச்சி. அதுக்குள்ளயும், பச்ச மதளைகளே, சே...

நாய்பயல்க. அவிங்க பொண்டாட்டி புள்ளைகளே இழுத்தா சும்மா விடுவாங்களா. இன்னிக்கு ரெண்டுல ஒன்னு பார்க்காமே விடக் கூடாதுடா. டேய், கேட்டப்பூட்டுடா. ஒருத்தனும் வேலைக்குப் போகக்கூடாது. போனீங்க, மனுசனா இருக்க மாட்டேன்" என்று கத்தவும் வாயடைத்தவர்களாக அனைவரும் வெளியேறினர். "டேய், சுத்தமானவங்களுக்குப் பொறந்திருந்தா எங்கூட வாங்கடா" எனச் சொல்லவும் பத்து பேர் திரண்டுவிட்டனர். ரெண்டு மூனு பொம்பளைகளும் சேர்ந்துவிட்டதும், அப்பா எதிரேயிருந்த பேட்டைக்குள் நுழைந்து வசமான விறகுக் கட்டையை எடுத்துச் சைக்கிள் பின்புறம் வைத்துக்கொண்டு புறப்பட, பத்துப் பேர் பின்தொடர, நகரின் மையப்பகுதியில் உள்ள கோயில் பின்புறத் திண்ணையில் இரவில் போட்ட ஆட்டத்தில் அயர்ந்து தூங்கிக் கொண்டிருந்த மூன்று பேரை, ஆளுக்கொரு நபர் காலைப்பிடித்து இழுக்கவும், அவர்கள் செய்வதறியாமல், 'குய்யோ முறையோ' என்று கத்த விறகுக்கட்டைகள் அவர்கள் உடலில் விளையாடின. பெண்கள் முதற்கொண்டு அவர்களை ஏறி ஏறி மிதித்தனர். உடலெங்கும் ரத்தக்கசிவோடு அவர்கள் ஓட, அவர்களை மடக்கிப் பிடித்து, உடைகளைக் களைந்து, அருகேயிருந்த கழிவறையிலிருந்து கொண்டுவந்த மலத்தை கரைத்து, அந்த நபர்கள் வாயில் ஊற்றி விளக்குமாத்தால் அடித்தார்கள்." காவல்துறை சுற்றி வளைத்துப் பெண்கள் உள்பட அனைவரையும் இழுத்துச் சென்று கிளைச் சிறைச்சாலையில் அடைத்தது.

இதையறிந்த துப்புரவுத் தொழிலாளர்கள் பத்துப் பதினைந்து சைக்கிள்களில் ஸ்டாண்டு போடும் சப்தம்கூட கேட்காமல் வந்து நின்றனர். கேரியரிலிருந்த மண்மூட்டையை மெல்ல இறக்கி கான்கிரிட் போடுபவர்கள் போல வரிசையாக நின்று மணல் மூட்டையைக் கைமாற்றிக்கொள்ள தயாரானார்கள். ஒருவன் பாதாளச் சாக்கடைக்குள் இறங்கித் தோது பார்த்துவிட்டு, மடையைக் கண்டுபிடித்துவிட்டு செய்கை செய்தான். மண் மூட்டை கைமாறிக் கைமாறிச் சாக்கடைக்குள் புகுந்தது. உள்ளே இருந்தவன் தம் கட்டி வாங்கிச் சாக்கடையின் அடிப்பகுதிக்கும், மேல் பகுதிக்கும் இடையில் சரியாகப் பொருத்தினான். அவன் கெண்டைக்காலை வருடி நின்ற கழிவு நீர் கொஞ்சம் கொஞ்சமாக மேலேறியது. அதை உணர்ந்தவன் பளிச்சென்று வெளியேறினான். கூட்டம் அடுத்த பகுதிக்குச் செல்ல ஆரம்பித்தது. அங்கும் இதே காரியம்

நிகழ்ந்தது. தட தடவென ஒன்றன்பின் ஒன்றாக டிராக்டர்கள் வந்து நிற்க, மக்கிப்போன குப்பைக் கூளங்களை மடமடவெனக் கொட்டினார்கள். செம்மிப்போயிருந்த மலம், டிரம் டிரம்மாக இறக்கப்பட்டு, நகரின் சுத்தமான பகுதி என்று எங்கெங்கு உள்ளதோ அங்கெல்லாம் கொட்டப்பட்டது. முக்கிய வீதிகளில் சாக்கடை கரைபுரண்டோடியது.

இந்தப் பாதாள சாக்கடைகளில் மழைபெய்து பெருந்தண்ணீர் பெருகி ஓடினால் மட்டுமே கால்வாய் எது, சாலை எது என்று தெரியாத அளவுக்கு ஆற்றுவெள்ளமென ஓடும். ஆனால், மழையும் இல்லை. வெள்ளமும் வரவில்லை. ஆனால், சாலையில் கால்வாய் நீர் கனஜோராக ஓடியது. கடைத்தெருக்கள் கழிவறைக்குள் இருப்பது போலாயின. நேரம் செல்லச் செல்ல நகரம் அல்லோலகல்லோலப் பட்டது.

நகரின் முக்கிய நபர்கள் தொலைபேசியைச் சுழற்றி அதிகாரி களைக் கடிக்க, அவர்கள் சம்பவ இடத்துக்கு வந்து பார்த்துவிட்டு, நெஞ்சுறைந்து போக, ‘எப்படி இது சாத்தியப்படும்?’ ஒருவனும் வேலைக்கே வரவில்லை. எப்படி இவ்வளவு மலக்கழிவு. உடனே நகரின் கழிவுச் சேமிப்புக் கிடங்குக்குச் சென்று பார்த்தனர். அவர்கள் கணக்குத் தப்பவில்லை. இரவுக் காவலரைக் கேட்டால், “தெரியாது” என்ற அற்புதமான பதில் கிடைத்தது. பதிலுக்கு ‘ஒனக்கு வேலை கிடையாது’ என்ற மிக அருமையான நடவடிக் கையும் மேற்கொள்ளப்பட்டது.

யாரோ ஒருவர், ‘அப்புறப்படுத்த ஏற்பாடு செய்ய வேண்டும்’ என்று யோசனை கூறினார். யார் செய்வது? யார் அந்தக் காரியத்தைச் செய்தார்களோ அவர்கள்தானே அதை அப்புறப்படுத்தவும் வேண்டும். அல்லது அவர்களைச் சார்ந்தவர்கள் அதைச் செய்ய வேண்டும்.

உடனே ஒரு தலைவர் தன் சகாக்களுடன் துப்புரவாளர்கள் வசிக்கும் பகுதிக்குச் சென்று பார்த்தார். ஒரு மனிதத் தடயமும் இல்லை. அனைத்து வீடுகளும் பூட்டிக்கிடந்தன. பூட்டிக்கிடந்த வீட்டை உடைத்துக்கூடப் பார்த்தார்கள். ஒருவரும் இல்லை. துப்புரவாளர்களின் வீட்டுத் தளவாடச் சாமான்களை வெளியில் வீசியெறிந்தார்கள்.

“பீய் அள்ளுற நாய்க, நம்மள பீய்லே நடக்க வைச்சுட்டாங் களே”, எனக் கொக்கரித்து விட்டு, “ஏய் வெளியூருக்குப் போய் ஒரு பத்து நாப்பது பயல்களைக் கொண்டு வாங்கடா” என சேர்மன்

உத்தரவுபோடவும், அதன்படி ஆள்பிடிக்க இருவர் புறப்பட்டு ஐந்தாறு நகரங்களையும் பத்துக் கிராமங்களையும் சுற்றிவிட்டு மூன்று தினங்கள் கழித்தே திரும்பினார்கள். யாரும் வேலைக்கு வரவில்லை. ஒரு காக்கா அடிபட்டுக்கிடந்தாலே நூறு காக்கா சேர்ந்து கரையும். மனைவி மக்கள் அடியுதைபட்டு மானம் போய்க் கிடக்கும்போது அவர்கள் வேலைக்கு வருவார்களா? இழப்புக்கு ஆளானவர்களின் மாமன், மச்சான், அண்ணன், தம்பிகள்தானே வெளியூர்களிலும் இருப்பார்கள். அதனால் யாரும் வரவில்லை.

பிணத்தைக்கூட யாராவது எடுத்துவிடலாம். முடியைக்கூட தானாக வெட்டிக் கொள்ளலாம். உடுப்புச்சலவையும் செருப்புக்குத் தையலும்கூட தானே போட்டுக்கொள்ளலாம். ஆனால், தான் கழிந்ததைத் தானே அள்ள முடியுமா? முடியாது. மேலும் ஆயிரக் கணக்கனோர் கழிவுகளை யார் அள்ளுவது.

காவல்துறை மூலமாக ஆள்பிடித்து வந்து அப்புறப்படுத்த நினைத்தார்கள். ஆனால், அந்த வெளியூர் மக்கள், "அந்த ஊர வந்து நாங்க சுத்தம் செய்ய வாரோம். ஆனால், இந்த ஊர் நாறிப் போகும். அதுக்குப் பதிலா அந்த ஊருலே உள்ள எங்காளுக கோரிக்கையே தீருங்க. அப்பரமேட்டி, சுத்தம் செய்ரோம்" என்று காவல் துறையின் பெரிய அதிகாரிகளிடமே கையில் துண்டைப் போட்டு மிக பவ்வியமாகக் கூறிவிட்டனர்.

வாடியான் தெருவைத் தாண்டிய சைக்கிள், வேலை பார்க்கும் தலைமை ஆபிஸ் வந்து நின்றது. துப்புரவாளர்கள் பெயர் கொடுக்க அவசர அவசரமாக அவரவர் பிரிவுகளுக்கு வரிசையாக வந்து நின்றனர். மேஸ்திரி பெயர் எடுப்பு நடத்தினார். தொழிலாளிகள் தாங்கள் வந்திருப்பதை ஊர்ஜிதப்படுத்தவும் அதை ஆய்வாளர் பதிவு செய்துகொண்டார். பெயர்எடுப்பு முடிந்தவுடன் மேஸ்திரி நேற்றுப் பார்த்த வேலை பற்றியும் இன்று பார்க்கவேண்டிய வேலை பற்றியும் சொன்னார். அதைக் கவனமாகக் கேட்டுக்கொண்டு தொழிலாளிகள் வெளியேறினர்.

பாலன் அலுவலக மதிற்சுவரிலிருந்து குதித்து, சைக்கிள் ஸ்டாண்டை விடுவித்து நகர்த்தவும் அப்பா வரவும் சரியாக இருந்தது. வழக்கமாக சாயா குடிக்கும் கருவாட்டுப் பேட்டையை ஒட்டிய டீக்கடையில் வண்டியை நிறுத்திவிட்டு, அப்பா, "ரெண்டு சாயா போடுய்யா", எனச் சொல்லிவிட்டு அவரே படிக்கப் போவதுபோல தினகரன் பேப்பரை நோட்டமிட்டார். அதைப்

பார்த்த பாலனுக்கு வெறுப்பாக இருந்தது. அவன் முகத்தைப் பார்த்த அப்பாவுக்கு அது புரிந்துவிட்டது.

"பயே இன்னைக்குப் படிக்க மாட்டான் போல", என்று நினைத்தவர் பேப்பரை மடித்து பெஞ்சில் வைத்துவிட்டு இரண்டு டீக்கான சில்லரையைக் கொடுத்துவிட்டு, "எடுடா" என்றார்.

ஆனிமுத்துக் கோயில் தெருப்பக்கம் போனவனிடம், "ஏலெய், இன்னைக்குத் தெருவேல கிடையாது. அப்புறம் எல்லாத்தையும் கம்போஸ்ட்டுக்கு போகச் சொல்லி இருக்காரு மேஸ்திரி."

"எதுக்கு?"

"குப்பை மேட்டுல கிடக்குறே தாள்களே பொறுக்க."

குப்பையில் கிடக்கும் பாலிதீன்பைகள், இரும்பு, தகரம், பீங்கான்கள் இதுபோன்ற மற்ற பொருட்களைத் தனியாக மாதம் ஒரு முறை பொறுக்கி, அதை ஓர் இடத்தில் குவிக்க வேண்டும். அந்தக் கழிவுப் பொருட்களைப் பழைய இரும்பு, தகர வியாபாரிகளுக்கு நிர்வாகம் ஏலம் விட்டு, அந்தப் பணத்தை அலுவலகத்தில் சேர்ப்பார்கள் அல்லது பங்கிட்டுக் கொள்வார்கள். அந்த வேலைக்குத்தான் இன்று காலையிலேயே போகச்சொல்லியிருந்தது. அனைவரும் குத்தூசி, இரும்புக்கரண்டிகள், தட்டு, மண்வெட்டி, காந்தங்கள் போன்ற தளவாடங்களுடன் சென்றார்கள். அப்பா மண்வெட்டியை எடுத்து வைத்திருந்தார். அது சைக்கிள் கேரியர் இடுக்கில் தொங்கிக்கொண்டிருந்தது. பாலன் சைக்கிளைத் திருப்பி, திருப்புகழ் சுவாமி கோயில் வழியாக வண்டியை மிதித்துக் கொண்டே, "அப்புறம் என்னாச்சு. யாருமே வேலைக்குப் போகலையா, அப்ப ஊரே நாறிப்போயிருக்குமே", என்றான்.

"அப்புறமென்ன, பீய் அள்ளுற நாய்க நம்மளயே பீய் அள்ள வைச்சுடுவாங்களோன்னு எங்களயெல்லாம் வேலைலே இருந்து நிப்பாட்டிட்டு புதுசா வேலைக்கு ஆள் எடுக்கப்போறோம்முன்னு நம்மாளு குடியிருக்கிற பகுதிகள்ல போய் டமாரம் அடிச்சாங்க. வக்காளி, காசுக்குப் பீய்திங்கிற கருங்காலிப்பயக நாலஞ்சுபேரு முன்னாடி நின்னு நான் ஆள்புடிச்சுவிடுறேனு அறுசு பெருசுகளா ஒரு முப்பது பேத்தத் தேத்தி ஆபிஸ்லே கொண்டாந்துவிடவும் அங்கே கமிஷனர், ஹெல்த் ஆபிஸர், இன்ஸ்பெக்டர், சேர்மன், கவுன்சிலர் எல்லோரும் ஒன்னாக்கூடி ஒங்களுக்கு அவீங்களவிட பத்துரூபா கூட போட்டுத் தாரோம். ஒடனே ஊர சுத்தம் செய்யுங்க",

என்று சொல்லவும் கூமுட்டகூட்டம் மளமளன்னு நாங்க மூனு நாளா கொண்டு வந்து சேர்த்த சரக்குகளயெல்லாம் மத்தியானத் துக்குள்ள சுத்தி அடிச்சி சுத்தம் பண்ணிட்டு ஆபிஸ்லே வந்துநின்னு இருக்கு.

அப்போ என்ன நடந்தது தெரியுமா? கமிஷனர் ரூமுக்குள்ளே இருந்து மேஸ்திரி வந்து, "ஏய் எல்லாரும் வண்டிலே ஏறிக் கம்போஸ்டுக்கு போங்க. அங்க வைச்சி பெரிய எசமான் ஒங்க ளுக்கெல்லாம் நோய் நொடி இருக்கான்னு பாத்துட்டு நிரந்தர வேலைக்கான உத்தரவைக் கொடுப்பாரு. டிராக்டருலே ஏறுங் கன்னு மேஸ்திரி சொல்லி இருக்கான். அதக் கேட்ட கூமுட்ட ஜனங்க ஆணும் பொண்ணும் இதுகளுக்கு ஒத்தாசைக்கு வந்த புள்ள குட்டிங்க ஏதோ பெருசா குடுக்கப் போறாங்கன்னுட்டு பாவிமக்க ஏறிப்புடுச்சி. ஒரு வண்டி பத்தாம அப்புறம் ஒரு வண்டிலே ஏத்திக் குப்பையக் கொண்டுபோய்த் தட்டுரது மாதிரியே, இதுகளே கொண்டுபோய் கம்போஸ்ட்டுலே விட்டிருக் காங்க. அங்கே எறங்கன ஜனங்க சுத்தி முத்திப் பாத்துருக்கு, அங்க ஏன்னு கேட்ககூட ஒரு நாதியில்ல. எல்லாத்தையும் வேலைக்குக் கூட்டிட்டுப் போனான் பாரு, தலைமை ஏத்து ஒட்டநாயி ராக்கையா பயே, அவன், வண்டி வர டைம் பாத்து, "யோவ் இராவுத்தரே, எங்கய்யா ஒருத்தரையும் காணாம். என்னமோ, பெரிய எசமான் இங்க இருப்பாரு, எல்லாத்துக்கும் பெர்மண்ட்டு போட்டு குடுப் பாருன்னு மேஸ்திரி சொன்னாரு, ஒருத்தரையும் காணோம்."

"ம்.. வருவாரு, வந்து தருவாரு. நா வரட்டா" என்று சொல்லி விட்டு அவென் வண்டியை எடுத்துக்கிட்டு, தடதடன்னு போயிட் டான். வந்த ஜனங்களில் ஒருத்தியான கோமதி ராக்கையாவிடம் கேட்டிருக்கிறா, "ஏன் தம்பி, நமக்கெல்லாம், அவுங்கள மாதிரியே சம்பளம்தானா?"

"ஆமக்கா, அவங்களவிட நமக்கு கூடுதலாதான் கிடைக்கும். ஏன்னா நாறிப்போன ஊர நாமதான காப்பாத்தியிருக்கோம். அதுவும் போக, ஆபிஸ எதிர்த்து நிக்கிறவங்ககூட நாம சேராம, அதிகாரிங்ககூட சேந்து நிக்கிறதுல நமக்குக் கூடுதலாவே கிடைக்கும். என்ட்ட பெரிய எசமானும் சின்ன எசமானும் அப்படி சொன்ன தாலதான் நானும் சரின்னுட்டேன்."

முனியக்கா கேட்டாள், "ஏன்னே, நம்ம ஜாதி சனத்தே பகச்சுக்கிட்டு, ஊரானுக்கு ஏத்துக்குட்டு ஒத்தாசையாப் போனா, நாளப்பின்னே தாயாப்புள்ளையா பழக முடியுமா?"

“அட நீ வேறே, சும்மா இருப்பியா, அவங்க அந்தப் பாண்டிப் பயகூட சேர்ந்துகிட்டு எகத்தாளம் பண்ணினா, நாம என்னா செய்ய. அதுவும் பெரிய தேவர எதுத்துக்கிட்டு அவிங்க ஊருக்குள்ள வாழ முடியுமா? அதிகாரிங்க சொன்னா அதெ அப்படியே செய்யணுமா? கொஞ்சமாச்சி புத்தி வேண்டாம். இப்பப்பாரு, வேலையும் போச்சி வீடுவாசலும் போச்சி. அவிங்ககூட சேந்தவங் களுக்கு, மானமும் போச்சி, இனிமே ஊருக்குள்ளே தலகாட்ட முடியுமா? ம்ஹூம், தலைகாட்ட முடியாது.”

“அப்போ அதிகாரிங்களும், தேவரும் செஞ்சது நியாமாப்பா?” என்று பெத்த மாரியப்பன் கேட்டான்.

“அட மாரியப்பா, அதிகாரிங்க தேவரோட பன்னிகளப் புடிக்கச் சொன்னாங்க. ஆனா அதுக்கப்புறம், என்னா நடந்திச்சி தெரியுமா? தேவரு, சேர்மன், பெரிய எசமான், சின்ன எசமான் எல்லாம் ஒன்னா சேர்ந்துட்டாங்க. காரணம் என்ன? ஊரு நாரிப்போச்சுல, அதான். ஆனா நம்மளப் பாத்தியா? அவிங்க ஒருபக்கம், நாம ஒரு பக்கமா பிரிஞ்சி நிக்கிறோம். எப்பவுமே, பெரியாளுகளுக்குச் சமமா எதுத்து நிக்கக்கூடாது. எச்சி எலே எடுக்க வந்தமா, அதே எண்ண வந்தமா? இப்பப்பாரு என்னாகிப் போச்சி. ஒக்களும் மக்களும் ஒன்னு ஊரான் வாயிலே மண்ணுன்னு ஆகிப் போச்சுலே”

“அப்போ பெரியவர் மேலே எந்த நடவடிக்கையும் எடுக்க மாட்டாங்களா?” என்று முனியக்கா கேட்டதற்கு ராக்கையா, “நட வடிக்கையா, மயித்தே எடுப்பாங்க. அந்தாளுக்கு இந்த ஊரே பயப்படும். அதுவும் போக எல்லா மொதலாளிமார்களுக்கும் தேவர்தான் பஞ்சாயத்துத் தலைவர். அப்படி இருக்கையில என்னா செய்ய முடியும்?”

“அப்புறம் எதுக்கு சேர்மன் பன்னியப் புடி, குட்டியப் புடின்னு தூண்டிவிட்டாரு.”

“அது சேர்மனுக்கு வந்த வேகம். அதுக்கப்புறம் அவுங்களுக் குள்ளவே கசாமுசா நடந்திருக்கு. அப்புறம்தான் எல்லாம் ஒண்ணு சேந்திருப்பாங்க.”

“அதான பாத்தேன். நாம, நம்ம பொழப்பப் பாப்போமுன்னு ஒங்கள எல்லாம் வேலைக்குக் கூட்டிக்கிட்டு வந்துட்டேன். என்ன நான் செஞ்சது சரிதானே?”

ராக்கையா, எட்டத்திலிருந்து வரும் ஊதா கலர் லாரியைப் பார்த்து தயங்கி இருக்கிறான். வண்டியின் சத்தம் நெருங்கநெருங்க ஜனங்கள், வண்டியின் திசைநோக்கி வெறித்திருக்கிறார்கள். கம் போஸ்ட்டின் தலைவாசலுக்கு வந்தவுடன், காவலன் சின்னராசு, வேகமாக கேட்டைத் திறந்திருக்கிறான். லாரி, மக்களைக் கடந்து சென்று பின்பு வட்டமடித்து வந்து நின்றது. முன்னால், சர்க்கிள் இன்ஸ்பெக்டர் கம்பீரமாக அமர்ந்திருக்க லாரியின் பின்னால் தார்பாலின் மூடிய கூண்டுக்குளிருந்து தப்தப்பென்று காவலர்கள் குதித்தார்கள்.

சர்க்கிள் இன்ஸ்பெக்டர் இறங்கி வந்ததும், அனைத்து கான்ஸ்ட பிள்களும் காலால் உதைத்து சல்யூட் அடித்து நெஞ்சை விடைத்து வரிசையாக நிற்கவும், அதை நோட்டம்விட்டுவிட்டு கூட்டத்தைப் பார்த்து “என்ன எல்லாருக்கும் வேல வேணுமா?” என்றார். யாரும் பதில் பேசவில்லை.

“சொல்லுங்க... என்ன பதிலவே காணாம். சொல்லுங்கடா, பீய்திங்கிறே பன்னிகளா”, என்று கத்தவும், “ஆம... ஆம சாமி” என்று ராக்கையா முந்தினான்.

“ஒம் பேரு என்னடா?”

“எம்பேரு ரா... ராக்கையா, சாமி.”

“நீயென்ன, குறவனா, சக்கிலியனா?”

“இல்லசாமி, நான் ஒட்டனுங்க.”

“அப்படின்னா?”

“இந்த காட்டு நாயக்கன்ங்க.”

“மசுரு நாக்கரு, பிச்சுப்புடுவேன் பிச்சு... மருவாதிய அவங்க எங்க இருக்காங்க சொல்லு. சொனனேனா ஒன்னையே விட்டுறேன். சொல்லு.”

“எனக்குத் தெரிஞ்சா கண்டிப்பா சொல்லுரேன் சாமி, நெசமாவே எனக்குத் தெரியாது சாமி.”

“சொல்லுடா தாயோளி, தேவடியா மவனே, சொல்லுடா சொல்லுடா” என்று லத்தியால் அவன் காலிலும், கையிலும், நாலு போடு.

“சத்தியமா தெரியாது சாமி. சத்தியமா தெரியாது.”

"ஒக்காளி, ஒனக்குத் தெரியாமே, எங்கடா இருப்பாங்கே? ஊரவே நாறடிச்சிட்டு, ஒரு ஜனம் நடமாடவிடாமே, அசிங்கப் படுத்திட்டிங்களேடா... எங்கடா அவீங்க? ஏய் சொல்லுங்கடி, எங்கடி அவங்க சொல்லுங்க" என்று கூட்டத்தில் லத்தியால் வீசினார்.

உடனே போலீஸ் பட்டாளத்தைப் பார்த்து, "சார்ஜ்" எனக் கத்தவும், கூட்டம் வனந்தரமாகிக் கிடந்த குப்பை மேட்டில் விழுந்துபுரண்டது. அடிதாளாமல் ஓடினார்கள். போலீஸும் விரட்டி விரட்டி அடித்தது. சர்க்கிள் இன்ஸ்பெக்டர் விசில் ஊதவும் மழை ஓய்ந்ததுபோல் அமைதி ஆனார்கள். அதில் ஒரு போலீஸ் அவர் அழைப்புக்கு முன்சென்று நிற்கவும் சர்க்கிள் இன்ஸ்பெக்டர் ஏதோ முணுமுணுத்தார்.

உடனே அங்கே குப்பை வண்டிகளை நிறுத்திவைக்கும் செட் மூன்றையும் வாயில்காவலரைக் கூப்பிட்டுத் திறக்கச் சொல்லவும் சின்னராசு சாவி அறைக்குச் சென்று, சாவிக்கொத்து இருக்கும் சின்ன தகரப்பெட்டியைத் திறந்து கொத்தை எடுத்துவந்து நான்கு செட்களையும் ஒவ்வொன்றாகத் திறந்தான். அதில் குப்பைகளை ஏற்றிச் செல்லும் டிராக்டர்கள் நின்றன. வேலை நிறுத்தம் காரணமாக டிராக்டர்களுக்கும் வேலை இல்லை. போலீஸ் வேனை ஓட்டிவந்த போலீஸ் டிரைவரை வைத்து, ஒவ்வொரு டிராக்டராக வெளியேற்றி கம்போஸ்டைத் தாண்டி முள்புதர்களில் கொண்டு போய் நிறுத்திவிட்டு வந்தார். நான்கு செட்களில் ஒரு செட்டை மட்டும் மோட்டார் ரூமில் கம்ரசரைப் போட்டுவிட்டு, பம்பில் பெரிய ஓசு மாட்டி அந்த ஒரு ரூமை மட்டும் தண்ணீர் அடித்துச் சுத்தம் செய்தார் வாயில்காவலர்.

பின்பு மேலதிகாரி உத்தரவுப்படி பெரிய கேட்டைப் பூட்டி விட்டு வீட்டுக்குச் சென்றுவிட்டார். அடிபட்ட நிலையிலும் ஒன்னாலே நான் கெட்டேன் என்னால நீ கெட்டேன்னு ஒருத்தர ஒருத்தர் புறம் சொல்லிக்கொண்டு அடிப்பட்ட இடங்களை உஸ், புஸ் என்று ஊதிக்கொண்டு இருந்தவர்களை ஹெட்கான்ஸ்டபிள், "யேய்... எல்லாரும் எந்திரிங்க, எல்லாம் வரிசையா நில்லுங்க" என்றதும் ஆணும் பெண்ணும் புள்ளையும் குட்டியுமாக வரிசை யாக நின்றார்கள்.

நாலைந்து போலீஸ் வந்து எண்ணினார்கள். மொத்தம் 70 பேர் இருப்பதாக சர்க்கிள் இன்ஸ்பெக்டரிடம் சொல்லவும், "சரி எல்லாத்தையும் பிரி" என்றார். ஆம்பளை 20 பேர், 30 பெண்கள்,

20 சின்னபிள்ளைகள் இருந்ததாகக் கணக்குப் பார்த்து சொல்லவும், அந்த 20 பிள்ளைகளில், பதினைந்து வயது பெண் பிள்ளைகள் இருந்தா தனியாப் பிரி என்றதும் ஒரு அஞ்சு பிள்ளைகளைத் தனியாகப் பிரித்தார்கள். "ஒன்ட்ட சொல்ல கூடாதுடா மகனே, ஆனாலும் சொல்லித்தான் ஆகணும், நம்மாளுகளுக்கு நடந்த கொடுமைகளே." பாவிப்பயக எல்லாத்தையும் தனித்தனியாப் பிரிச்சி, பொம்பள தனியா, ஆம்பள தனியா சின்ன பிள்ளைக தனியா மூனு செட்டுலையும் அடச்சிப்போட்டுட்டு, அந்த பதி னைந்து வயசு பெண் பிள்ளைகளை மட்டும், தண்ணி அடிச்சிக் கழுவுன செட்டுகுள்ள கொண்டுபோயிவிட்டு பூட்டிட்டாங்க. அதுக காள்பூள்ன்னு கத்துதுக. அதுகளப் பறிகொடுத்த அம்மையும், அப்பனும், அடுத்தடுத்த செட்கள்லே இருந்து கத்தவும், போலீஸ் உள்ளே புகுந்து மானங்கெட, நாக்குலே புளுதள்ள வஞ்சு இருக் காங்க. பெரிய அய்யா, அதான் சர்க்கிள் இன்ஸ்பெக்டரு, அவன் வைச்சிருந்த மது கசாயத்தக் குடுச்சிப்புட்டு, அஞ்சு புள்ளைகளையும் மாறிமாறி நாசம் பண்ணியிருக்கான். அதுக என்னான்னுக்கூட தெரி யாமே மூச்சு பேச்சு இல்லாமே கெடந்து இருக்குக.

அப்புறம் அய்யா போதை தெளிஞ்சு, சாவகாசமா வெளியே வந்து, போலீஸ்காரங்களைக் கூப்புட்டு, "ஏய்.. அவிங்க உண்மையே சொல்ரது வர பச்சத்தண்ணி குடுக்காதீங்க. அப்புறம் ஒங்களுக்கு, எவ தேவையோ, அனுபவிங்க, ஆனா கொன்னுப்புடாதீங்க." போலீஸ் லாரியில் ஏறிப் பின்வாசல் வழியாகச் சென்றுவிடவும், போலீஸ்களுக்கு ஒரே கும்மாளம். அடைப்பட்டுக் கிடந்த ஆண் களில் ராக்கையாவை அவன் ஆட்களே அடித்துத் துவைத்து விட்டார்கள். "ஒன்னாலதாண்டா இவ்வளவும்" அதில் ஒருத்தன் அவனுக்கு சப்போர்ட்டு பேசி தடுத்துவிட்டான். இல்லையென்றால், அவனை அடித்தே கொன்றிருப்பார்கள். பெண்களில் அவரவர் புருஷன் பிள்ளைகள் பெயர் சொல்லிக் கதவைத் தட்டிக் கூப்பாடு போட்டார்கள்.

போலீஸ் கும்பல் சாவகாசமாக உட்கார்ந்து பட்டைச்சாராயத்தை குடித்துக்கொண்டே, "நம்ம அய்யா பிஞ்சுக்கறி சாப்புட்டாருபோல, ஆமா, மிச்சம் மீதிகளேத்தான் நமக்கு வைச்சிட்டு போயிருக் காருலே."

"சீ இவுகளப்போயி தொட்டுக்கிட்டு, நாத்தமெடுத்த நாய்க."

"குளிச்சா எல்லாப் பொம்பளைகளும் ஒன்னுதான்."

“இவளுக குளிச்சாதானே?”

“குளிப்பாட்டிடுவோம்.”

“இது நல்ல யோசனை.”

அதில் ஒரு கான்ஸ்டபிள் போதை தலைக்கேற, தள்ளாடித் தள்ளாடி பெண்கள் இருந்த செட்டைத் திறந்தான். அதில் உள்ள பொம்பளைகளில் நல்ல திடகாத்திரமானவளா எவளாவது இருக் கிறாளா என்று உற்று நோக்கினான். அதுக்குத் தோதா ஒரு பெண் ஓடி வந்தா, “என்னையே விடுங்கய்யா என் புள்ளைய பாக்கணும்”, என்று கும்பிட்டபடி சொல்லவும், அவன் சிரித்துக்கொண்டே “ஒம்புள்ளே அதுலே இருக்கா?

“ஆமா சாமி.”

“சரி நீ மட்டும் வா” என்று சொல்லி படார் எனத் தகர கேட்டைப் பூட்டிக்கொண்டான். அவள் ஆவலோடு அந்த ஐந்து பிள்ளைகள் இருக்கும் செட்டைப் போய்ப் பார்த்தாள். அந்த பிஞ்சு உடல்கள் குதறப்பட்டு அரையும் குறையுமாக மூர்ச்சையாகித் கிடந்தன. அந்தப் பெண் அம்மாவைப் பார்த்தவுடன் கத்தக்கூட முடியாமல் தொண்டை கட்டியபடி கத்தியது. அவள் மகளை மட்டும் அல்ல, அஞ்சு பிள்ளைகளையும் வாரி அணைத்தாள்.

எல்லாரும் ஒப்பாரிவைத்துக்கொண்டு இருக்கையில் மூன்று போலீஸ் உள்ளே நுழைந்து, ‘ஏய் கத்துவீங்களாடி, ஒழுங்கா அவீங்க எங்க இருக்காங்கன்னு சொன்னீங்கனா ஒங்களுக்கு விமோ சனம். இல்லாட்டி இங்கெய கெடந்து சாவவேண்டியதுதான்.”

“அய்யா, சாமி எங்க புருஷன் புள்ளைக சத்தியமா எங்களுக்குத் தெரியாது சாமி.”

“அப்படியா? யோவ் அந்த ஓசக் கொண்டாயா”, என்று சொல்லவும் இன்னொருவன் தண்ணீர் பீய்ச்சி அடித்தபடி அதைக் கொண்டுவந்து கொடுத்தான். அவன், அந்தப் பிஞ்சு மீதும் தாய் மீதும் தண்ணீரைப் பீய்ச்சி அடித்தான். அவர்கள் கத்த, வெளியே இருந்த மற்ற போலீஸ் “ஏய், நானு, நானு” என்று ஓடிவர, ஒய் ஆளுக்கு ஒன்னுதான். இங்க மொத்தம் ஆறு பேருதான் இருக் காளுக, நாங்க மூனு, நீங்க மூனுபேரு வாங்க எனச் சொல்லவும், பெல்ட்டைக் கழட்டிப் போட்டுவிட்டு, சட்டை டிராயரைக் கழட்டிப்போட்டுவிட்டு ஜட்டியோடு அவர்களிடம் நெருங்க, அந்தப் புள்ளைகள், தண்ணீர் பட்டு நடுநடுங்கிக்கொண்டிருந்தாலும் இவர்களைப் பார்த்தவுடன் மூர்ச்சையாகும் நிலைக்கு ஆளானார்கள்.

அந்தப் பிள்ளைகள்மீது ஒருவன் தண்ணீர் அடிக்க, ஒருவன் பாவாடை, சட்டையை உருவ அவர்கள் வாள்வாள் என்று கத்த, இவர்கள் சிரித்துக்கொண்டே இருந்தார்கள். கெஞ்சிக் கெஞ்சிப் பார்த்த அம்மாக்காரி, “டாய்” என்று ஒருத்தன்மீது பாய்ந்து அவன் தலையைப் பிடித்து ஆய்ந்து டம்டம் என்று சுவற்றில் முட்டவைத்து மூக்கு மொகரையை உடைத்துவிடவும், மற்ற பிள்ளைகளும் மல்லுக்கட்ட ஆரம்பித்துவிட்டன. எல்லா போலீஸ்மீதும் கட்டிப் புரண்டு காது கண்ணை நாய் கடிப்பது போல் கடித்துக் குதறவும் அந்த ஆறு நபர்களும், ரத்தம் சொட்டச்சொட்ட வெளியே ஓடிவர அவர்கள் பின்னாடி அந்தப் பிள்ளைகளும் தாயும் வெளியே ஓடிவர, சுதாரித்துக்கொண்ட மற்ற போலீஸ்காரர்கள் ஒட்டுமொத்த மாய் அந்த செட்டுக்குள் புகுந்து, அம்மாவையும் பிள்ளைகளையும் நாயடிபேயடி அடித்துக் கீழே வீழ்த்தினர்.

பக்கத்து செட்களிலிருந்து ஒரே சத்தம். சத்தம்போட்டு என்ன செய்ய, முன்போலவே, பத்து, இருபது போலீஸ்காரர்கள் மொத்த மாக உள்ளே புகுந்து, தண்ணி அடிச்சிவிட்டு ஆறு பேத்தயும், பிறந்த மேனியாக்கி, நாசம் பண்ணியிருக்காங்க. அதுக முடிந்த அளவு போராடிப்பாத்துட்டு, பொட்டிப்பாம்பா அடங்கிப்போச்சுக. அப்புறம் சத்தத்தையே காணாம். இப்படியே அவனுக்குத் தேவை யான பொம்பளைகளை இழுத்துட்டு வந்து, அடிச்சிப் பணிய வைச்சி நாசம் செஞ்சிருக்காங்க. அன்னக்கி மத்தியானத்துலே யிருந்து மறுநாள் காலம்பொறவரை எல்லாத்தையும் சின்னாபின்னப் படுத்தியிருக்காங்க. பகல் ட்யூட்டி முடிஞ்சு நைட் ட்யூட்டிக்கு வந்த போலீஸ்காரங்க வேற அசிங்கபடுத்தியிருக்காங்க. இம்புட்டுக் காரியமும், எல்லாப் பயல்களுக்கும் தெரிஞ்சேதான் நடந்திருக்கு. ஆனா, ஒரு பயே நாயம் பேசலே. ஒரு வக்காளியும் வந்து தடுக்கலே. எந்தத் தப்புக்காக வேலைக்குப் போகாமே இருந் தோமோ, அதே தப்பு மறுபடிமறுபடி நடக்கநடக்க எங்களுக்கு ஆத்திரம் பொங்க ஆரம்பிச்சிரிச்சி.

கம்போஸ்ட்டு முன்வாசல் திறக்கப்பட்டு இரண்டு ஜீப்கள் அந்த செட் அருகே வந்து நின்றது. பகல் டூட்டிக்கு வந்திருக்கும் காவலர்கள் வரிசையாக அணிவகுத்து நின்றனர். முதல் ஜீப்பி லிருந்து சர்க்கிள் இன்ஸ்பெக்டர் சப் இன்ஸ்பெக்டர் இருவரும் இறங்கினார்கள். இரண்டாவது ஜீப்பிலிருந்து நான்கு காவலர்கள் உள்பட ஹெல்த் ஆபிசர், ஆய்வாளர், இரண்டு மேலதிகாரிகள்

முதலியோர் வந்திறங்கினார்கள். வரிசையாக நின்றிருந்த காவலர்கள் உயர் அதிகாரிகளுக்கு மரியாதை செலுத்தினார்கள்.

"என்னய்யா, ஏதும் சொல்றாங்களா இல்லயா?"

"அய்யா, யாரும் ஒன்னும் சொல்ல மாட்டுறாங்கய்யா."

"ம்ஹூம்... நாய்களுக்கு அவ்வளவு நெஞ்சழுத்தமா? செரி செட்ட திற."

ஒரு கான்ஸ்டபிள் ஓடிச்சென்று ஆண்கள் செட்டைத் திறந்து விட்டான். ரத்தச் சகதியில் புழுங்கி மண்புழுக்கள் போல் அவர்கள் கிடந்தனர். ஒரே ரத்த கவுச்சை. ஆண்களுக்கு மலவாயிலிலும் ரத்தக்கசிவு. வாந்தி வேறு. ஆண்களைக் கீழே குனியச்சொல்லி இரண்டு கைகளையும் காலோடு சேர்த்துக் கட்டியிருக்கிறார்கள். எதிர்ப்புக் காட்டியவர்களைச் சுவரோடு முட்ட வைத்து லத்திக் கம்பை மலவாயிலில் குத்தியிருக்கிறார்கள். குமட்டக்குமட்ட வாயில் அசிங்கம் செய்து இருக்கிறார்கள். சாராயத்தை வாயில் ஊற்றியிருக்கிறார்கள். மூத்திரத்தையும் முகத்தில் அடித்து இருக்கிறார்கள். அந்த செட்டு முழுவதும் ஒரே ரத்தம், மூத்திரம், வாந்தி.

அடுத்து பெண்கள் செட்டைத் திறக்கவும் அதவிட மோசமான நாற்றம். ரத்தத்தில் நனைந்து எல்லாப் பெண்களும் அரைநிர்வாண மாகவே இருந்தார்கள். உடலெங்கும் கடித்துக் குதறிய பல்தடங்கள். பிறப்புறுப்புகளில் ரத்தப்போக்கு. மார்புகள் குதறப்பட்டு ரத்தம் கசிந்துகொண்டிருந்தது. பின்பகுதிகளில் தீப் புண்கள். தாயும் பிள்ளைகளும் யாருக்கு யார் ஆறுதல் சொல்வது என்று தெரியாமல், இரண்டு நாள் பசிக் கிறக்கத்தில், சீரழிக்கப்பட்ட அந்தப் பெண்கள் போலீஸ் வருவதை உணர்ந்தவுடன் திக்குமுக்காடி, உடைகளை எடுத்து முதலில் பெண் பிள்ளைகளுக்குப் போர்த்திவிட்டுப் பின்பு தங்களையும் மறைத்துக்கொண்டார்கள்.

சர்க்கிள் இன்ஸ்பெக்டர் ஒரு நமுட்டுச் சிரிப்பு சிரித்துவிட்டு சப்இன்ஸ்பெக்டரைப் பார்த்தார். அவர் "சே நாம ட்யூடியா வெளியூர் போனது தப்பா போச்சே" என வருத்தப்படுவதை உணர்ந்த சர்க்கிள் இன்ஸ்பெக்டர், "கவலப்படாதீங்க, அடுத்த வேட்டை இன்னும் இருக்கு. இந்த நாய்களே வைச்சி இன்னும் புதுசு புதுசா கொண்டுவரலாம்." செட்டைவிட்டு வெளியே வந்த இன்ஸ்பெக்டர் ஹெல்த் ஆபீசரைப் பார்த்து "என்ன சார், ஒங்காளுங்க ஒரு வார்த்தைகூடச் சொல்ல மாட்டுறாங்க. சரி,

பொட்டச்சிகளாச்சும் வாய் தொறப்பாளுகன்னு பாத்தா அவுளு களும் வாய் திறக்க மாட்டுறாளுக, அதனால நம்மாளுக கொஞ்சமா டிரிட்மென்ட் குடுத்திருக்காங்க, அனேகமா இன்னக்கி முடிவு தெரிஞ்சுப்போகும்."

இன்ஸ்பெக்டர் சார், ஓங்க பொறுப்பு, நீங்க என்னவேணாலும் பண்ணுங்க. எங்களுக்கு ஊரு நல்லா இருக்கணும். அப்புறம் ஊர் நாறி அதனால பொதுமக்களுக்கு ஏதாவது நோய் ஏற்பட்டுப் போச்சின்னா, சட்டம் ஒழுங்கு கெட்டுப்போகும். இந்த நாய்களே வைச்சி ஒன்னு அவிங்களே புடிங்க, இல்ல இவிங்களே ஓங்க கஸ்டடிலே வைச்சே ஊரே சுத்தப்படுத்துங்க. அந்த வேலை வழக்கம்போல இருக்கக் கூடாது. அது தண்டனையா இருக்கனும்."

"நாங்க எத வேணாலும் செய்ய தயார். ஆனா பப்ளிக்குக்குக் கொண்டுபோகும்போது பிரச்சனை ஏதும் வந்திரக் கூடாது."

"அப்படியெல்லாம் ஒன்னும் வராது. அதுவும்போக நாலு நாளா கக்கூஸ்களல்லாம் நாறிப்போயிக்கிடக்கு."

"ஓ.கே. சார்."

"ஏய், த்ரி நாட் போர்."

"எஸ் சார்."

"எல்லா செட்களையும் திறய்யா."

அனைத்து செட்களும் திறந்துவிடவும், அனைத்து நாற்றமும் ஒன்றிணைந்து கம்போஸ்ட் குப்பைகளையே கருகவைத்துவிட்டது. அனைத்து அதிகாரிகளும் மூக்கைப் பொத்திக்கொண்டு நின்றனர்.

"யோவ் தண்ணி அடிய்யா" எனச் சொல்லவும் மளமளவென்று கம்ப்ரசரில் ஓசு மாட்டப்பட்டு, தண்ணீர் பீச்சி அடிக்கப்பட்டது. காயங்கள் சுளிர்சுளிர் என்று எரிந்தது. இருபது நிமிட தண்ணீர் பீச்சலுக்குப் பின மேஸ்திரி வெற்று பேப்பர்களில் கையெழுத்தும் கைநாட்டும் வாங்கினார். மக்கள், மறுபடியும் பழைய நினைவுக்கு வந்தார்கள். "நம்மளே பாவம் பார்த்து நிரந்தர வேலை போட போறங்கபோல, அதான் ஹெல்த்தாபிஸரு, அம்ம குத்துர இன்ஸ் பெக்டரு, மேஸ்திரி எல்லாம் வந்துருக்காங்க போல." பின்பு வரிசையாக நிற்கவைத்து ஒவ்வொருவரின் பெயர், வயது, முக வரியை போலீஸ்காரர்கள் பெற்றுக்கொண்டு, அவர்கள் கையொப்பம், கைநாட்டு போட்டுக் கொடுத்த வெற்று பேப்பர்களை இணைத்த

ஒரு பேடில் வைத்துக் கட்டிக்கொண்டுபோய் சர்க்கிள் இன்ஸ்பெக்டரிடம் கொடுத்தார். அதை அவர் வாங்கிப் பார்த்துவிட்டு, "இந்த அட்ரஸ்க்கெல்லாம், கூட்டிட்டுப்போயி விசாரிங்க", இவுங்களுக்கு உணவு ஏற்பாடு எதுவும் உண்டா? என்று கேட்கவும், ஹெல்த் இன்ஸ்பெக்டர், "வண்டி வருதுங்க சார்."

ஒரு லாரியில் நான்கைந்து பேரல்களில் சூடான கஞ்சியும், ஒரு வாளியில் தொட்டுக்கொள்ள துவையலும் வந்து இறங்கியதும் மக்களுக்கு எல்லாம் மறந்துவிட்டது. பத்து இருபது கோப்பைகளைக் கையில் கொடுத்து அதில் இரண்டு இரண்டு நபர்களுக்குக் கஞ்சியை ஊற்றினார்கள். வலது உள்ளங்கையில் துவையல் போடப்பட்டது. அதை வாங்கி நக்கிக்கொண்டார்கள். ஒரு சிலர் கையில் ஊற்றச்சொல்லிக் குடித்துக்கொண்டார்கள். கஞ்சி குடித்தவுடன் கண்கள் திறந்துகொண்டன. அவரவர் உடைகளை வரிந்து கட்டிக்கொண்டு இனி எதுவந்தாலும் சந்திப்போம், ஆனது ஆச்சி, போனது போச்சி இனி ஜான் போனா என்ன மொழம் போனா என்ன என்று வெறுத்துப் போனார்கள். மேஸ்திரி ஹெல்த் இன்ஸ்பெக்டர் கண் அசைவுக்கேற்ப, ஜீப்பின் பின்னால் வைத்திருந்த யூனிபார்ம் டிரஸ்களைத் தூக்கி வந்து வைத்தான்.

அந்தத் துணிமணிகள் அநேகமாக தைமாதத்துலே அவங்களுக்குக் குடுக்க வேண்டியது. அதத்தான் அவுங்க போட்டிருக்கிறே உருப்படிக ரத்தமா இருக்கு. இப்படியே வெளிய கூட்டிக்கிட்டு போக முடியாதுன்னுட்டுத்தான் புதுத்துணிமணிக குடுக்கிறது மாதிரி பம்மாத்துப் பண்ணி அந்தத் துணிகளைக் கொடுத்திருக்காங்க. ஆம்பளைகளுக்குக் காக்கிச்சட்டை, காக்கி டவுசரு, பொம்பளைகளுக்கு செகப்பு கலரு நூல் சேல. அத பாவி மக்க அடிச்சுப் புடுச்சிப் போயி வாங்கியிருக்காங்க. புதுத்துணிமணிகளை செட்களிலும் செட்டுக்குப் பின்னாடியும் போயி மாத்திக்கிட்டாங்க. கட்டியிருந்த ரத்தகறைபடிஞ்ச துணிமணிகள சுருட்டிக் கக்கத்துலே இடுக்கிக்கிட்டு ஒவ்வொரு பொம்பளையும் எனக்கு நல்லா இருக்கா ஒனக்கு நல்லா இருக்கான்னு கேட்டிருக்காளுக. அவுக அப்படின்னா, அந்த முட்டாப் பயல்களும், சட்டை, டவுசரயெல்லாம், தடவித்தடவிப் பார்த்துப் பெருமைப்பட்டிருக்காங்க.

"சரி, எல்லாம் வாங்க" என்ற மேஸ்திரி குரலுக்கு எல்லாரும் ஓடிவந்து நின்றனர்.

“எல்லாம் வரிசையா நில்லுங்க” என்று போலீஸ் சொன்னதும் நின்றனர். ஒருவன் எண்ணினான், மொத்தம் 70 பேர் இருந்தார்கள்.

“தனித்தனியா நில்லுங்க” என்றதும், பொண்டாட்டி புள்ளை களுடன் வந்து நின்றார்கள்.

போலீஸ்காரன் “என்ன குடும்ப போட்டாவுக்கா போஸ் குடுக் குறீங்க, மடக்கழுதைகளா, ஆம்பள தனியா, பொம்பள தனியா வந்து நில்லுங்க” என்று கத்தவும், அதன் பிரகாரம் நின்றனர். 30 பெண்கள், 20 ஆண்கள், 20 சின்ன பிள்ளைகள், எண்ணிக்கையைச் சரிபார்த்துவிட்டு ஜீப் பக்கத்தில் நின்றிருந்த அதிகாரிகளிடம் சென்று, “அய்யா எல்லாம் சரியா இருக்காங்க, ” என்றதும் சர்க்கிள் இன்ஸ்பெக்டர், “எல்லாத்தையும் வண்டிலே ஏத்திக்கொண்டு போங்க, அலார்ட்டா இருக்கணும். அப்புறம், இந்தப் பத்திரிகை காரன் எவனும் வந்தா எனக்குத் தகவல் சொல்லுங்க.”

“எஸ் சார்.”

லாரியில் முதலில் ஆண்கள் ஏறிக்கொண்டு பெண்களைக் கைகொடுத்துத் தூக்கவும், ஒரு காலை லாரியில் விளிம்பில் வைத்துக்கொண்டு தம்கட்டி ஏறும்போது, அடிவயிறும், பிறப்பு றுப்பும் கவ்வி பிடித்தன. அம்மா என்று பெண்கள் கத்தினார்கள். பல்லைக் கடித்துக்கொண்டு தட்டுத்தடுமாறி அவர்கள் ஏறி மேல் வரவும், புதிய சிகப்புச் சேலையில் குருதி படிந்தது. அது சிவப்பு சேலை என்பதால் கறை மட்டுமே வெளியே தெரிந்தது. அதி காரிகளின் ஜீப்கள் பின்தொடர, காவல்காரர்கள் லாரியில் பின்வர, ஒரு போருக்குப் போவதுபோல் போயிருக்காங்க. கம்போஸ்ட் டுக்கும் ஊருக்கும் எப்படியும் மூனு நாலு பர்லாங் இருக்கும். சுத்திலும் நாட்டுக் கருவேல மரம், காட்டுக் கருலேம் மரம், கூட்டம் கூட்டமா இருக்கும். அப்புறம் இந்த விஷச்செடி, ஆங், பார்த்தீனியச் செடி. இது போக நாணல் தட்டைகள், சாட்ட சாட்டையா வளர்ந்து நிக்கும். நானும், ஒம்மாமனும், கொக்கு, புறா, முயலுன்னு வேட்டையாட அங்கதான் போவோம். இப்ப இருக்குற குல்லூர்சந்தை, டேம் எல்லாம் அப்போ கெடையாது. ஒரே மரமும் செடியும் கொடியும் தண்ணியுமா இருக்கும். சுத்துக்குச் சுத்து பார்த்த பத்து முப்பது கிலோ மீட்டருக்கு அப்படித்தான் இருக்கும். அதுக்கு நடுவுலதான் இந்த கம்போஸ்ட்டு. அங்க என்னா நடந்தாலும் யாருக்கும் தெரியாது. அதுவும் நமக்குன்னு ஒன்னுனா எந்த நாதியும் வராது.

சைக்கிள் முத்துராமன்பட்டி நான்காவது கேட்டில் நின்றது. மெட்ராஸ் வண்டி நெல்லைக்குப்போகவேண்டிய நேரம் போல, அதனால் கேட் பூட்டியிருந்தது. பாலன் சைக்கிளைப் பிடித்தபடி நின்றிருந்தான். அப்பா வடக்கு தெற்குப் பக்கமாய்ப் பார்த்துவிட்டு "டிரய்ன் வருவதற்கான அரவம் இல்லை." சொக்கலால் பீடிக் கட்டை எடுத்துப் பெட்டியிலுள்ள குச்சியை உருவிப் பற்றவைத்து இழுத்துவிட்டார். நின்றுகொண்டிருக்கிற நேரம் கேட்போமே என்று கேட்டான், "ஏம்பா லாரியிலே அவுங்கள எங்க கொண்டு போனாங்க."

"ம்..." என பீடியை சுண்டி இழுத்துவிட்டு, ஒரு நிமிடம் புருவம் நெறித்துவிட்டுச் சொல்ல ஆரம்பித்தார்.

"வெயிலுகந்தம்மன் பொட்டல்லே லாரி வந்து நிக்கவும் மள மளன்னு இறங்கச் சொல்லி மேஸ்திரி அவசரப்படுத்தியிருக்கான். பாதி பேர் இறங்கவும் மீதி பேர் குதித்துள்ளார்கள். ஜீப்ல வந்த உயர் அதிகாரியெல்லாம் போயிட்டாங்க. போலீஸ் மட்டும் இருந் திருக்கு. ஒரு தெருவுக்கு ரெண்டு பேர் வீதம் முப்பதஞ்சு தெரு வுக்கும் எழுபது பேத்தையும் அனுப்பி, கூடவே ரெண்டு போலீஸ் பாதுகாப்புக்குப் போயிருக்கு. பொதுவா ஒரு தெருவுக்கு வாய்க் கால் தள்ள ஒருத்தன், குப்பைய அள்ள ஒரு பொம்பள, மெயின் ரோட்ட கூட்ட ஒருத்தன், அதை அள்ள ஒரு பொம்பளே, கக்கூஸ் எடுக்க மட்டும் ஒரு பொம்பளதான். அந்த பொம்பளயால முடிய லனா, பதில் வேலைக்குன்னு காத்து இருக்கும் பொம்பளைகள அனுப்பி வைப்பாங்க. ஆனா அன்னக்கி அப்படி இல்ல. எல்லா வேலைகளையும், ஒரு ஆம்பள, ஒரு பொம்பளதான் பார்த்திருக் காங்க. அதுவும் எப்படி தெரியுமா? பெரியகாரியம்மன் கோயில் தெருவிலிருக்கிற ஒரு வீட்டு கொல்லையில் வைத்திருக்கும் மலம் இழுக்கும் கரண்டி, மலத்தை எடுத்துச்செல்லும் இரும்பு வாளியை எடுக்க கொல்லையைத் திறந்து பார்த்தாள், முனியக்கா. அங்கு இல்லை. உடனே வேறு இரண்டு இடங்களில் தேடிப் பார்த்துவிட்டு எப்படி எடுப்பது என்று நின்றுகொண்டிருந்தாள். அதை தூரத்தி லிருந்து பார்த்துக்கொண்டிருந்த போலீஸ்காரன் வேகமாக வந்து, "என்ன?... ம் வேலையேப்பாரு", என அதட்டவும், "அய்யா, சாமன்சட்டு இல்லாமே எப்படிய்யா அள்ளரது?"

"ம்... அது வேறே ஒனக்கு சொல்லித்தரணும்மா? ஏய் அள்ளுடி" என லத்தியை ஓங்கினான். அதற்கு அவள் விலகிக்கொள்ளவும், இன்னொரு போலீஸ் மாறிமாறிக் கொளுத்திவிட்டான்.

அவள், “அய்யோ, அம்மா” என்று கத்திக் கூப்பாடு போடவும், தெருவில் நல்ல தண்ணீர் பிடித்துக்கொண்டிருந்த பெண்களோ, வீட்டுவாசலில், கடைகண்ணிகளில் நின்றிருந்த, பேப்பர் படித்துக் கொண்டிருந்த ஆண்களோ யாரும் ஓடிவந்து தடுக்கவில்லை.

“என்னய்யா என்ன நடக்கது நம்ம தெருவுக்குள்ள?”

“ம்... நல்லதுதான் நடக்குது.” ஊரயே நாற அடிச்சிட்டு, வேலைக்கு வர மாட்டேன்னு சொன்னா முனிஸ்பால்ட்டி சும்மா இருக்குமா? அதான் போலீஸ வச்சு ஊரே சுத்தம்பண்ணுது. சரிதானே.”

“ஆமா, இது கெட்ட கேட்டுக்கு ஸ்டிரைக் தேவைதான்.”

“ஆமக்கா, இவுங்க வீட்டுக்குள்ள புகுந்து பொம்பளைகள, தேவராட்கள் கெடுத்துவுட்டுட்டாங்களாம்.”

“உண்மையா?”

“ஆமா, அந்தாளே போய் எதிர்த்தா சும்மா விடுவானா மனுஷன், மொத உசுரோடவிட்டாங்களே, அதுவே இந்தக் கழுதேகளுக்குப் பெரிய விஷயம். அந்தாளப் புடுச்சி ஜெயில்ல போடனும்ன்னுதான், வேலைக்கு வர மாட்டேன்னுதான் நாயிகழுதைக திரியுதுக. அதான் இப்போ போலீஸ் வைச்சி நம்ம வீடு வாசலெல்லாம் சுத்தம்பண்ண வைச்சிருக்காங்க. பரவாயில்ல இப்பத்தான். முனிஸிபாலிட்டி உருப்படியா ஒரு காரியம் பண்ணியிருக்கு. போடுறத போட்டாத் தான் இதுகளும் அடங்குங்க. நல்லநாள் பொல்லநாளுக்கு காசு குடுக்கலைனா, என்னா சவடால் பேசுவாள்க தெரியுமா? ஆமா, குடுக்கலைனா அன்னைக்கி கொல்லைல ஒழுங்காவே வேலை பாக்க மாட்டாளுங்க.”

அது சரி இவ நம்மதெருவலே வேலே பாக்குறவளே கிடை யாதே. எப்பயும் வேல பாக்குறவளுங்கதான் வேலையப் போட் டுட்டு, ஓடுகாலிக் கழுதைக, எங்கயோ ஓடிப் போயிடுச்சுங்க. அதனாலதான் இதுகளப் புடுச்சுவந்து, வேல வாங்குறாங்க.”

“ஆமா, கழுதை விட்டைலே முன்விட்ட வேறே பின்விட்ட வேறேயா? எல்லா நாய்களும் ஒன்னுதான்.”

நாலு இழுப்புக்குப்பின் முனியக்கா தனது கையாலேயே கொல்லையில் அள்ள ஆரம்பித்தாள். கொல்லையின் சின்ன தகர மூடியைத் தூக்கி அவள் தலையில் முட்டுக்கொடுத்துக்கொண்டு,

முதலில் இடதுகையைக் கொல்லைக்குள் நுழைத்தாள். தொரு தொருவென்று மஞ்சளும், கறுப்பும், வெளிர்மஞ்சளுமாக, நரகல் எப்படியும் மூன்று நான்கு கிலோ இருக்கும். இடது கையை நரகலில் வைத்தாள். இளம் சூடாக இருந்தது. கீழே கொட்டி வைத்த பொங்கல் கட்டியில் பாதியைப் பிளந்து இழுப்பதைப்போல இழுத்தாள். தோது இல்லை, அந்தக் கையை எடுத்துக் கைவிரல் களில் ஒட்டியிருக்கும் நரகல்களைக் கொல்லைச் சுவற்றில் இழு வவும் வீட்டுக்காரம்மா, "ஏய் அறிவுகெட்ட நாயே, சொவத்துலே தடவுரே, ஓம்மூஞ்சிலே தடவிக்கோ" எனக் கத்தவும், போலீஸ் காரன் பொளுச்சென்று குண்டியில் ஒரு போடுபோட்டான்.

முனியக்கா அம்மா என்று கத்திக்கொண்டு திரும்பினாள்.

"ஏன்டி, என்ன பொச்சு கொழுப்பாடி, சுவத்துலே தடவுறே, அள்ளுடி" என மறுபடி ஒரு போடுபோட்டான். அதை அவள் வலது கையில் தடுத்தாள். "ஓ, தடுக்குறீங்களாக்கும்" என்று மண் டையில் போட ஓங்கினான். "அய்யா அடிக்காதீங்க, அடிக்காதீங்க."

"அள்ளுடி" என்று அதட்டவும் மீண்டும் சின்ன கதவைத் தூக்கித் தலையை அண்டக்குடுத்துக்கொண்டு அடுப்புக்குள் பார்த்தாள்.

நாற்றம் குமட்டியது. "இம்மா, இம்மோய், இம்மா..."

"என்ன?", "இம்புட்டுச் சாம்பல் போடுங்கம்மா, அப்பத்தான் அள்ள முடியும்."

"ஆமா ஒனக்கு சாம்பல் போடுறதுக்கு நாங்க என்ன விறகு வைச்சா எரிக்கிறோம். ஸ்டவ் அடுப்பு சாம்பல் கெடையாது. ஒன்னும் கிடையாது" என்றதும், முனியக்கா முனங்கிக்கொண்டே, "ஏம்மா" என்று மறுபடி கூப்பிட்டாள்.

"ஏய் என்ன?"

"அள்ளிக்கொண்டு போக ஒன்னும் இல்ல, அதனால ஒரு மண் சட்டிகிட்டி இருந்தா தாங்கம்மா" என்றதும் அடுப்பாங்கரையில் கவிழ்த்து வைத்திருந்த ஓட்டை மண்பானை ஒன்றை எடுத்து வந்து, "இந்தா?"

அதை வாங்கிப்பார்த்தாள். உள்ளே ஆணி அளவு ஓட்டை இருந்தது. வாய் வளையத்தில் ஒட்டடை அப்பி இருந்தது. அதனுள் கையைவிட்டு ஒட்டடையைத் துடைத்துவிட்டு, முந்தானை முனையை ஒருவிரல் அளவுக்குக் கிழித்து, அதைக்கையில் எடுத்துக்கொண்டு, இரு உள்ளங்கையிலும் வைத்து உருட்டிப்

பானையை மேலே தூக்கிப் பார்த்தாள். அந்தத் துணியை ஓட்டைக்குள் விட்டு, வெளிமுனை நழுவிவிடாமல் இருக்க ஒரு முடுச்சு, உள்முனையில் ஒரு முடுச்சுப் போட்டாள். பின்பு அங்கு மிங்குமாக இழுத்துப் பார்த்துவிட்டு கொல்லைக்குள் வலது கையைவிட்டு, நரகலை வழித்துவழித்துப் பானைக்குள் போட்டாள்.

ஐந்துமுறை அள்ளியவுடன், "இம்மோவ்" என்றாள்.

"என்னத்தா?"

"கொஞ்சம் விளக்குமாறு, குடுங்கம்மா அலசிவிட."

"ஏய், ஒம்மனசுலே என்ன நெனைச்சிகிட்டு இருக்கே, ஒனக்கு ஒவ்வெண்ணா பண்டுதம் பாக்குறதுதான் என் வேலையா?" நல்ல வேளை, போலீஸ்காரர் காதில் விழவில்லை. விழுந்திருந்தால் குண்டியோ தொடையோ வீங்கியிருக்கும். உடனே நரகல் கையை அவள் சேலையிலே நன்கு துடைத்துக்கொண்டு, மரத்துக்குக் கீழே உள்ள இரும்பு வாளியைத் தூக்கிவந்து கொஞ்சம் தள்ளி கொய்யா மரத்துக்குக் கீழே உள்ள குழாயில் தண்ணீர் அடித்தாள். அடிக் கொருதரம் தன் கையைப் பார்த்துக் கொண்டாள். குழாயின் கைப் பிடியில் நரகல் ஒட்டிவிடக் கூடாது என்றுதான் அப்படிச் செய்தாள். அது ஒட்டவில்லை. வாளியில் தண்ணீர் நிறைந்தவுடன் தூக்கிவந்து கொல்லையின் கீழே வைத்துவிட்டுப் புறாக்கூடு பக்கத்தில் கிடந்த சிரட்டையை எடுத்துவந்து தண்ணி வாளிக்குள் போட்டாள். போலீஸ்காரன் முனியக்காவைப் பார்த்துக்கொண்டிருந்தான். சிரட் டையில் மோந்துமோந்து கொல்லைக்குள் ஊற்றினாள். ஒட்டி யிருந்த மிச்சமீதி மலத்தில் கலந்து மஞ்சள் கலவையாகக் கொல் லையில் வழிந்துக் கொண்டிருந்தது. தண்ணீர் ஓடிவிடுமோ என்று அவசரஅவசரமாக வலதுகையால் நன்கு தேய்த்துக் கழுவினாள். ஆனாலும் அது சரியாகவில்லை. அதனால் இடது கையால் சிரட் டையில் மோந்து ஊற்றிக்கொண்டே வலதுகையால் தண்ணீரை வழியவிடாமல் மடக்கி மடக்கி, நடுமையத்திலும், பக்கவாட்டுச் சுவர்கள் மீதும் படிந்திருக்கும் நரகல் தடயங்களை உள்ளங்கையால் அழுத்தித் தேய்த்துவிட்டு இறுதியாக அரைவாளி தண்ணியை ஊற்றிவிட்டாள். "இம்மோங் பாத்திக்குங்க", என்றதும், பெரி யம்மா வந்து எட்டிப் பார்த்துவிட்டு, "நல்லா இருக்குடி, வழக்கமா வாரவகூட இப்படி அலசலேடி, செத்த இரு எதாச்சும் இருக்கான்னு பாக்கிறேன்" என்று சொன்னவள் போலீஸ்காரரைப் பார்த்து, "அய்யே, மறந்தே போச்சி. ஏய் சுரேஷ் மாமாவுக்கு ஒரு ஸ்டூல்

எடுத்துக் குடு. ரெம்பநேரமா நிக்க வைச்சுட்டேன்" என்று சொல்லிவிட்டு உள்ளே சென்றாள்.

அதற்குள் அந்த பத்து வயது பையன் ஸ்டூலைத் தூக்கிவந்து போட்டான். அதில் போலீஸ்காரர் சிரித்துக்கொண்டே, அந்தப் பையனின் கன்னத்தை ஒரு கிள்ளுகிள்ளிவிட்டு "என்ன படிக்கிறே?"

"தேட் ஸ்டாண்டர்டு" எனச் சொல்லிவிட்டு ஓடிவிட்டான்.

முனியக்கா நரகல் பானையைத் தூக்கி இடுப்பில் வைத்தபடி நடக்கத்தொடங்கும்போது போலீஸ்காரர், "ஓய்... எங்க ஒடுறே, நில்லு."

மற்றொரு போலீஸ் வெளியில் நின்றுகொண்டே உள்ளே நிற்கும் போலீஸைப் பார்க்கவும், மாமி இரண்டு கிளாஸில் காபியோ டீயோ கொண்டுவந்து கொடுத்தாள். அந்தப் போலீஸ் இரண்டு டம்ளரையும் வாங்கிக் கொண்டு வெளியே நிற்கும் போலீஸுக்குச் சைகை காட்டவும், அவன் புரிந்தவனாக படக் கென்று அந்த வீட்டின் தலைவாசல் கேட்டைத் திறந்துகொண்டு உள்ளே வந்து டம்ளரை வாங்கினான்.

உடனே மாமி, "ஏய், இன்னொரு ஸ்டூல் எடுத்துவா" என்றாள்.

உடனே போலீஸ்காரன் "இல்ல மாமி, இருக்கட்டும். டயமாகிட்டே இருக்கு" என்றான்.

"ஆமா, இனிமே இவுளுகள இப்படித்தான் வேலை வாங்க முடியுமா?"

"இல்ல மாமி, ரெண்டு மூனு நாளுலே எல்லாம் வழக்க மாகிப்போகும்"

"ஆமா ஆமா, இது தரத்துக்கு இதெல்லாம் ரெம்பா ஓவருதான்" என்று சொல்லிவிட்டு, " மறந்தே போச்சி, ஏய் இங்க வாடி" எனச் சொல்லவும், முனியக்கா வரவும் ஒரு லாடச்செம்பு நிறைய புளிச்ச தண்ணீர் கொண்டுவந்து ஊற்றினாள். கையை தாமரை போல் விரித்துக்கொண்டு அவள் ஊற்ற, ஊற்ற மடக்மடக் என்று குடித் தாள். அங்கு முடிந்தது. அதேபோன்று எல்லா வீடுகளிலும் அள்ளி அலசிப்போட்டு ஒவ்வொருமுறையும் மண்பானை நிறைந்தவுடன் முக்கில் உள்ள டிரம்களில் கொட்டினாள்.

பெத்த மாரியப்பன் வாய்க்கால் தள்ளும் அகப்பையைத் தேடி கண்ணம்மா காம்பவுண்ட்டுக்குப் போனான் அவன். இரண்டு

போலீஸ்காரங்க பின்னாடியே போனாங்க. காம்பவுண்டுக்குள்ளே தண்ணீர எடுத்துக்கிட்டு இருக்குற பொம்பளைங்க, தீப்பெட்டி ஒட்டுற பிள்ளைக, அதே காயபோடுறே பொம்பள, வாசல்லே ஒக்காந்து திரி போடுறவங்கே, வீட்டு வாசல்லேயே நின்னு குளிக்குறே வீட்டு ஆம்பளைங்க, பள்ளிக்கொடத்துக்குப் போற துக்கு அம்மாட்ட ரெட்ட சடை போடுகிறே பிள்ளைக, நேரமாகியும் பள்ளிக்கொடத்துக்குப் போறதுக்கு சாமாளிச்சிகிட்டு இருக்கிற ஆம்பள பயல்க, எது வேணாலும் நடக்கட்டும் நாமே நம்ம வேலயப்பாப்போமுன்னு திண்ணயிலே ஒக்காந்து வெத்தலையே போட்டு டொக்டொக்குன்னு தட்டுகிறே கிழவி, கிழவெங்க, இப்படி காம்பவுண்டே மாரியப்பனும் ரெண்டு போலீஸும் போவதை ஆச்சரியமாப் பாத்திருக்காங்க.

'ஒன்னு, காம்பவுண்டுக்கு வழக்கமா வேலைக்கு வரக்கூடிய மொக்கராசு வராமே வேறே யாரோ வாரான். அதுபோக போலீஸ் வேறே வருது. என்னன்னு கேட்டுறே வேண்டியதுதான்' என்று எல்லோரும் யோசுச்சுகிட்டு இரு`க்கையிலே, குளிச்சிட்டு தலை துவட்டிக்கிட்டே ஒரு அம்பது வயது ஆள் வந்து போலிஸிடம் தைரியமாகக் கேட்டான் "என்னசார், யாரு இவன், எதுக்கு இங்க கூட்டிட்டு வந்தீங்க?"

"ம்... சுத்தம் செய்ய வேணாமா, நாறப் போட்டுடுவோமா."

"அய்யயோ வேணாம்சாமி, நாலு நாளா வாய்க்காத் தள்ளாம குப்பையும் கூளமுமா அடச்சிக் கெடக்கு. நைட்டு கொசுத் தொல்லை தாங்கமுடியலே. வெறசா தள்ளச் செல்லுங்க சாமி, ஒங்களுக்குப் புண்ணியமாப் போகும்"

"சரி சரி, அதுக்குத்தான் நாய கூட்டிட்டு வந்து இருக்கோம்லே."

மாரியப்பன் அகப்பையைத் தேடினான். அது அங்கு இல்லை. எப்படி இருக்கும்? அதான் எல்லாத்தையும் கையாலேயே அள்ளிச் சாகனும்னு எல்லா சாமான்சட்டுகளையும் எடுத்து ஒளிச்சி வைச்சிட்டாங்க. இல்லாட்டி ஒடச்சிபோட்டு இருப்பாங்க போல இருக்கு. ம்... தலவிதி எவேனோ செஞ்ச தப்புக்கு நம்ம கெடந்த சீரழியிறோம்.

அவன் கோபம் போலீஸ் மேலயோ, அதிகாரிங்க மேலயோ கிடையாது. எங்க மேல திரும்பியிருச்சி. சரின்ட்டு காம்பவுண்ட்ட விட்டு வெளியே வந்து, எதிரே இருந்த சின்ன சந்துக்குள்ளே

நொளஞ்சித் தேடி இருக்கான். ம்ஹூம்... அங்கய்யும் இல்லே, போலீஸ்காரன் சிரிச்சிருக்கான்.

“ஓய் என்ன... அகப்பயைத் தேடுறியா? அது கெடைக்காது, வா வா, கையிலேயே அள்ளு.”

“அய்யா கையிலே எப்படியா அள்ள முடியும்?”

“அட... திரும்ப எங்கிட்டயே வெளக்கம் கேக்குறியா? போட்டேன்னா”, என்று ஓங்கவும், தெருவின் இருபக்கமும் இருக்குறே பெரிய வாய்க்காலுக்குள் இறங்கி, அடச்சிருக்கும் குப்பைய கொஞ்சம் அள்ளவும் குப்பைய நெருக்கிக்கிட்டு இருக்கும் தண்ணி, மடமடன்னு குப்பையே இழுத்துக்கிட்டுப்போயி ஓர மடைக்குள்ள மாட்டி நின்னுக்கிடுச்சி. மாரியப்பன் அங்கிருந்து, மேல ஏறி, விடுவிடுன்னு ஓடியாந்து, மடை இருக்கும் வாய்க்கால் குள்ளே எறங்கி, மடைக்குள்ளே தலையை விட்டுப் பாத்தான். ஒரு சீப் கல்லோடு போயி அடச்சி நிக்கிது. உடனே நல்ல தோது பாத்து, மடைக்குள்ளே பம்மிப்போய் கல்லை இழுத்து இழுத்துப் பார்த்திருக்கான். சரியா வல்லே. உடனே மேலேறி வந்து மடைக்கு எதிரே வந்து இறங்கி நின்னு பார்த்தா ஒரு உடைந்த கண்ணாடியும் சேர்த்துக் குப்பையோட பிண்ணிப் பினஞ்சு நிக்குது. மெல்ல மெல்ல இழுத்து இழுத்து, பளிச்சுன்னு சுளுவு பார்த்து இழுத்து விட்டான். படக்குன்னு தண்ணி மேவிகிட்டு ஓட ஆரம்பிச்சுருச்சி.

கல்லே பிடுங்கி மேட்டுல போட்டுட்டு, அந்தக் கண்ணாடியே இழுக்கவும் அது ரெண்டு பக்கமும் வாய்க்கால் சுவரோட தட்டுக் கிட்டு வரமாட்டேன்குது. குப்பையும் தண்ணியும் மடமடன்னு ஓடிப்போயிருச்சி. ஆனா கண்ணாடி மாட்டிக்கிடுச்சி. அப்புறம், தோது பாத்து அங்குட்டும் இங்குட்டுமா அசச்சி, படக்குன்னு இழுக்க, அது ரெண்டா ஒடஞ்சி, சோத்தாங்கை உள்ளங்கையிலே, வெள்ளரிப்பழம் விண்டது மாதிரி பூரான் நீளத்துக்கு கிழிச்சி, பொளபொளன்னு அந்தக் கறுப்பு நிற வாய்க்கா தண்ணியிலே சிவப்பு சிவப்பா ரத்தம் ஊத்திப்புடுச்சி. அதே பாத்து அவன் ஒன்னும் கத்தவும் இல்லே. கஷ்டப்படவும் இல்லே. ஏன்னா அதேவிடப் பெரிய வேதனை அவன் பின்னாடி இருந்துகிட்டே இருக்கு, பின்புறத்துலே ரத்தம் காக்கிச்சட்டையிலே வழிஞ்சி கிட்டே இருக்கு. அதுலே ஈ வந்து ஒக்காந்து ஒக்காந்து விளை யாட்டுக்காட்டிட்டுப் போயிட்டிருக்கு.

மாரியப்பன் எழுந்து எதிர்வீட்லே, "இம்மோவ், எம்மா" என்று குரல் கொடுத்தான். அங்க ஒரு சின்ன பெண் புள்ளை வந்து பாத்துட்டு உள்ள போயி, அவுங்க ஆச்சிய கூட்டியாந்துகாட்டவும், இவன், கையப் பிதுக்கி தரையில ரத்த கோலம் போட்டிருக்கான். அதெப் பார்த்த ஆச்சி, "தோட்டியோட ரத்தம் நம்ம வீட்டு வாசலுலே சிந்துரதா, படவா ராஸ்கல்" என்று வேகுவேகுன்னு ஓடியாந்து, "ஏய், எழவு கெட்ட பயலே. என்ன இங்க வந்துகிட்டு, இப்படி ஊத்துரே."

"அம்மா கொஞ்சம் தண்ணி ஊத்துங்கம்மா கை கப்புக் கப்புன்னு தெறிக்குது".

"அதுக்கு என்ன பண்ணுறது? ஆஸ்பத்திரிக்குப்போ. நானே குழாயிலே தண்ணி வராமே தவிச்சிப் போயி இருக்கேன். போ போ, தண்ணியுமில்ல ஒண்ணுமில்ல.

"சரிங்கம்மா, கொஞ்சம், பழைய துணி கிணி இருந்தாவாச்சி குடுங்கம்மா."

"என்ன? நான் என்ன பழைய துணி யாவாரமா பாக்குறேன். என்னங்க போலீஸ்காரர் சார், இவன் என்ன இங்க வந்து உயிரே வாங்குறான்" என்றதும் போலீஸுக்கு வந்தது கோபம், ரெண்டு போலீஸும் மாறி மாறி அடிச்சாங்க.

போகப்போக அறுபட்ட காயத்தின் வேதனை கூட மழுங்கிப் போச்சி. அந்த இடம் சொரணையற்றுப் போனதால அதை மறந்துட்டு எங்க எங்கெல்லாம் அடப்பு இருக்கோ அத மட்டும் ஓடி ஓடி எடுத்தான். நல்லவேளைக்கு, வாய்க்காலின் அடியில கிடக்கும் மண்ணையும் சேர்த்து அள்ளச் சொல்லலே, அப்படிச் சொல்லியிருந்தா கை புண்ணாகிப் போயிருக்கும். போலீஸுக்கு நம்ம வேலையோட சூளுவு தெரியாது. மேஸ்திரி வந்துருந்தான்னா, அப்படித்தான் இந்நேரம் நடந்திருக்கும். நல்ல வேளைக்கு அவன் வரல.

தொரராசு, தூப்புமாரு இல்லாதனால, தெருவுலே கிடக்குறத காலாலே தள்ளித்தள்ளி வைக்க, கூடம்மா கொண்டுபோயி குப்பைத் தொட்டியிலே போட்டா. அங்கங்கெ கிடக்கும் மாட்டுச் சாணி, கழுதைவிட்ட, ஆட்டுப்புழுக்க, சிகரெட், பீடித்துண்டுக, நைட்டு நேரத்துலே ஜன்னல் வழியா தூக்கிப்போட்ட ஆணுறைக, தீட்டுத் துணிக, வெள்ளனயே பெண்கள், ஆண்கள், குழந்தைகள்,

வாய்க்கால் ஓரத்தில கழிந்த மலங்க, சளிக, கரண்டு கம்பிகள்ள அடிப்பட்ட காக்கா குருவிக, சந்துக்குள்ளும் பொந்துக்குள்ளும் அலஞ்சு அடிப்பட்டோ பொறிவைச்சு புடுச்சோ தூக்கிப்போட்ட பெருச்சாளி, எலிக, செத்த பூனை, நாய், பல நாள் நோயிலே கெடந்து செத்ததுக்கு அப்புறம் தூக்கிப்போட்ட பாய், தலகாணி, அடுப்படித் துணி, முக்குகொள்ளி ஒடச்ச மண்பானை ஓடுக, சுருட்டு, ஒலம்படிக, அதோடு கொஞ்சம் சில்லரைக்காசுகள், அது பொடி போடவோ, சாயாகுடிக்கவோ, வெத்தலைபோடவோ தொரராசுக்கும் கூடம்மாவுக்கும் பயன்படும். அப்புறம், கழிப்புக் கழிச்சுப் போட்ட எருக்கலைகள், வெள்ளைப்பூசணிக்காய், அதுலே சில்லரைக் காசுகள்ன்னு எல்லாத்தையும் ஒரு ஓடு கூட வைச்சி அள்ளக்கூடாதுன்னு அதிகாரம் பண்ணி, கையாலயும் காலாலயும் சுத்தம்பண்ணி அள்ளிப்போட வைச்சிருக்கு போலீஸ் பட்டாளம்.

மத்தியானம் உச்சிப்பொழுதே தாண்டியிருக்கும். உத்தேசமா மணி ஒன்னு ஒன்னரை இருக்கும். வேல முடிஞ்சபொறகு எல்லா ரயும் ஆண் பெண் ஜோடி ஜோடியா விலங்குமாட்டி ரோட்டுல நடத்தி வந்தது போலீஸ். அதுவும் அவன் பொண்டாட்டிய இவனோடயும் இவன் பொண்டாட்டிய அவனோடயும் ஜோடி சேத்து ஊர்வலமாக் கூட்டிவந்திச்சி. காந்திபுரம் தெரு தாண்டி, அந்தக் காந்திபுரம் தெரு அருகுலதான், எங்களுடைய கூட்டம் பதுங்கி இருந்துச்சுன்னு, தாயோளிக எவனுக்கும் தெரியாது. தெருஞ்சிச்சி, வக்காளி வகுந்துபோட்டிருப்பாங்க எங்கள. நாங்க இருந்தது பத்தி அப்புறம் சொல்றேன். அந்தத் தெருவ தாண்டி ஏசு சிலைய கடந்து, இந்தப் பக்கம் ரத்னா ஸ்டுடியோ, அதுக்கு அடுத்தாப்புல புகாரி ஓட்டலு, இம்புட்டுத்தான் அப்போ இருந் துச்சி. அந்த நெட்டுலதான் எங்க அப்புச்சி, அப்பத்தா குடிசபோட்டு இருந்த எடம். அந்த ரத்னா ஸ்டூடியோ இருக்கிற எடம்தான் எங்க அப்பத்தா பொறந்த எடமுன்னு, என் அப்புச்சி சொல்லுவாரு.

அப்போ காந்திபுரம் தெருக்காரங்களோட மாரியம்மன் கோவில் சின்ன பீடமாத்தான் இருந்திச்சி. அவுங்க தெருவுக்கு முன்னாடிதான் நம்ம குறத்தெருவு. படுபாவிக காலணா மூக்காத்துட்டுக்கு எடத்தே வித்துப்புட்டு, இப்போ திரியுரோம். இல்லாட்டி இன்னக்கி மெயின் பஜாருல நாம இருப்போம். எதுத்தாப்பலே, சின்ன மார்க்கெட், இப்ப கே.வி.எஸ் பள்ளிக்கொடம் இருக்குல்ல,

அதாம்ப்பா இந்த நம்ம ஊரு பொங்கலப்போ, பொருட்காட்சி யெல்லாம் போடுவாங்களே, அதே ஓட்டித்தான் சின்ன மார்க்கெட். அதுக்கு அடுத்தாப்புலே ஐஸ்கடை, அதான் காளிமார்க். இம் புட்டுத்தான். அதவிட்டா பிரசவ ஆஸ்பத்திரி. இவ்வளத்தையும் தாண்டி, அவிங்கள பொட்டலுக்குக் கூட்டியாந்து, ஸ்தூபி முன் னாடி நின்ன குப்ப லாரியில மளமளன்னு அவங்கள அள்ளிப் போட்டாங்க. யாரும் தவறிவிடக்கூடாதுன்னு போலீஸ்காரங்களும் அவிங்களுக்கு ஒத்தாசையா இன்ஸ்பெக்ட்டரும் மேஸ்திரியும் நின்னு ஆட்களை எண்ணிக்கிட்டாங்க. மக்கெ, மூஞ்சியெல்லாம் வாடி வதங்கி, ஓடம்பெல்லாம் உடுத்தியிருந்த துணியெல்லாம் நரகல், சாக்கடை, குப்பகூளம், சளிகிளின்னு அப்புட்டும் அப்பி இருந்துச்சி. ஏனா, வேல முடிஞ்சும் ஒருத்தரையும் கைய காலக்கூட கழுவவிடலயாம். அதான், உடுத்தியிருந்த துணிகள்ளயே ஆணும் பொண்ணும் தொடச்சிருச்சுக. இதுபோக, ரத்தக்கறை வேற. எல்லாத்தையும் ஈய் கூட்டம், மொய்யின்னு மொச்சுக்கிட்டு இருந் திச்சு.

போலீஸ்காரன் ஏத்திவிடுறதுலே மும்முரமா இருந்தான். அவன் மேலே ஒட்டிவிடுமேன்னு பயம்கூட கிடையாது. வெறசா வெற சான்னு நிமிட்டிக்கிட்டே இருந்திச்சு போலீஸ். அப்படியிருந்தும் எப்படியோ பத்திரிகைகாரன் அம்புட்டு பேத்தையும் படம்புடுச்சி மொத பக்கத்துலே போட்டுட்டான்.

அப்புறம் கேட்டுக்கோ, எங்க பாத்தாலும் சும்மா காட்டுத்தீமாதிரி பறந்து இராம்நாட் ஜில்லா கலெக்டரு, நேரே வந்து, தோட்டி களையெல்லாம், பாத்து விசாரிச்சி, எல்லா அதிகாரிகளையும் வேலையே விட்டு நிப்பாட்டிப்புடுறேன்னு வாக்குறுதி குடுத்துப் புட்டு, எல்லாத்தையும் அதே குப்பலாரிலே ஏத்திக் கொண்டாந்து, பொட்டலுல்லே விட்டுட்டாங்க. அப்புறம், “தப்பிச்சது தம்ராவ் புண்ணியம் சாமியோவ்” ஊரேவிட்டே பிள்ளையும், குட்டியும் இழுத்துகிட்டு இந்த வேலையும் வேண்டாம். ஊரும் வேண்டா முன்னு, வீட்டுலே கெடந்ததுலே சிக்குன சாமான் சட்டுகள பொறுக்கிட்டு, ஆள் அரவம் இல்லாமே, ஓடி போயிட்டானுக. ஆனா யாரு மேலயும் எந்த நடவடிக்கையும் எடுக்கலங்கிறது எங்களுக்குப் பின்னாடிதான் தெரிஞ்சது.

பாலன் குறுக்கிட்டு, “ஏம்ப்பா நீங்கயெல்லாம், அவுங்களே போய்ப் பழிக்குப்பழி வாங்கலயா?”

“ஏன்டா, பழிக்குப்பழி வாங்க இது என்ன சினிமாவா?”

“உனக்குத்தான் சண்டயெல்லாம் தெரியும்லே?”

“ஆமா, வாஸ்துவம்தான். அதுக்கு போலீஸ்காரன்ட்ட போயி மோத முடியுமா, மோதுனா அவங்க சும்மா விட்டுருவாங்களா, குருவியே சுடுறதுமாதிரி சுட்டு சுடுகாட்டுக்கு அனுப்பிப்புடு வாங்கடா, விவரம் கெட்ட மவனே. அதுக்கு நாங்க என்னா பண்ணுனோம்னா நல்ல நடுக்குரு சாமத்துலே ஒரு பத்து பதினஞ்சு பேரு. எவன் எவன் நம்ம மக்களே பீய்தீங்க வைச்சானோ, எவன் எவன் ரத்தம் சிந்த ஒடந்தயா இருந்தானோ அந்த அதிகாரி வீடுகளுக்குப் போயி சுவரேறிக் குதிச்சோம். அங்க இருந்த நாய் களுக்குக் கையோட கொண்டு போன மாட்டுக்கறிய போட்டோம். வாட்சுமேனு நம்ம ஆளு. என்னத்தா இருந்தாலும், “தான் ஆடாட்டியும் தன் சதை ஆடும்முன்னு, ஒரு பழமொழி இருக்குல, அதெ மாதிரி வாட்சுமேனால நமக்காக எதுவும் செய்ய முடி யாட்டினாலும், காட்டிக் குடுக்காமே இருந்தான். அந்த அதிகாரிங்க வீடுகள்லருந்து வெளியே வரும் சாக்கடை தொண்டுகள்ளெ, கையிலே கொண்டுபோயிருந்த சாக்கு பைகள்லே மண்ண நிரப்பி அதுகளத் தோது பார்த்து அடச்சோம், ஒன்னு. ரெண்டாவது நாங்க கொண்டுபோயிருந்த இரும்புக்குழாய்கள செப்டிக் டேங்கு பிளேட்டே திறந்து உள்ளே போட்டு, உப்புத்தண்ணீர் ஏத்துற குழாயோட மீதி பைப்ப கனேக்ஷன் குடுத்தோம்.

முனிஸிபாலிட்டிலே தண்ணி தொறந்து விடுற, சுடலையே வச்சு பிளம்பிங் வேலைகளப் பாத்தோம். வக்காளி ஒத்தாளி கெடந்து சாகட்டும்முன்னு, விடிய விடியப் பாத்தோம். விடிஞ்ச நாலு மணிக்கு பதுங்குறே எடத்துக்கு வந்து புகுந்துகிட்டோம். காலையிலே அஞ்சுமணிக்கு வழக்கம்போல வாட்சுமேன், தண்ணி ஏத்துரதுக்கு மோட்டாரப் போட்டு தண்ணிய மேல ஏத்திட்டு மேல்தொட்டி நெறஞ்சதும், கீழ் தொட்டிக்குத் தண்ணியத் திறந்து விட்டு கீழேயும் நிரப்பிட்டு, சாயாக் குடிக்கப் போயிட்டாரு.

இதுமாதிரி எல்லா பய வீட்டுகள்லயும் செஞ்சோம். ஒருசில வீடுகள்லே மட்டும்தான் சுடலக் கோனாரு ஒதவி செஞ்சாரு. மற்ற எடங்கள்ல நாங்களே வேலையத் தெரிஞ்சிக்கிட்டு நாங்களே செய்ய ஆரம்பிச்சிட்டோம். அதுல சேர்மன் வீட்ட மட்டும் விட்டுட்டோம்.

“ஏன்ப்பா, அவரு ஒங்க கட்சிகாரன்ட்டா?”

“அவென் வீட்லே நொழைய முடியாது. ஏன்னா அங்க வேலை பாக்குற தாயோளிகயெல்லாம் அவங்க ஆளுக. அதனால அங்க போக முடியலே. ஆனா, அங்க மட்டும் என்னா செஞ்சோம் தெரியுமா? டெய்லி ஒரு லாரி சேர்மன் வீட்டுக்கு போயி தண்ணி ஊத்தும். டிரைவருக்கு அன்னைக்கி நைட்டுலே நம்ம பயல்களே வச்சு கஞ்சாவும் கசாயத்தையும் ஏத்திவிட்டு மவனப் படுக்க போட்டுட்டு, ஊரெல்லாம் மோந்த சாக்கடைத் தண்ணி லாரி, எப்பயும் கடேசி நடைய லாரி டேங்க்லே சாக்கடைத் தண்ணியோட நிறுத்திட்டு போயிருவான் அந்த டைவரு. அதே அப்படியே நல்ல தண்ணி லாரிக்கு ஓசே மாத்திப்போட்டு சாக்கடையே நிரப்பி விட்டுட்டோம். மவராசன் டிரைவரு, காலம்பொற போதை தெளிஞ்சு மஸ்தோருக்கு போயி கையெழுத்துகூட போடாமே, என்னா, காலையிலே லேட்டாத்தான் எந்திரிச்சு இருக்கான். தடா புடான்னு வண்டிய எடுத்துக்கிட்டுப்போயி, சேர்மன் வீட்டு மேல் தொட்டி, கீழ் தொட்டி, நடுத்தொட்டின்னு நெறப்பிட்டு வந்திட் டான். வெளங்காத பயே ஏத்தும் போது வாடையப் பாத்தாவது நிப்பாட்டி இருக்கலாம். ம்ஹூம்... ஒரு பயகளுக்கும் மூக்குலே சொரணை இல்லை.

விடிஞ்சா கேட்டுக்கோ, எந்த பைப்ப தொட்டாலும் ஒரே சாக்கடை, செப்டிக் டேங்க், மலத் தண்ணி, தேவடியா மவன்ங்க, அன்னக்கித்தான் அவன் பேன்ட்ட பியே அவனையே தொட வைச்சோம். சேவிங் பண்ணிட்டு, தூங்கிக்கிட்டே அய்யா முகத்தக் கழூவி இருக்காரு. கருப்பா, மலத் தண்ணி அந்த முகத்த கழூவி இருக்கு. காப்பி போட அந்த வீட்டு பொம்பளைக காப்பிசட்டியக் கழூவி இருக்காளுங்க, ஒரே மொட நாத்தத் தண்ணி குழாயிலே கொட்டி சட்டியிலே விழுந்தது. அதெப் பிடிச்ச அந்த அம்மா, அடிவயிறு பிதுங்க வாந்தி எடுத்திருக்கா. காலையிலே பத்து மணிக்கு எல்லா வீடுகளும், சாக்கடைக்குளமாவும் செப்டிக் டேங்காவும் வீடு முழுக்க, அவன் வீட்ல என்னான்ன இருக்கோ அத்தனைலையும் அவன் வீட்டு பீய் அப்பிக்கிச்சு. வீட்டு அம் மணிகளும் வாயிலே துணியே கட்டிகிட்டு அலசி அலசித் தள்ளி யிருக்காங்க. வீட்டு வேலைக்காரி வர எப்படியும் எல்லா வீடு கள்லயும் பதுனோரு மணியாகும். அதனால, அந்த வீட்டு அய்யா மார்களும் அம்மாமார்களும் புள்ளகளும் குட்டிகளும் நல்லா அந்த

முட நாத்தத்தையும் அந்த கவுச்ச நாத்தத்தையும் அனுபவிச்சாங்க. மஞ்சள் காமாலை நோய், பீப் பத்து, மூளக்காய்ச்சல், கண் எரிச்சல், சீக்கிரத்துலேயே கண்ணு போறது, அந்த பூஞ்ச நாத்தலுலே குடல் வீங்கி குடல் புண் வாரது. அரி, சொரி சிரங்கு வாரது. தலை சீக்கிரத்துலேயே நரச்சி போறது, செம்பட்டை புடுச்சிப் போறது, கை, காலெல்லாம் பூனை முடியா போறது. இது எல்லாத்தையும் விட, மனமொப்பி ஒருவாய் கஞ்சி குடிக்க மாட்டாமே சாரயத்த சாரயத்த குடிச்சிக் குடல் வெந்து, ஈரல் வெந்து குறைஞ்ச வயசுலேயே அது எதனால வந்தது, ஏன் வந்ததுன்னு கண்டு பிடிக்க முடியாமே துள்ள துடிக்க என் மக்க எத்தனை பேரு செத்திருக்கான் தெரியுமா? அதெ ஒரு நாளாவது இந்த தாயோளிக அனுபவிக்கணும். அதெ இந்த தேவடியா மக்க அனுபவிக்கணும். அப்பத்தான் நாங்களும் மனுஷங்கதான் என்ற எண்ணமாச்சி வரும். வக்காளி ஒருவாய் சோத்துக்காக பத்துவாய் பீ திங்க வைக்கற. அந்த அசிங்கங்கள அப்புறப்படுத்திட்டு எல்லாப் பயல் களும் ஒன்னுகூடிப் பேசியிருக்காங்க. அப்பத்தான் அவீங்களுக்கு சுளிர்ன்னு பட்டிருக்கு. எங்களதண்டுராபோட்டு பேச்சுவார்த்தைக்கு அழைப்புவிட்டாங்க. ஊருக்குள்ளே ரிக்சாவுலே ரேடியா கட்டிக் கிட்டு மைக்லே பேசினாங்க.

இதனால் தெரிவிப்பது என்னவென்றால், நகரசுத்தித் தொழி லாளிங்க எங்க இருந்தாலும் நாளை காலையிலே, பத்து மணிக்கு நம்ம ஊரு முசாபாரி பங்களாவுக்கு வந்துருங்க. அங்க ஒங்களோட பேசுறதுக்கு இராமநாதபுரம் கலெக்டரு வராரு. உங்களுக்கு எந்தத் தண்டனையும் கிடையாது. இது கலெக்டர் அய்யா அறிவிப்பு.

இதைக் கேட்ட நாங்க கூடிமாடிப் பேசுனோம். எல்லாரும் நானு நீயின்னு தவ்வுனாங்க. அதெல்லாம் வேண்டாம்பா, அம் புட்டு பேரும் போயி மொடலோட மாட்டிக்கிட்டமுன்னா, அப் புறம் அவங்க கதிதான் நமக்கும். அதனால, நறுக்கா நாங்க நாலு பேர் மட்டும் போனா போதும்ட்டு தவ்வுனவனையெல்லாம் அமட்டிவிட்டுட்டு நானு, காளியப்பன், மொக்கராசு, சின்னக் கருப்பன் நைட்டு நடுக்குருசாமத்துலே நாங்க தங்கியிருந்த எடத் துலேயிருந்து வெளியேறி மதுரரோடப் புடுச்சிப்போயி மைட்டான் பட்டி கண்மாய்லே நல்லா குளிச்சி தொவச்சி முடிக்க பொழுது விடியவும் சரியா இருந்திச்சி. வேஸ்ட்டி சட்டை துண்டெல்லாம், காயப் போட்டுட்டு, கரையிலே ஒக்காந்தோம்.

"ஏன் தலைவரே, கலெக்டர் நம்மட்ட பேசுவாரா?"

"ஒன்ட்ட பேசத்தான்டா கூப்பிட்டு இருக்காரு, அப்புறமென்ன?"

"இல்ல. அது இல்ல, நம்மகிட்டப்போயி" என்று இழுத்தான் மொக்கராசு.

"கொட்டக்கொட்ட குனிஞ்சிக்கிட்டே போனா ஒருபய மதிக்க மாட்டான். எதுத்து நில்லு, வக்காளி ஒன்னயப் பாத்து முழிப்பான். அது மாதிரி நீ செஞ்ச வேல, சாதாரண வேலையில்லே."

"ஏய் என்ன தலைவரே, என்ன மட்டும் மாட்டிவிடுற, நீயும் தானே செஞ்சே."

"அடே ஒரு பேச்சுக்குத்தாப்பா சொன்னேன், அதுக்குள்ள முடிவு பண்ணிட்டிய்யா, நானா, நீய்யா? எல்லாருந்தான். ஒக்காளி வருஷம் பூராம் நம்ள பீ திங்க வைச்ச கூட்டத்துக்குச் சரியான வேலை காட்டியாச்சி. இனிமே, எந்த தாயோளிகளும் நம்மட்டே ஆட்டமாட்டான். ஏண்டா, இந்த வேலை என்ன நம்ம பாட்டன், முப்பாட்டன் சொத்தா, பாரம்பரியமா செய்ரதுக்கு. நம்ம பெரியாளுங்கயெல்லாம் என்னா வேலை செஞ்சாங்க தெரியுமா?"

"என்னா செஞ்சாங்க?"

"நம்ம பாட்டன், பூட்டன், முப்பாட்டன், பாட்டி, பூட்டி எல்லாரும் மலையிலே இருந்தவங்க. அங்க தேன் எடுத்து, அதப்பாடம் பண்ணி ஊருக்குள்ள கொண்டாந்து விக்கிறது. தினை எடுத்து அதையும் சேத்து விக்கிறது. வேட்டையாடுறது, நம்ம பொம்பளைகளெல்லாம் குறி சொல்லுறது, அந்தக் காலத்து ராசாக்களெல்லாம், நம்ம பொம்பளைங்க குறிசொல்றத வச்சித் தான் நல்லது கெட்டது செய்வாங்க. காது வளர்த்து அதுலே குத்திவிடுறது. தென்னை நார்ல, பனைநார்ல, கத்தாழை நார்ல, வீட்டுக்குத் தேவையான கட்டுலு, படுக்க பாய், கூடை, சொளகு, தட்டு. நமக்குப் பூர்வீகம் மலையாளம்ப்பா. நமக்கு என்ன இந்த நாடா? இந்த தேசமா? மலையெல்லாம் நம்ம மலை. நாம என்ன, இந்த பீய் அள்ளுற வேலைக்கு விரும்பியா வந்தோம்? நம்மள அள்ள வைச்சாங்க, படுபாவிப் பயல்க."

"யாரு தலைவா?"

"ஒனக்கு முழுசா சொன்னத்தான் தெரியும். நம்ம நாட்டுக்குள்ள வெள்ளக்காரன் வந்தான்லெ, அவங்க என்னா பண்ணுனாங்கென்னா, மொதமொத மலையாள நாட்டுல வந்து எறங்கி, அங்க இருக்கிற

திருவாங்கூர் ராசா மூலமாத்தான், எல்லா வேலைகளும் ஆரம் பிச்சான். அதாவது மெல்லமெல்ல நாட்டுக்குள்ள அவிங்க ராஜ் ஜியம் ஆரம்பிச்சி, அவிங்க சொல்லுக்குக் கட்டுப்பட்ட ராஜாக் களையெல்லாம் கைக்குள்ள போட்டுக்கிட்டான். அவனுக்கு ஒசந்த ஒசந்த மலைகளையெல்லாம் பார்த்த ஒடனே அதுக மேல ஆசை வந்து, மளமளன்னு மலைலே ஏறிட்டான். ஏறி வந்து பாத்தவனுக்கு ஏராளமான பொன்னு விளையற பூமியாத் தோணுச்சு. ஒரு பக்கம், சந்தனம், ஜவ்வாது, இன்னோரு பக்கம், மிளகுன்னு வானத்துக்கும் பூமிக்குமா வெளஞ்சு கெடக்கு. வெட்டி அவன் நாட்டுக்குக் கொண்டுபோனான். மலைகளையெல்லாம் மொட்டையடிச்சிப்புட்டு அந்த நிலத்துலே காப்பிக் கொட்டை களப்போட்டு விளைய வைச்சான்.

இதுலெல்லாம், அவிங்களுக்கு மொதல்ல் தெரியாது. எது, எது எது எதுக்கு பயன்படுமுன்னு நம்ம ராஜா பயல்கதான் காட்டிக் குடுத்தாங்க.

நாளாக, நாளாக, அதவே சட்டமாக்கி வேலை வாங்க ஆரம் பிச்சி, வேலை செய்யாதவனே அடிச்சித் துன்புறுத்த ஆரம்பிச்சு இருக்காங்க. அதுக்கு அடங்காத கூட்டத்த, சுட்டுக்கொன்னு தூக்கிப் போட்டுருக்காங்க. நம்ம ஆளுங்களும் சரி மல்லுக்கு நின்னு இருக்காங்க. ம்ஹூம், ஒன்னும் பண்ண முடியாம பின்வாங்கிட்டாங்க.

அப்படி மலையெல்லாம், மொட்டையடிச்சிப் பாக்கையிலே நம்ம மக்க குரங்குக மாதிரி மரக்கிளையிலயும் பாறைகள்லயும் தங்கி இருக்கரதப் பாத்தாங்க. அதையும், விட்டுவைக்க மாட்டோ முன்னு நம்ம மக்களே அடிச்சித்தொவச்சிக் கீழே கொண்டாந்து விட்டுப்புட்டு, மலைய மொத்தமா கைபத்திகிட்டாங்கப்பா... அதுக்கப்புறம், குறிபாக்குறது, பொல்லம் பொட்டி கட்டுறதுன்னு நாடோடியாக அலஞ்சவங்களப் புடுச்சி வெள்ளைக்கார பயல்க என்னா பண்ணுனாங்கனா, பேன்டத அள்ளிப்போட வைச்சாங்க. அதச்செய்ய முடியாதுன்னு சொன்னா, அந்த பீய்யவே திங்க வைச்சி அடிச்சாங்க. அப்புறம், நம்மி பொண்ணு, பிள்ளைகள அசிங்கப்படுத்துனாங்க. இதுக்குப் பயந்துகிட்டு வேலை செய்ய சம்மதிச்சாங்க நம்ம பயல்க. நாளாக நாளாக, சட்டமாக்கிட்டாங்க.

சரி அவீங்கத்தான், நாட்ட விட்டுட்டு சுதந்திரம் குடுத்துட்டுப் போயிட்டுடாங்களே, அதுக்கப்புறம் வந்த, பெரியபெரிய

தலைவர்களுக்கெல்லாம் கண் பொடதிலையா இருந்திச்சி. வெள்ளைகாரன்ட்ட இருந்து இந்த நாட்டையும் நாட்டு மக்களையும் காப்பத்திட்டோம்முன்னு சொல்லிக்கிட்டே இவிங்க அதவிட மோசமாத்தான் நம்ம ஆளுங்கள நடத்த ஆரம்பிச்சாங்க, தாயோளி மக்க. இதுதாம்ப்பா நம்ம கதை.

28

அல்லம்பட்டியைக் கடந்து செங்கல் காளவாசல் அருகே உள்ள சுகந்தி டூரிங் டாக்கீஸ் அருகே நிறுத்தி, அப்பா ஒன்னுக்குப் போனார். "வண்டியே எடுடா, வெறசா போணும். மேஸ்திரிப்பய வந்துருப்பான். எல்லாரும் அப்பவே போயிட்டாங்க" என்று சொல்லிட்டு வண்டியில் அமர்ந்தார். டூரிங் டாக்கீசைக் கடந்து, சுடுகாட்டுக்குள் புகுந்து பழைய குல்லூர் சந்தை ரோடு வழியாகச் சென்றுகொண்டிருக்கும்போது, "ஏம்பா கலெக்டருகிட்ட பேசு னீங்களா?" என்றான் பாலன்.

"ஆமா, சொன்னது போல காலைலே பத்து மணிக்கெல்லாம், முசாபாரி பங்களாக்குப் போயிட்டோம்."

"அந்தப் பங்களாவா?"

"அதான் இப்ப மதுர ரோட்டுலே பெரிய கே.வி.எஸ் பள்ளிக் கொடம் இருக்குலே, அதுக்கு அடுத்தாப்லே டி.பி இருக்குலே."

"ஆமா, அங்கதான். அதுலேதான் முந்தி என்ன நடந்தாலும் நடக்கும். எந்த மந்திரிமார்க வந்தாலும், அங்கேதான் தங்குவாங்க. அங்க போயிப் பார்த்தோம். அங்க, நம்ம பயதான் வாட்சுமேன். அவனத் தவிர வேறு யாரயும் காணோம். அவன்ட்டப் போயிக் கேட்டோம், "ஏய் என்னப்பா, யாரும் வந்தாங்களா?"

"அப்படி ஒருத்தரும் வரலேயண்ணே."

"ம்... என்ன, வரச்சொல்லிக்கிட்டு... வெளயாடுறாங்களா?"

நேரம் போகிட்டே இருந்திச்சி. அந்த வாட்சுமேன் "என்னணே சாயாகீயா குடிக்கிறீங்களா?"

அவன் வேற யாருமில்ல, நம்ம பங்காளிப்பயேதான்.

"சரிப்பா" என்றேன். செத்த நேரத்துலே கப் சாசர்லே சாயா கொண்டுவந்தான்.

"ஏய், ஏதப்பா பெரிய பெரிய ஆளுங்களுக்கு குடுக்கிறதுலே எங்களுக்குக் குடுக்குறே."

"என்னணே பெரிய ஆளுங்க, எனக்கு நீங்கதாண்ணே பெரிய ஆளு."

பய புள்ளைக நம்ம ஜாதி சனங்களே ஊருக்குள்ள இருக்க விடாமே விரட்டிப்புட்டாங்களே. நாளப்பின்னே யாருசெத்தாலும், அனாதையாத்தான் போய்ச் சேரணும் போல இருக்கு. அந்தச் சண்டாளப் பயக பண்ணுன வேலை, இன்னே நான் சொல்றேன்னு தப்பா நெனைச்சிகிடாதீங்க. இந்த ஊரா பயல்க, ஏதோ சூழ்ச்சி பண்ணி ஒங்களையெல்லாம் தூக்கி உள்ளே போடுறதுக்குத்தான் இங்கே வரச்சொன்னது மாதிரி தெரியுது" என்றதும் எங்களுக்கு அந்தச்சூளுவு தெரிஞ்சி என்னா பண்ணுரதுன்னு முழிச்சிகிட்டே இருக்கும்போது சர், சர்ன்னு ரெண்டு மூணு ஜீப் கார்களிலும், பின்னாடி ஒரு லாரியிலும் நெறையா போலீஸ் வந்து தடாபுடான்னு எறங்கியதுதான் தோசம். என்ன நடந்ததுன்னே தெரியாது. மூக்கு மொகரயெல்லாம் ஒடஞ்சி இருட்டுக்குள்ளே லாக்கப்புல கெடக் கோம்.

விடிஞ்சா எங்க மொகத்துலே மோத்திரத்த அடிச்சிவிட்டுத்தான் எழுப்புனானுங்க. ஒடம்பெல்லாம் ரணவேதனை, எந்திரிக்க முடி யலே. எல்லாம் பொறந்த மேனியாக் கெடக்கோம். ஒடம்பெல்லாம் ரத்தக்கசிவு, மூத்திர மொட நாத்தம், எந்திரிச்சு நிக்காலாமுன்னா பாதம் ரெண்டும் பஞ்சுமெத்த மாதிரி ஒசரமா வீங்கி இருக்கு. நைட்டுபூராம் தண்ணியத் தெளிச்சி அடிச்சாங்க. அதுக்கப்புறம் எப்போ விழுந்தோம், எப்போ எந்திரிச்சோம்முன்னே தெரியலே.

என்னக் கேட்டா எவ்வளவு வேணாலும் அடிக்கட்டும். அவிங்க அடிக்கிற அடியிலேயே மயக்கம் வந்திரும். நைட்டு டூட்டி முடிச்சுப்போன போலீஸூக்கு, அப்புறம் காலம்பொற டூட்டிக்கு வந்தவங்க வந்து பார்த்தாங்க நாங்க முக்கி முனங்கிக்கிட்டு கெடந்தோம். அதுலே ஒரு போலீஸ்காரன், "டேய் குறத்தாயோளி களா, மருவாதியா அய்யா சொல்லுறபடி நடந்துக்கங்கடா. இல் லாட்டி அடிச்சே கொன்னுபுடுவோம், தெருஞ்சதா" ஆனா அவிங்க எழுதி கைநாட்டு கையெழுத்து வாங்கினது பொய்யான சமாச்சாரம்.

அதாவது தேவரோட பன்னிகளத் திருடினோம். அதுவும் முனிஸிபாலிட்டி வண்டிகளை வைச்சி, அதத் தட்டிக்கேட்ட அதிகாரிக வீட்டுகள்ளையும் ஊருக்குள்ளயும் பீய் அள்ளிபோட்டு அசிங்கப்படுத்துனோம். அப்புறம், அதிகாரிங்க வீட்டுக்குள்ள நொளஞ்சி, நகை நட்டுகளயெல்லாம் கொள்ளையடிச்சோம்.

அதிகாரி மனைவிமார்களை கற்பழிக்க முயற்சி பண்ணினோம். அதிகாரிகளை அடிச்சுத் துன்புறுத்திக் கொலை செய்ய முயற்சி பண்ணினோம். அதனாலதான் ஊரேவிட்டு ஓடிப்போயிட்டோம். இப்போ போலீஸ் தேடிக் கண்டுபிடிச்சி கொண்டுவந்திருச்சின்னு குற்றத்த ஒத்துக்கிறோம்னு சொல்லி எழுதி வைச்சிகிட்டு, நாயடி, பேயடி அடிச்சாங்க.

காலையிலே சப் இன்ஸ்பெக்டரு வந்து எங்கள லாக்கப்புலே இருந்து வெளியே, அதாவது பின்புறம் இருக்குறே புளியந் தோப்புக்குக் கொண்டுவர சொன்னாரு. அப்போ ஒரு ஏட்டையாவோ ரைட்டரோ வந்து, "ஏலெய் எந்திரிங்கடா, அய்யா வரச்சொன்னாரு." நாங்க தக்கி முக்கி எழுந்து நின்னோம். எல்லாரும் அம்மணக் குண்டியா இருக்கவும் சிரிச்சாங்க. அப்போயெல்லாம், பொம்பள போலீஸ் கெடையாது. "அய்யா எங்க துணிமணிகளே குடுத்திங் கன்னா, கட்டிக்கிடுவோம்." ஒக்காளி பொறக்கும் போது துணி மணிகளோடவே பொறந்திங்களோ, பொறம்போக்கு நாய் களான்னு பொளிச்சுப்பொளிச்சுன்னு குண்டியிலே நாலு போடு போட்டாங்க. அதயும் வாங்கிக்கிட்டு பொத்திப் பொத்தி நடந்து போய், இன்ஸ்பெக்டரு முன்னாடி அம்மணமாவே நின்னோம். அவெ நாற்காலியிலே ஒக்காந்துகிட்டே லத்தியாலே எங்க, உசுரு தளத்தே அளந்து பாக்குறது மாதிரி லத்தியால தூக்கித் தூக்கி விட்டான்.

அப்புறம், "ஏண்டா, ஒங்க பொண்டாட்டிகளுக்கு ஒங்க சைஸ் சரியா வருமா? இல்லாட்டி இதைவிட பெருசா கழுதைய கிழுதைய வைச்சி ஏற விடுவிங்களா? என்றான்.

எனக்குக் கோபம் பொத்துகிட்டு வந்துருச்சி.

"ஏயா, ஒங்க பொண்டாட்டிமார்களையெல்லாம் அப்படித்தான் செய்ய விடுவிங்களா" என்று சொல்லவும் என்னையே வெதரோட ஒரு எத்துவிட்டான். நான் குன்னி ஒக்காரும்போது பூட்டுக் காலோட முகத்தில் எத்தித்தூக்கிவிட்டான். பத்தடி தள்ளிப்போயி விழுந்தேன். மடமடன்னு எல்லா போலீஸ்காரனும் வந்து சொவரு வைக்க மண்ண கொழைப்பாங்க பாரு அத மாதிரி என்னைய கொழச்சி எடுத்திட்டாங்க. சொல்லிக்கிட்டே மிதிச்சாங்கே," ஏண்டா, குறத்தேவடியா மவனே, உனக்கு என்னா திமிரு இருந்தா அய்யாவை அப்படிக் கேப்பே? எங்கடா திருடுனே நகைகள யெல்லாம். ஏண்டா ஒன் சாமான் அவ்வளவு பெருசோ? அதிகாரிங்க

பொண்டாட்டிகளே இழுத்திருக்க, குறத்தேவடியா மவனே எங்களவே பீய் அள்ள வைக்கிறீங்களாக்கும். இருடான்னு சொல்லி ஒரு போலீஸ் ஓடிப்போய் ஒரு கைதிய, அவன் கையில் இருக்கும் மண்சட்டியில் உள்ள மலம் மூத்திரத்தையும் கலந்து என் தலை வழிய ஊத்தச் சொன்னான். அவன் மாட்டேன்னுட்டான். அதுக்கு அவுனுக்கு நாலுமிதி. அப்புறம் அடி பொறுக்க மாட்டாமே என் தலையிலே பொளபொளன்னு ஊத்திட்டான். அது தலையில இருந்து மூஞ்சியெல்லாம் வடிஞ்சு வாய் வழியா உடம்பெல்லாம் ஒழுகி ஓடிச்சி. அதப் பார்த்த மத்த நாலுபேரும் நடுநடுங்கிட்டாங்க.

"இங்கெ பாரு, ஒன்னையே சட்டபடி இருப்பத்தினாலு மணி நேரத்துலே கோர்ட்டுலே ஒப்படைக்கணும். இப்ப மணி ஏழாகுது நான் சொல்லுரபடி நடந்துகிட்டேனா, ஒன்னையே முழுசா கோர்ட்லே ஒப்படைப்பேன். இல்ல ஒக்காளி போட்டுத்தள்ளிட்டு, தூக்குப்போட்டுச் செத்திட்டேன்னு, இங்கெயே தெவெச்சி தொங்க விட்டுப்புடுவேன், என்ன சொல்லுறே"

"ஏயா நீங்க செய்யாத கொடுமையை செஞ்சுபுட்டு, எங்கமேல ஏய்யா பொய்யா பழியப் போடுறீங்க?"

உடனே மார்போடு ஒரு எத்து, மூக்கோடு ஒரு குத்து.

"ஏன்டா, எதுடா பொய். ஆபிஸரு வீட்டுக்குள்ள செப்டிக் டேங்க் தண்ணியத் தொறந்து விடலே, ரோட்டுல பீய்ய அள்ளிப் போடலே, வக்காளி ஊரேயே நாறடிச்சிட்டு, ஓடிப் போயிட்டா விட்டுருவாங்க? எந்திரிடா, நீ பயில்வானாமில்ல. எங்க எந்திரி, எங்க என்னையே அடிடா அடிடா? " என்று சொல்லிக்கொண்டே ஒரு குத்துவிட்டான். மூக்கில் ரத்தம் கொட்ட ஆரம்பிச்சது. நான் அப்படியே கால் பரப்பி, கைகள தரையில் ஊண்டி ஒக்காந்து விட்டேன். தலையிலிருந்து மலமும் ரத்தமும் கலந்து மண்ணில் விழுநது ஊறிகொணடிருநதது.

அவிங்களயும் என்னைய மாதிரி அடிச்சித் தொவாச்சாங்க. அவிங்களும் முடிஞ்சளவு சமாளிச்சி பார்த்தாங்க. ம்ஹூம், அடி படாதே எடமே கிடையாது. மூர்ச்சையாகும் வரைஅடிச்சாங்க.

அப்புறம் என்னா நெனச்சாங்கங்கன்னு தெரியலே, எங்கள அப்படியே போட்டுட்டு, ஸ்டேசனுக்குள்ள போயிட்டாங்க. ஒருத் தரே ஒருத்தர் பார்க்க முடிஞ்சதே தவிர ஒரு வார்த்த பேச முடியல. ஏன்னா வாயிலே அடிபட்டு உதடப் பிரிக்கக்கூட முடியலே,

கண்ணு மொய்மொய்ன்னு ஆயிட்டுது. உடம்பெல்லாம் வெடுக் வெடுக்குன்னு சுண்டி இழுக்குது. கால் கையெல்லாம் நமநமன்னு ஒரே எரிச்சல். இன்னும் என்ன என்னமோ பண்ணிச்சி, அப்ப அப்படியே அங்கெங்க சாஞ்சிட்டோம். அப்புறம் ஒரு அரைமணி நேரம் கழிச்சி ஒரு கேன் நிறையக் கள்ளச்சாராயம் கொண்டு கீழே வச்சிகிட்டு காலம்பொற மொதமொத ஒரு போலீஸ்காரன் வந்து சொன்னான் பாரு, அவனே மறுபடி வந்து, கீழே குனிஞ்சு என் காதுலே, “ஏய் பாண்டி, அவிங்க எது சொன்னாலும் இங்கே சரின்னு சொல்லு. அப்பத்தான் ஒங்கள கோர்ட்டுக்குச் கொண்டு போவாங்க. இல்லனா கொன்னு பொதச்சுருவாங்க” என்று நைசா சொல்லிவிட்டு, சத்தமாக, ‘டேய் இதக் குடிடா குடிடா’, என்று சத்தமாகக் கத்திப் பேசவும், எனக்கு நம்பிக்கை வந்துவிட்டது. சரின்னேன். உடனே அந்த போலீஸ்காரன், “அய்யா சரியிங்கிறாங் கய்யா” என்றதும், இன்ஸ்பெக்டர் விறுவிறுன்னு வந்து ஒரு பத்துப் பக்கம் இருக்கும், அதுக்கு கீழே கையெழுத்து போடு என்றார். நான் தயங்கினேன். அந்த போலீஸ் கண் சிமிட்டினார். சரின்னுட்டு கை நடுநடுங்க கையெழுத்துப் போட்டேன். அப்புறம் அவிங்க கிட்டவும் கையெழுத்து வாங்கிட்டு, "ஏண்டா, மாப்புள்ளைகளா இத மொதவே போட்டிருந்தா இம்புட்டு மாத்து வாங்கியிருப் பீங்களா?”

“செரி செரி, யோவ் அவிங்களுக்கு ஊத்துய்யா” என்றார் சப் இன்ஸ்பெக்டர். நாங்களும் வலி தெரியாமல் இருக்க கையிலே ஊத்தச் சொல்லி வயிறு முட்ட குடிச்சோம். தொண்டையெல்லாம் எரிஞ்சது. அப்படியே கண்ணசந்து தூங்கித் தூங்கி விழுந்தோம்.

அப்புறம் எப்போ நைட்டாச்சி, திரும்ப விடிஞ்சதுன்னு தெரி யலே. ரெண்டு நாள் கொலப்பட்டினி. மூனாவது நாள் காலையிலே அந்த இன்ஸ்பெக்டர் வந்து எங்களப் பாத்துட்டு, "என்னடா நைட் நல்லா தூங்கினீங்களா? சரி, சரி இப்ப கோர்ட்டுக்குப் போணும், ரெடியா இருங்க”, என்றார். எங்களுக்கு பசியிலே காது அடைச்சி இருந்தது. அந்த வார்த்தையிலே காது தொறக்க ஆரம்பிச்சுருச்சி.

ஒடனே, ஒரு பையன் கொண்டாந்து கொடுத்தான். அத வாங்கிக் குடிச்சிட்டு, கைகால் நடுங்க எந்திருச்சோம். ம்ஹூம் முடியல, அப்டியே ஒக்காந்தோம்.

மறுபடி இன்ஸ்பெக்டரு வந்து, “ஏய் குளிக்கிறீங்களடா” என்றார்.

சரின்னும் சொல்லலே, மாட்டேன்னும் சொல்லலே. அதுக் குள்ளயும் ஒரு பெரிய தகர டிரம்லே தண்ணியே ஊத்தி குளிக்க சொன்னாங்க. மெல்ல சுவரேப் புடுச்சி எழுந்திருச்சோம். சுவரப் புடுச்சி எந்திரிக்க, சொதக்குன்னு விழுக இப்படியே இருந்தோம். ஒரு போலீஸ்காரன் வந்து, வாளிலே தண்ணியே மோந்து, சள்ளு சள்ளுன்னு, எங்கமேல ஊத்திவிட்டான். ஒடம்புலே தண்ணி பட்டதும் சுருக்குன்னுச்சி. அப்புறம் நாலஞ்சு வாளிபட்டதும், அப்படியே ஒக்காந்துட்டோம். கிட்டதட்ட போலீஸ்காரன் குளிப் பாட்டிவிட்டான்.

அது முடிஞ்சதும், அவுங்கவுங்க வேஷ்டி சட்டய குடுத்தாங்க. மூனு நாளைக்கு அப்புறம், எங்க மேல் துணி போட்டுகிட்டோம். அப்புறம் கொஞ்ச நேரத்துலே, ஆளுக்கு நாலு இட்லி, ஒரு பொங்கல் வடைன்னு கொண்டாந்து வைச்சாங்க. இருந்த பசிலே, இத திங்கவா, அத திங்கவான்னு, ஆளாப் பறந்தோம். ரெண்டு மூனு வாய்லேயே திகட்டிப்போச்சி. ம்ஹூம், ஒன்னும் எடுபடலே அப்படி அப்படியே மடிச்சித் தூக்கிப்போட்டோம்.

செத்த நேரத்துலே அவங்க லாரி வந்திச்சி. எங்கள அதுலே ஏத்துனாங்க. கோர்ட்டுலே போயி நின்னோம். எங்களுக்கு முந்தி ரெண்டு, மூனு பேரக் கூப்பிட்டு வாய்தா சொல்லி அனுப்பி வைச்சிட்டு, கோர்ட்டு, எம்.சி. பாண்டி வகையறா, பாண்டி வகையறா, பாண்டி வகையறான்னு தபேதார் மூனு தடவே கூப்பி ட்டான். நாங்க உள்ளே போயி கூண்டுக்குள்ளே ஏறி நின்னோம். கிழக்கு போலீஸ் ஸ்டேசன் போலிசார், போலிசார்ன்னு கூப் பிடவும், சப்இன்ஸ்பெக்டரும் அவர் கூட ரெண்டு பேரும் வந்து, உள்ளே வக்கீல்களோட ஒக்காந்தங்க. எங்கள நீதிபதி ஒரு பார்வ பார்த்துட்டு போலிசார் குடுத்த பிராதே, எம்.சி. வாங்கி, நீதி பதிகிட்டே குடுக்கவும், அவரு பைலே அவுத்து முழுசா படிச்சிப் பாத்துட்டு, “ம். சொல்லுங்க குற்றத்தே ஒத்துக்கிறீங்களா?” என்றார்.

“அய்யா அதுல உள்ளது பூராப் பொய்யிய்யா” என்றதும், போலீஸ் எங்களை முறைச்சது.

நீதிபதி என்னப் பார்த்து, “யாருக்கும் பயப்படாமே சொல்லுங்க?”

உடனே நாங்க ஆளாளுக்குப் பேசுனோம். அது அவருக்கு புடிபடாமே, “யாராவது ஒருத்தரு சொல்லுங்க” என்றார். உடனே மொக்கராசு, காளியப்பன், சின்னகருப்பன் என்னயே சொல்லச் சொன்னங்க.

“அய்யா, நாங்க எந்தத் தப்பும் செய்யலே, எங்களைக் கொடுமைப்படுத்துனது எல்லாமே அதிகாரிகளும், போலீஸ்காரங் களும், அதுக்குமேல இந்த ஊரு சண்டியரு, தேவரு.

“இப்படி பொத்தாம் பொதுவா சொன்னா யாருன்னு கண்டு பிடிக்க முடியாது. சொல்லுறத தெளிவாச் சொல்லுங்க?”

அய்யா, ‘நடந்தத முழுசா சொன்னெ.’

இந்த விஷயம் கூட பத்திரிகைகாரங்க படம்புடிச்சிப்போட்டு அதக் கலெக்டரய்யா பாத்துக் கண்டிச்ச அப்புறம்தான் எங்க மக்களே வெளியே விட்டுருக்காங்க என்றதும் பத்திரிகையை எடுத்து எம்.சி. கோர்ட்டாரிடம் கொடுத்தார்.

அதை வாங்கி கோர்ட்டார் உற்றுப்பார்த்துவிட்டு என்னையே பார்த்தார் “ஆமங்கய்யா, அதுதாயா எங்க மக்க, படுபாவிப் பயல்க ஊரெவிட்டே விரட்டிட்டாங்க. இப்போ எங்க இருக்காங்கென்னு ஒரு துப்பும் இல்ல. அப்புறம் எங்களப் புடிக்கிறதுக்கு கலெக்டரு பேச்சுவார்த்தைக்கு வரச் சொன்னாருன்னுட்டு எங்களே வரச் வைச்சி, போலீஸ்டேசனுக்கு இழுத்துட்டுப் போயி, மூனுநாளா, பச்சத்தண்ணிகூட குடுக்காம நாலுபேத்தயும் அடிச்சி தலைலே பீய்ய கறச்சி ஊத்தி எழுதி வாங்குனதுய்யா. அய்யா எசமானே, நீங்கெல்லாம் படிச்சவங்க, நீங்க பாத்து எங்கள காப்பாத்தலைன்னா நாங்க யாருகிட்டப்போயி நிப்போம்? எங்களுக்கு பொய் சொல்லத் தெரியாது, நடிக்கத்தெரியாது, பாவலாகாட்டத் தெரியாதுங்கய்யா. என்னை நம்புங்கய்யா. நாங்க காலம்பூரா ஒங்க சீன்டரத்தே அள்ளிச் செமக்குறே பாவப்பட்ட ஜென்மங்கய்யா, காலம்பூரா ஒங்களுக் காகவே வாழ்ற அப்பாவிகய்யா. நாங்க இல்லாமே நீங்க சுத்தமா வாழ முடியாதுங்கய்யா. நாங்க என்னைய்யா தப்பு செஞ்சோம்? எங்களப் போயி பெரிய குற்றவாளியா ஆக்கிப்புட்டிங்க. ஒங்க வீட்டு நாய், பூனைகளுக்குக்கூட ஈவு எறக்கம் காட்டுவீங்க, ஒங்கள மாதிரி மனுஷங்கதானய்யா நாங்களும். எங்கள வாழ்நாள் முழுக்க, ஒங்க பீய் மொத்திரத்தே அள்ள வைச்சி அதெத் திங்க வைச்சி ஒரு வாய் சோத்தக்கூட ஒழுங்கா மனசார திங்கவிடாமே.

“நீங்க சொல்றதுக்கு ஆதாரம் இருக்கா?” என்று கேட்டார்.

“அய்யா, பெரியவங்களே, நாங்க பாக்கற வேல ஊரு உலகத் துக்கே தெரியும். அதுவும் போக தப்பு பண்ணுறவன் பக்கத்துலே சாட்சிகள் வைச்சிக்கிட்டுத் தப்பு பண்ணுறது கிடையாது. இதுக்கு மேல என்னத்த நான் சொல்ல.”

"நான் கேக்கிறது, கருப்பணத் தேவரும் அவுங்க ஆட்களும் உங்க பெண்களை பலாத்காரம் செய்ததுக்கும், உங்கள் பொருள் களைத் திருடி சென்றதற்கும் சாட்சி உண்டா, இல்லையா?"

"அய்யா, நிச்சயமா சாட்சி சொல்ல வருவாங்கய்யா."

"செரி, அதிகாரிகள் மேல் உள்ள புகார்களுக்கு சில சாட்சியங்கள் கைவசம் உள்ளது" என்று சொல்லிவிட்டு, கோர்ட்டை முழுக்க பார்த்துவிட்டு "குற்றவாளிகள் என்று போலிசாரால் கூறப்பட்ட பாண்டி, மொக்கையன், சின்னக்கருப்பன், காளியப்பன் ஆகி யோரின் வாதங்களைப் பார்க்கின்றபொழுதும் சில ஆதாரங்களின் படியும் அவர்கள் குற்றமற்றவர்கள் என்று தெரியவருகிறது. இருப் பினும், அவர்கள் அதிகாரிகள் வீட்டிற்குள் அனுமதியின்றி நுழைந்து, அசுத்தப்படுத்தியதின் காரணமாக குறைந்த பட்ச தண்டனையாக மூன்றுமாத காலம் சிறைத்தண்டனை அறிவிக்கப் படுகிறது. அதே நேரத்தில் தண்டனைக்காலம் முடிந்தவுடன் மனிதாபிமான அடிப்படையிலும் கருணை அடிப்படையிலும் மீண்டும் அதே பணியில் தொடர்ந்து பணியாற்ற இந்த கோர்ட் உத்தரவிடுகிறது."

"மேலும், கருப்பணத்தேவர் மீது ஏற்கனவே பல குற்றச்சாட்டுகள் இருந்தும் அதெல்லாம் நிரூபிக்கப்படாமல் தப்பித்து உள்ளார். இந்தக் குற்றம் நிரூபிக்கப்பட்டால் அவருக்கும், அவரைச் சார்ந்த மற்ற நபர்களுக்கும் கடுமையான தண்டனை அறிவிக்கப்படும். எனவே போலிசார், உடனடியாக அவரைக் கைது செய்து இருப்பத்தி நாலு மணிநேரத்தில், இந்தக் கோர்ட்டில் ஒப்படைக்க வேண்டும். மேலும் நகராட்சி மேலதிகாரிகள், காவல்துறை மேலதிகாரிகள் அவர்களைச் சார்ந்த காவலர்கள் மற்றும் நகராட்சி ஊழியர்களை விசாரிக்க இந்தக் கோர்ட் உத்தரவிடுகிறது."

அப்புறம் எங்களே மதுரை சென்ட்ரல் ஜெயிலுலே கொண்டு போயி அடைச்சாங்க. நாங்க போன மூனானாளு தேவரையும் அவர் ஆட்களையும் திருநெல்வேலி பாளையங்கோட்டை ஜெயில்ல விசாரணைக் கைதியாக அடைச்சிருக்காங்க. அப்புறம் நம்ம மக்க ளெல்லாம், மொதுமொதுனு அந்த வேழாமடையிலயிருந்து வீடு போய் சேர்ந்தாங்க.

"ம்... வேழாமடையா."

"அதாம்ப்பா, இப்ப கார்னேசன் ஹோட்டலுக்கு எதுத்தாப்புலே பெரிய வாய்க்காலு இருக்கு பாரு, அதுக்குள்ள எறங்கினா

அடியிலே கூடி வேழா மடைக்கு போயிடலாம். அதாவது கிழக் காமே காந்திபுரம் தெரு, தந்திமரத்தெரு, சின்ன பள்ளிவாசல் தெரு, மேற்காக, கார்னேசன் ஓட்டலு மதுரை ரோடு, அந்த ரோட்டுக் கடைகண்ணிக இருக்குல, பழைய நாரயணசாமி தியேட்டர் வரை, ரண்டுக்கும் இடையிலே பெரிய கண்மாய் மாதிரி அப்போ உண்டு. அதுலேதான் வடக்கே இருந்து பெரிய பேராழி சின்னப் பேராழிக் கண்மாய் நெறஞ்சி ஏறய நாயக்கர் ஊரணி வழியா வந்து வேழா மடையிலே வந்து விழும். அதுநெறஞ்சி நம்ம தெப்பத்துக்கு தண்ணீ வந்து விழும், அந்த மடையிலேதான் தங்கியிருந்தாங்க. நம்மாளுக பூராம், எல்லாத்துக்கும் ஒரே சமையல்தான். நித்தம் கறியும், சோறுதான். நைட்டுலே பெரிய வாய்க்கா வழியா வெளியேறி மதுரை, திருமங்கலம் போய், அரிசி, தவசி தேவையானத பூராம் வாங்கியாந்து மறுபடி நைட்டுலேயே வந்து எறங்கி பதுக்கிருவோம்.

சரி இது இருக்கட்டும். அப்புறம் எல்லாரும், தேவரு தொழு வத்துலே அடைச்சி வைச்சிருந்த அவுக அவுக பன்னி பறட்டைகளே அடையாளம் வைச்சி பத்திக்கிட்டுபோயி போட்டுக்கிட்டாங்க. அப்புறம் அந்த ஜனங்களே மறுபடி வேலைக்குச் சேத்துக்கிட்டாங்க. ஜெயில்லேர்ந்து நாங்க வெளியே வரவும், நாங்களும் வேலைக்குப் போயிட்டோம். கேஸ் தேவரு மேல நடந்திச்சி. ஒரு வருஷத்துக்கு அப்புறம் அவருக்கு எதிரா நம்ம கூட்டம் சாட்சி சொல்லவும், ஏழு வருஷம் தண்டிச்சுட்டாங்க.

அதுக்கப்புறம், மூனு வருஷத்துலேயே எப்படியோ வெளியே வந்து என்னையப் போடனும்ன்னு முயற்சி பண்ணித் தோத்துப் போயி கடைசிலே நம்மட்டயே ராசிக்கு வந்திட்டாரு. அப்புறம் அவரு கதையே தான் நீ நேரயே பார்த்தியே. ம்... சொல்ல மறந்திட்டேன்லே, கமிஷனரு, ஹெல்த் ஆபிசரு, சர்க்கிள் இன்ஸ் பெக்டரு இவிங்கள வேலையிலே இருந்தே தூக்கிட்டாங்களாம். மத்தவங்களுக்கு ஆறுமாசம் வேலை இல்லைன்னுட்டு அப்புறம் சேர்த்துகிட்டாங்கப்பா அம்புட்டுதான். நிப்பாட்டு, கம்போஸ்ட்டு வந்திருச்சி. வெறசா வேலையே முடிச்சிட்டு, தெருவுக்குப் போவணும்", என்று சொல்லிவிட்டு, தோளில்கிடந்த துண்டை எடுத்துத் தலைப்பாகை கட்டிக்கொண்டு தனது மக்களோடு வேலையில் இறங்கினார் அப்பா. பாலன் அந்த மூன்று செட்களையும் திறந்துதிறந்து பார்த்துக்கொண்டிருந்தான்.

* * *

பின்னிணைப்பு

முதற்பதிப்பின் அணிந்துரையும் முன்னுரையும்
வெக்கை மனிதர்கள்

எல்லோருமா தன் பால்யத்தைச் சமூகத்துடன் பார்க்கிறார்கள். மூவலூர் ராமாமிர்தம் அம்மையாரின் வாழ்க்கை வரலாற்று நூல் அச்சிடப்பட்ட அடுத்த நொடியில் எல்லாப் பிரதிகளையும் அவர் களின் வாரிசுகள் வாங்கிவிட்டார்களாம். தன் பாட்டியின் கடந்த காலம் குறித்த ஞாபகங்ளை ஊருக்குச் சொல்ல சம்மதிக்காத அவர்களின் மனநிலையை நம்மால் புரிந்துகொள்ள முடிகிறது. பெருமிதமும் கர்வமும் சுயசாதிப் பெருமிதம் தந்திருக்கும் வெகு மதிகளைத் தன் வாழ்வெனக் கொண்டவர்கள். தன் வரலாற்று நூல்களின் வழியே சொல்லிக்கொள்ள ஆயிரம் ஞாபகங்கள் இருக்கக் கூடும். ஆனால், மலக்குழியும் பன்றியின் குடிலும் வாழ் விடம் என அமைந்த எங்களுக்கு... என்ற பாண்டியக் கண்ணனின் கேள்வியோ இந்த சலவான். ஊரும் சேரியும், புதைந்த காற்று என மொழிபெயர்ப்பு நாவல்கள் தலித் எழுத்தின் அடையாளங்களைத் துவக்கி கே.டேனியலின் நாவல்கள் ஏற்படுத்திய அதிர்வில் தலித் படைப்பாளிகள் தம் வாழ்வைப் புனைவில் பதிவுருத்தினார்கள். அம்பேத்கர் நூற்றாண்டு விழா ஏற்படுத்தி இருந்த அரசியல் உரையாடல்களும் இடதுசாரி இயக்கங்களுக்குள் ஏற்பட்டிருந்த சாதியம் குறித்த விமர்சன பூர்வமான பார்வையும் தலித் எழுத்து முறையைத் தமிழில் விரிவாக்கியது. பூமணி தன் ‘பிறகு’ நாவலின் முன் வைத்திருந்த வாழ்வின் குரூரங்களைக் கண்டடைந்த எழுத் தாளர்கள் தன் வரலாற்றை எழுதிப் பார்த்தார்கள். அப்படியான நாவல்கள்தான் ராஜ்கௌதமனின் சிலுவைராஜ் சரித்திரமும் கே.ஏ. குணசேகரனின் ‘வடுவும்’ பாமாவின் ‘கருக்கும்’ இன்னும் நீண்டு கொண்டிருக்கும் தன் வரலாற்று நாவலின் பயணத்தில் வந்திறங்கும் நாவலே ‘சலவான்’.

பிரதாப முதலியார் சரித்திரத்தில் துவங்கிய தமிழ் வாழ்வின் பதிவுகளில் இடமற்று அலைந்த எங்களின் இடமெது என்று சலவானின் பாலனும், அவனின் தாயும், தந்தையும் நமக்குச் சொல்லுகிறார்கள். நாவலின் பல பகுதிகளை வாசித்துக் கடக்க முடியவில்லை எனக்கு. அந்நாட்களில் பத்திரிகைளில்கூட செய்தி யாக வந்தக் கூட்டுப் பாலியல் வன்கொடுமை நீண்ட நாட்களுக்கு என் மனதில் சுமையாகி இருக்கும். மலக்குழிகளைச் சுத்தமாக்கும் வாழ்க்கை தனக்கு விதிக்கப்பட்டிருக்கிறதே என்கிற குற்ற உணர்ச் சிக்கு ஆளாகி வெளியேறத் துடிக்கும் இளைய மனம் கேட்கும் கேள்விகள் வரலாறுகளைப் பின்தொடர்ந்தபடியே இருக்கும். முதலில் இந்த நாவலுக்கு பாண்டியக் கண்ணன் 'துப்புரவு' என்றே பெயரிட்டிருந்தார். பிறகே அது 'சலவான்' ஆனது. பன்றிகளைத் தன் வாழ்வின் ஆதாரமான சொத்தாகக் கொண்ட சமூகமிது. இச்சமூகத்தின் திருமணக் கொண்டாட்டங்கள், மரண வீடுகளின் மல்லுக்கட்டுகள், அன்பையும் பிரியத்தையும் இரவலாகப் பெற்ற சாம்பாரின் ரசத்தின் வாசத்தோடு பகிர்ந்தளிக்கும் பொழுதுகள் என இவை ஒரு சமூகவியல் வரைபடமாகிறது. வெயிலைக் குடித்து வளர்ந்த இவர்களின் வைராக்கியமும் இந்நாவலில் வெளிப்படுகிறது. ஊரையே மிரட்டிக்கொண்டிருந்த ஆதிக்கச் சாதியின் தடித்தனத்தை அடித்து நொறுக்கிட களம் கண்டவர்களும் இந்த எளிய மக்கள்தான். இதுவே நாவலின் மையம். "குறவன் சண்டையா, மறவன் சண்டையா பாத்துருவோம் வாடா" என்றொரு சொல்வழக்கு இப்பகுதியில் உண்டு. அதன் அடையாளமிருக்கிறது சலவானில் பதிவுறுத்தப்பட்டிருக்கும் வாழ்க்கை.

15.12.2008

ம. மணிமாறன்

விருதுநகர்

த.மு.எ.ச.

மாநிலக்குழு உறுப்பினர்

சலவானத் துரத்துவதற்கு முன்...

சலவானின் இறுதி அத்தியாயத்தோடு என் பொறுப்பு முடிய வில்லை. இன்னும் இன்னுமாய் என்னுள் கனன்று கொண்டே யுள்ளது.

> "ஒருவாய்ச் சோற்றுக்காக
> பத்து முறையாவது
> மலம் தின்னும் அவலம்
> காலணா எட்டணாவைவிட
> செல்லாக் காசாகிப்போன
> எங்கள் பெண்களின் வாழ்வு"

என் தந்தை போகிற போக்கில் சொல்லித் தந்தவைகளும் அவரின் இறுதிநாள் படுக்கையிலும் உதிர்த்தவை எனக்குள் உயிர் பெற்று, கிளர்ந்து எழுந்த ஆவேசமே இந்தப் படைப்பு. நான் நன்றிகூற முயற்சிக்கையில் ஏராளமானோர் நினைவில் வரு கின்றனர்.

முதலில் என்னைப் படிப்பாளி ஆக்கிட முயற்சித்துத் தோல்வி யுற்ற ஆசிரியப் பெருந்தகைகள், தன்ராஜ், சந்தனவடிவு, பி. கந்தசாமி இவர்களுக்கும்;

இந்த நாவலின் முதல் அத்தியாயத்தில் இடம்பிடித்துப் போகிற வேகத்தில் தவறிய அல்லது தேவையற்று நின்றுபோன என் ஆத்ம நண்பன் எனக்கு மகுடம் சூட்டிப்பார்ப்பதில் முதல் ரசிகனாக, வாசகனாகத் திகழ்ந்து, சினிமா ஆசை தொடங்கி அதில் ஏமாற்ற மடைந்து உலர்ந்து சருகாகிப் போன வேளையில் ப்ரண்ட்ஸ் ஆர்ட் தியேட்டர் என்ற நாடகக் குழுவைத் தொடங்கிவைத்து என்னோடு உறவாடி, இறுதியில் ஒரு மனநோயாளியாக இந்தச் சமூகத்தில் அவதியுற்றுக் காற்றோடு கலந்து போன ஏ. கணேசப்பாண்டியனுக்கும் குமரனுக்கும்;

நாடகத்திலும் என் பசியைத் தீர்த்துக்கொள்ள முடியாமல், திணறிக்கொண்டிருந்தபோது நீலகண்ட பறவையைத் தேடி என்ற நாவலைப் படிக்க தந்த நண்பர் கவிஞர் முத்து மகரந்தனுக்கும்;

நாகர்கோவிலில் குடியேற வேண்டிய அபத்தமான நிலையில் காலச்சுவடோடு தொடர்புகொண்டு அமரர் சுந்தரராமசாமியோடு என் இலக்கிய தாகங்களைத் தீர்த்துக்கொள்ள, தினம் அவரிடம் சென்று என்னை வளர்த்துக்கொண்ட சந்தர்ப்பங்களுக்கு;

முதல் கையெழுத்துப் பிரதியைப் படித்துப் பார்த்து மேலும் எழுதத் தூண்டிய எஸ். ராமகிருஷ்ணனுக்கும்;

படித்தும் படியாமலும் தெளிவற்ற நிலையில் என்னைக் காயப்படுத்திய லஷ்மி மணிவண்ணனுக்கும்;

இரண்டாண்டு காலமாக என் தொந்தரவுகளைத் தாங்கிக் கொண்டு பல்வேறு இயக்க நடவடிக்கைகளிலும் இடர்ப்பாடு களிலும் இறுக்கமான சூழல்களிலும் என் எழுத்தை அங்கீகரித்துத் தேர்வு செய்த த.மு.எ.ச. பொதுச் செயலாளர் தோழர் ச. தமிழ்ச் செல்வன் அவர்களுக்கும் பல்வேறு ஆலோசனைகளை வழங்கிய ஆதவன் தீட்சண்யா அவர்களுக்கும்;

ஓராண்டு காலமாகப் பல்வேறு தருணங்களில் என்னைச் செழுமைபடுத்திட நேரிலும் கைபேசி மூலமும் ஆலோசனைகளை வழங்கி, இந்த நாவல் பற்றிப் பல எழுத்தாள நண்பர்களிடம் பேசிப்பேசி அதன் மூலம் தாக்கத்தை என்னில் திணித்து மூன்று முறை திரும்பத் திரும்ப எழுத வைத்து வடிகட்டிய அருமை நண்பர் பாசமிகு தோழர் ம. மணிமாறன் அவர்களுக்கும்;

இந்த நாவல்மீது ஏதோ ஒரு வகையில் நம்பிக்கை வைத்து இதை உறுதியாகக் கொண்டுவரவேண்டுமென்ற தீராத எண்ணத்தில் கடந்த ஆறுமாத காலமாகத் தீவிர ஈடுபாடுகொண்டு பெரிதும் பாடுபட்ட பாரதி புத்தகாலயத் தோழர் க.நாகராஜன் அவர்களுக்கும்;

எத்தனை முறை நன்றி கூறினாலும் வெறும் வார்த்தைகளோடு முடியாது. ஏனெனில் ஒரு சாதாரணமானவனின் அடிச்சுவடுகளைப் பதிவு செய்திடத் துணிந்த நல்ல உள்ளங்களுக்கு மீண்டும் நன்றி கூறுவதில் மட்டற்ற மகிழ்வு கொள்கிறேன்.

இறுதியாக இருபதாண்டு காலமாய் என் கனவுகளுக்கு அங்கீகாரம் அளித்து இதுவரை காத்திருந்த எனது காதல் மனைவி திருமதி சுமதிக்கும் பிள்ளைகளுக்கும், நான் சார்ந்த இயக்கத்திற்கும் அதன் தலைவர்களுக்கும் முன்னோடிகளுக்கும் எனது பெருத்த நன்றியைச் சமர்ப்பணம் செய்கிறேன்.

நன்றியுடன்

பாண்டியக்கண்ணன்
1/157/1, கூரை குண்டு
விருதுநகர்
15.12.2008

ஆசிரியரின் மற்றொரு நாவல்

மேடை - ஒரு நிகழ் கலைஞனின் நிதர்சனங்கள்

முதற்பதிப்பு: ஆகஸ்ட் 2022
விலை: ரூ. 300
பக்கம்: 278
ISBN: 978-81-952688-8-7

தாழ்த்தப்பட்டவர்கள் எப்போதும் பல்லக்குத் தூக்குபவர்களாகவே இருக்க வேண்டும், பல்லக்கில் அமர்பவர்களாக இருக்கக் கூடாது, அது முற்போக்கு அரசியலானாலும் சரி, பிற்போக்கு அரசியலானாலும் சரி, எல்லோருக்கும் எப்போதும் அடிமைகள் தேவை. இதுபோன்ற அடிமை விலங்கை உடைத்தெறியவும், இப்படிப்பட்ட கொடுமைகளைத் தகர்க்கவும் இந்நாவல் வெளிவந்திருக்கிறது.